ആലീസിന്റെ
അത്ഭുതക്കാഴ്ചകൾ

alicinte
adbudhakazhchakal

•

lewis carrol

•

translation
p sarath chandran

•

first edition
may 2018

•

published
chintha publishers, thiruvananthapuram

•

typesetting
minerva graphotechs, attukal

•

cover
cover story

വിതരണം

ദേശാഭിമാനി ബുക്ക് ഹൗസ്

H O തിരുവനന്തപുരം-695 035
phone: 0471-2303026, 6063026
www.chinthapublishers.com
chinthapublishers@gmail.com

ബ്രാഞ്ചുകൾ

ഹെഡ്ഡാഫീസ് ബ്രാഞ്ച് കുന്നുകുഴി • സ്റ്റാച്യു തിരുവനന്തപുരം • കെ എസ് ആർ ടി സി ബസ് സ്റ്റേഷൻ ആലപ്പുഴ • കെ എസ് ആർ ടി സി ബസ് സ്റ്റേഷൻ എറണാകുളം • ഐ ജി റോഡ് കോഴിക്കോട് • മാവൂർ റോഡ് കോഴിക്കോട് • എൻ ജി ഒ യൂണിയൻ ബിൽഡിങ് കണ്ണൂർ • സെൻട്രൽ ബസ് ടെർമിനൽ കോംപ്ലക്സ് താവക്കര കണ്ണൂർ

CO - 2685 / 4651
ISBN - 978-93-87842-30-4

ആലീസിന്റെ
അത്ഭുതക്കാഴ്ചകൾ

ലൂയിസ് കരോൾ

പരിഭാഷ:

പി ശരത്ചന്ദ്രൻ

ചിന്ത പബ്ലിഷേഴ്സ്
തിരുവനന്തപുരം-695 035

ലൂയിസ് കരോൾ

വിഖ്യാത ഇംഗ്ലീഷ് സാഹിത്യകാരൻ. 1832 ജനുവരി 27 ന് ചെഷയറിലെ ഡാഴ്സ്ബറിയിൽ ജനിച്ചു. *ആലീസിന്റെ അത്ഭുതലോകം (Alice in wonder land)* എന്ന കൃതിയിലൂടെ ലൂയിസ് കരോൾ വിശ്വപ്രസിദ്ധി നേടി. കുട്ടിക്കാലം മുതലേ വായനയിലും എഴുത്തിലും അതീവ തല്പരനായിരുന്നു. ഹാസ്യാത്മകമായ കൃതികളായിരുന്നു ആദ്യകാലത്ത് എഴുതിയിരുന്നത്. ലൂയിസ് കരോളിന്റെ *സിൽവിയും ബ്രൂണോയും* ലോകപ്രശസ്തി നേടിയ കൃതിയാണ്. 1867 ൽ *ആന്റ് ജൂഡീസ് മാഗസിനിൽ (Aunt Judys Magazine)* പ്രസിദ്ധീകരിച്ച *ബ്രൂണോസ് റിവഞ്ച്* എന്ന മുത്തശ്ശിക്കഥ (Fairy Tale) വികസിപ്പിച്ചെടുത്താണ് ഈ കൃതി അദ്ദേഹം ഒരുക്കിയിരിക്കുന്നത്. മറ്റ് പ്രധാനകൃതികൾ: *റൈം ആന്റ് റീസൻ* (1883), *ദ ഹണ്ടിങ് ഓഫ് ദ സ്നാർക്ക്* (അസംബന്ധകാര്യം, 1876) *യൂക്ലിഡ് ആന്റ് ഹിസ് മോഡേൺ റൈവൽസ്* (1879). 1898 ജനുവരി 14 ന് അന്തരിച്ചു.

പി ശരത്ചന്ദ്രൻ

ആലപ്പുഴ ജില്ലയിൽ മുതുകുളത്ത് 1949 ൽ ജനിച്ചു. അച്ഛൻ: മഹാകവി അഴകത്ത് പത്മനാഭക്കുറുപ്പിന്റെ ചെറുമകൻ പരമേശ്വരനുണ്ണിത്താൻ. അമ്മ: പ്രശസ്ത സാഹിത്യകാരനും ചലച്ചിത്രകാരനുമായ പി പത്മരാജന്റെ സഹോദരി പത്മിനി അമ്മ.

എഞ്ചിനീയറിങ്ങിൽ ഡിഗ്രി.

ആനുകാലികങ്ങളിൽ ചെറുകഥകൾ പ്രസിദ്ധീകരിച്ചിട്ടുണ്ട്.

ഫിനിക്സിന്റെ ഇതിഹാസം (വിയറ്റ്നാമിൽ നിന്നുള്ള കഥകൾ), *ബൊക്കാഷ്യോ കഥകൾ, ടാഗോർ കഥകൾ, സ്പാനിഷ് ക്ലാസിക് കഥകൾ, ഒളിത്താവളത്തിലെ കുറിപ്പുകൾ* (ദസ്തയേവ്സ്കിയുടെ നോവൽ), *പാവങ്ങൾ* (വിക്ടർ ഹ്യൂഗോ), *പേടിച്ചുപോയ മനുഷ്യൻ* (മാക്സിം ഗോർക്കി) തുടങ്ങി നിരവധി പരിഭാഷകൾ പ്രസിദ്ധീകരിച്ചിട്ടുണ്ട്.

ടാഗോർ കഥകൾ 2009 ലും 2010 ലും സ്കൂൾ വായനോത്സവത്തിൽ വായനയ്ക്കുവേണ്ടി തെരഞ്ഞെടുക്കപ്പെട്ടു.

ഭാര്യ : ശിവലത

മകൻ : ഉണ്ണികൃഷ്ണൻ

വിലാസം : ടി സി 29/1065, അംബാ ഗാർഡൻസ്
പാൽക്കുളങ്ങര, തിരുവനന്തപുരം.
ഫോൺ: 9947070782

ഉള്ളടക്കം

പ്രസാധകക്കുറിപ്പ്

വിശ്വപ്രസിദ്ധമായ *ആലീസിന്റെ അത്ഭുതലോകം* (Alice in wonderland) എന്ന നോവൽ പല തലമുറകളിലെ കുട്ടികളെ അത്ഭുതപരതന്ത്രരാക്കിയ കൃതിയാണ്. ലൂയിസ് കരോൾ എന്ന പ്രതിഭാധനനായ എഴുത്തുകാരന്റെ ഭാവനയിലാണ് ആലീസ് എന്ന അത്ഭുതക്കുട്ടി പിറവി എടുക്കുന്നത്. ഭാവനയും യാഥാർത്ഥ്യവും ഇവിടെ ഇടകലരുന്നു. ആസ്വാദനത്തിന്റെ പുത്തൻ അനുഭവത്തിലേക്ക് വായനക്കാരനെ എത്തിക്കുവാൻ ലൂയിസ് കരോളിന് കഴിയുന്നു. ആലീസ് തന്നെ മുഖ്യകഥാപാത്രമായി എത്തുന്ന പുസ്തകമാണ് *ആലീസിന്റെ അത്ഭുതക്കാഴ്ചകൾ.* (Through the looking glass and what Alice found there). തന്റെ പൂച്ചക്കുട്ടികളുടെ വികൃതിത്തരങ്ങൾ നോക്കിയിരുന്ന ആലീസ് ഒരു കൗതുകത്തിന് ആ പൂച്ചക്കുട്ടിയുടെ കഴുത്തിൽ കമ്പിളിനൂൽ രണ്ടു മൂന്നാവർത്തി ചുറ്റിക്കൊടുത്തു. പൂച്ചക്കുട്ടി ചാടിയിറങ്ങാൻ ഇത് ഇടയാക്കി. തറയിൽ വീണ ഉണ്ടനൂൽ ഉരുണ്ടുരുണ്ടുപോയി കുനാം കുരുക്കായി. പൂച്ചക്കുട്ടിയെ കപട ദേഷ്യത്തോടെ മുഖം നോക്കുന്ന കണ്ണാടിയിലേക്ക് എടുത്തുയർത്തിയ ആലീസ് കണ്ണാടിക്കുള്ളിലെ ലോകം കാണുന്നു. അവൾ ആ ലോകത്തിലേക്ക് പ്രവേശിക്കുന്നു. പിന്നെ അത്ഭുതക്കാഴ്ചകളുടെ പൂരം.... അപാരമായ അനുഭവങ്ങളിലേക്ക് കടക്കാൻ തയ്യാറെടുക്കൂ...

ലൂയിസ് കരോളിന്റെ എഴുത്തും പി ശരത്ചന്ദ്രന്റെ വിവർത്തനവും നിങ്ങളെ ആകർഷിക്കുകതന്നെ ചെയ്യും. ഏതു കുട്ടിയും വായിച്ചിരിക്കേണ്ട കൃതി.

ചിന്ത പബ്ലിഷേഴ്സ്

1

കാഴ്ചക്കണ്ണാടി വീട്

ഒരു കാര്യം ഉറപ്പായിരുന്നു. വെളുത്ത പൂച്ചക്കുട്ടി അതിൽ ഒരു തരത്തിലും ഇടപെട്ടിട്ടില്ല. അത് പൂർണ്ണമായും കറുത്ത പൂച്ചക്കുട്ടിയുടെ തെറ്റ് തന്നെയായിരുന്നു. കാരണം കഴിഞ്ഞ കാൽമണിക്കൂറായി വെളുത്ത പൂച്ചക്കുട്ടിയെ അതിന്റെ അമ്മ പൂച്ചമുഖം കഴുകിച്ച് കൊണ്ടിരിക്കുകയായിരുന്നു (അതിനെ അതിന്റെ തള്ളപ്പൂച്ച എടുത്തിരിക്കുകയായിരുന്നു എന്ന കാര്യം കൂടി പരിഗണിക്കണം). അപ്പോൾ ഈ കുസൃതിയിൽ വെളുത്ത പൂച്ചക്കുട്ടിക്ക് പങ്കില്ലെന്ന് വ്യക്തമാണ്.

ഡൈനാ അവളുടെ കുഞ്ഞുങ്ങളുടെ മുഖം കഴുകുന്ന രീതി ഇങ്ങനെയായിരുന്നു. ആദ്യം പാവം പൂച്ചക്കുട്ടിയെ അവൾ ഒരു കൈപ്പത്തികൊണ്ട് ചെവിയിൽ പിടിച്ച് പൊക്കിയെടുക്കും. പിന്നീട് മറ്റേ കൈപ്പത്തികൊണ്ട് അതിന്റെ മുഖം മുഴുവൻ തെറ്റായരീതിയിൽ മൂക്കിൽ നിന്ന് ആരംഭിച്ച് അവൾ തടവിക്കൊടുക്കും. ഞാനിത് പറയുമ്പോൾ അവൾ വെളുത്ത പൂച്ചക്കുട്ടിയുടെ മുഖം വൃത്തിയാക്കുന്ന തിരക്കിലായിരുന്നു. വെളുത്ത പൂച്ചക്കുട്ടി സന്തോഷം അറിയിച്ചുകൊണ്ട് മുരളാൻ ശ്രമിച്ചിരുന്നെങ്കിലും അനങ്ങാതെ കിടക്കുകയായിരുന്നു. നിശ്ചയമായും മുഖം തടവുന്നത് തന്റെ നന്മയ്ക്ക് വേണ്ടിയാണെന്ന് അതിന് ബോദ്ധ്യപ്പെടുന്നുണ്ടെന്നുള്ളതിൽ സംശയം വേണ്ട.

പക്ഷേ, ഉച്ചതിരിഞ്ഞ് ആലീസ് ഒരു വലിയ ചാരുകസേരയിൽ പകുതി ഉറക്കത്തിൽ സ്വയം സംസാരിച്ചുകൊണ്ട് ചുരുണ്ടുകൂടിക്കിടന്നിരുന്ന സമയത്ത് തന്നെ കറുത്ത പൂച്ചക്കുട്ടിയെ വൃത്തിയാക്കുന്ന ജോലി അവസാനിച്ചിരുന്നു. ഈ സമയത്ത് ആലീസ് ചുരുട്ടിവെച്ചിരുന്ന ഒരു കമ്പിളിനൂലിന്റെ ഉണ്ടയുമായി കറുത്തപൂച്ചക്കുട്ടി ഒരു ഗംഭീര ഓട്ടമത്സരം നടത്തി. കറുത്ത പൂച്ചക്കുട്ടി ഉണ്ടനൂൽ നെരിപ്പോടിനകത്തു

കിടന്ന ചവിട്ടുമെത്തയ്ക്ക് മുകളിലൂടെ അങ്ങോട്ടും ഇങ്ങോട്ടും തട്ടിയുരുട്ടി. കമ്പിളി നൂൽ മൊത്തം കെട്ടിപ്പിണഞ്ഞ് കൂനാംകുരുക്കാക്കി മാറ്റിക്കളഞ്ഞു.

"ഓ! എന്റെ കുരുത്തംകെട്ട മക്രോണി!" പൂച്ചക്കുട്ടിയെ പിടികൂടിക്കൊണ്ട് ആലീസ് വിളിച്ചുകൂവി. നൂല് കുരുക്കിയത് മോശമായിപ്പോയെന്ന് പൂച്ചക്കുട്ടിയെ ധരിപ്പിക്കാൻ വേണ്ടി അവൾ അതിന് ഒരുമ്മ കൊടുത്തു. "സത്യത്തിൽ ഡൈനാ നിന്നെ കുറേക്കൂടി നല്ല പെരുമാറ്റം പഠിക്കേണ്ടതായിരുന്നു. ഡൈനാ, നീ നല്ല രീതിയിൽ പെരുമാറാൻ പഠിപ്പിക്കേണ്ടതാണെന്ന് നിനക്ക് നല്ലവണ്ണം അറിയാം!'' വയസ്സായ പൂച്ചയെ കുറ്റപ്പെടുത്തുന്ന മട്ടിൽ നോക്കിക്കൊണ്ട് അവൾക്ക് കോപിക്കാൻ കഴിയുന്നതിന്റെ പരമാവധി ശബ്ദത്തിൽ ആലീസ് പറഞ്ഞു. അതിനുശേഷം അവൾ വീണ്ടും നൂല്ചുറ്റിവെക്കാൻ ആരംഭിച്ചു. പക്ഷേ, മുഴുവൻ സമയവും അവൾ പൂച്ചക്കുട്ടിയോട് അല്ലെങ്കിൽ അവളോട് തന്നെ സംസാരിച്ചുകൊണ്ടിരുന്നതുകൊണ്ട് നൂലുചുറ്റൽ വളരെ സാവധാനത്തിലായിരുന്നു. നൂല് ചുറ്റലിന്റെ പുരോഗതി ശ്രദ്ധിക്കുകയാണെന്ന് അഭിനയിച്ചുകൊണ്ട് വളരെ ഭവ്യതയോടെ പൂച്ചക്കുട്ടി അവളുടെ മടിയിൽക്കയറി പതുങ്ങിയിരുന്നു. തന്നാൽ കഴിയുന്ന സഹായം ചെയ്തുതരാൻ സന്തോഷമുണ്ടെന്ന് ആലീസിനെ അറിയിക്കാനെന്നവണ്ണം പൂച്ചക്കുട്ടി ഇടയ്ക്കിടയ്ക്ക് തന്റെ ഒരു കൈപ്പത്തി നീട്ടി നൂലുണ്ടയിൽ പതുക്കെ സ്പർശിച്ചു.

"നാളെ ഏത് ദിവസമാണെന്ന് നിനക്ക് അറിയാമോ?" ആലീസ് പൂച്ചക്കുട്ടിയോട് ചോദിച്ചു. "നീ എന്നോടൊപ്പം ജനാലയ്ക്കലേക്ക് വന്നിരുന്നെങ്കിൽ നിനക്ക് ഊഹിക്കാൻ കഴിയുമായിരുന്നു. ഡൈനാ നിന്നെ വൃത്തിയാക്കിക്കൊണ്ടിരുന്നതുകൊണ്ട് നിനക്ക് വരാൻ കഴിഞ്ഞില്ല. ഞാൻ ആൺകുട്ടികൾ വിജയാഹ്ലാദം പ്രകടിപ്പിക്കാൻ വേണ്ടി തീകുണ്ഡം ഉണ്ടാക്കാൻ കമ്പുകൾ കൊണ്ടുവരുന്നത് ശ്രദ്ധിച്ചുകൊണ്ട് നില്ക്കുകയായിരുന്നു. അതിന് ഒരുപാട് ചുള്ളിക്കമ്പുകൾ വേണം. അതെല്ലാം മഞ്ഞു വീഴ്ചകൊണ്ട് തണുത്തുപോയത് കാരണമാണ് അവർ ഉപേക്ഷിച്ചു പോയത്. സാരമില്ല, നമുക്ക് തീകത്തിക്കുന്നത് നാളെ പോയിക്കാണാം." ഈ സമയത്ത് കാഴ്ചയ്ക്ക് എങ്ങനെയുണ്ടെന്നറിയാൻ വേണ്ടി പൂച്ചക്കുട്ടിയുടെ കഴുത്തിൽ കമ്പിളിനൂൽ ആലീസ് രണ്ടുമൂന്നു പ്രാവശ്യം ചുറ്റിയെടുത്തു. ഇത് പൂച്ചക്കുട്ടി വെപ്രാളപ്പെട്ട് ചാടിയിറങ്ങാൻ ഇടയാക്കി. അതിനിടയിൽ ഉണ്ടനൂൽ ഉരുണ്ട് തറയിൽ വീണ് അടിക്കണക്കിന് നൂൽ വീണ്ടും അഴിഞ്ഞുപോയി.

അവർ വീണ്ടും പൂർവ്വസ്ഥിതിയിലേക്ക് തിരിച്ചുവന്നുകഴിഞ്ഞപ്പോൾ ആലീസ് സംസാരം തുടർന്നു. "എനിക്ക് ഭയങ്കരദേഷ്യം വന്നെന്ന് നിനക്ക് അറിയാമോ? നീ കാണിക്കുന്ന കുരുത്തക്കേടെല്ലാം കൂടി കണ്ടപ്പോൾ ഞാൻ ജനാലതുറന്ന് നിന്നെ മഞ്ഞിൽ ഇറക്കിവിടാമെന്ന് വിചാരിച്ചതാണ്. കൊച്ച് കുസൃതിക്കുട്ടി, നീ അത് അർഹിക്കുന്നുണ്ട്. നിനക്ക് എന്താണ്

പറയാനുള്ളത്? ഇനിയും എന്നെ തടസ്സപ്പെടുത്തരുത്?" ചൂണ്ടുവിരൽ ഉയർത്തിക്കൊണ്ട് അവൾ പറഞ്ഞു. "ഞാൻ നിന്നോട് നിന്റെ തെറ്റുകൾ ഓരോന്നായി പറയാം. ഒന്നാമത്തെ തെറ്റ്: ഇന്ന് രാവിലെ ഡൈനാ നിന്റെ മുഖം വൃത്തിയാക്കിക്കൊണ്ടിരുന്നപ്പോൾ നീ കിറുകിറുത്തു. അത് നിനക്കിപ്പോൾ നിഷേധിക്കാൻ പറ്റില്ല. ഞാൻ കേട്ടതാണ്. എന്താണ് നീ പറയുന്നത്? (ആലീസ് പൂച്ചക്കുട്ടി സംസാരിച്ചതായി ഭാവിച്ചുകൊണ്ട്) അവളുടെ കൈപ്പത്തി നിന്റെ കണ്ണിൽ കുത്തിയെന്നാണോ? ശരി, അങ്ങനെയാണെങ്കിൽ കണ്ണ് തുറന്നുവെച്ചത് നിന്റെ കുറ്റമാണ്. നീ കണ്ണ് ഇറുക്കി അടച്ചിരുന്നെങ്കിൽ അങ്ങനെ സംഭവിക്കില്ലായിരുന്നു. ഇപ്പോൾ മറ്റ് ഒഴികഴിവുകൾ ഒന്നും നീ പറയേണ്ട. പക്ഷേ, ഞാൻ പറയുന്നത് നീ ശ്രദ്ധിച്ച് കേൾക്കണം! രണ്ടാമത്തെ തെറ്റ്: ഞാൻ ഹിമബിന്ദുവിന്റെ മുമ്പിൽ പാൽപാത്രം വെച്ചുകൊടുക്കുന്ന സമയത്ത് നീ അവളുടെ വാലിൽപിടിച്ച് വലിച്ച് നീക്കി! എന്തിന്? നിനക്ക് ദാഹിക്കുന്നുണ്ടായിരുന്നോ? അവൾക്കും ദാഹമില്ലെന്ന് നിനക്കെങ്ങനെ അറിയാം? ഇനി മൂന്നാമത്തേത്: ഞാൻ നോക്കിക്കൊണ്ട് നിന്നിരുന്ന സമയത്ത് ചുറ്റിവെച്ചിരുന്ന മുഴുവൻ കമ്പിളിനൂലും നീ ചുറ്റഴിച്ചിട്ടു!"

"അതായത് മൊത്തം മൂന്ന് തെറ്റുകൾ. എന്നാൽ ഒരെണ്ണത്തിന് പോലും നിനക്ക് ഇതുവരെ ശിക്ഷ കിട്ടിയിട്ടില്ല. നിന്റെ ശിക്ഷകളെല്ലാം കൂടി ഞാൻ ബുധനാഴ്ചത്തേക്ക് സൂക്ഷിച്ചുവെച്ചിരിക്കുകയാണ്." പിന്നീട് അവൾ പൂച്ചക്കുട്ടിയോട് സംസാരിക്കുന്നതിനേക്കാൾ അവളോട് തന്നെ സംസാരിക്കുകയാണെന്ന മട്ടിൽ പറഞ്ഞു. "എന്റെ ശിക്ഷകളെല്ലാംകൂടി സൂക്ഷിച്ച് വെക്കുകയാണെങ്കിൽ ഒരു കൊല്ലം കഴിയുമ്പോൾ അവർ എന്താണ് ചെയ്യാൻ പോകുന്നത്? സമയമാകുമ്പോൾ എന്നെ ജയിലിലേക്ക് അയയ്ക്കുമെന്നാണ് ഞാൻ വിചാരിക്കുന്നത്. അല്ലെങ്കിൽ ഞാൻ ആലോചിച്ച് നോക്കട്ടെ–ഓരോ ശിക്ഷയും എനിക്ക് ഒരു ദിവസം അത്താഴം തരില്ല എന്നാണെങ്കിൽ: അപ്പോൾ ഭാഗ്യംകെട്ട ആ ദിവസം വരുമ്പോൾ ഒന്നിച്ച് ഞാൻ അൻപതു ദിവസത്തെ അത്താഴം ഒരുദിവസത്തിൽ കഴിക്കാതിരിക്കണം! പക്ഷേ, ഞാൻ അത് വലിയകാര്യമായി കണക്കാക്കുന്നില്ല. എനിക്ക് അത് തിന്നുന്നതിനേക്കാൾ തിന്നാതിരിക്കുന്നതാണ് കൂടുതൽ ഇഷ്ടം."

"കിറ്റി, നീ ആ ജനാലപ്പാളികളിൽ മഞ്ഞ് വീഴുന്നതിന്റെ ശബ്ദം കേൾക്കുന്നുണ്ടോ?അതിന്റെ ശബ്ദം കേൾക്കാൻ എന്ത് രസമാണ്! ജനാലയുടെ പുറത്ത് ആരോ തുരുതുരെ ചുംബിക്കുകയാണെന്ന് തോന്നും. മരങ്ങളോടും പാടങ്ങളോടും മഞ്ഞിന് സ്നേഹമുണ്ടെന്ന് ഞാൻ സംശയിക്കുന്നു. മഞ്ഞ് അവയെ ഉമ്മവെക്കുന്നത് അങ്ങേയറ്റം അനുകമ്പയോടെയാണ്. അതിനുശേഷം മഞ്ഞ് ഒരു വെള്ളവിരിപ്പ് കൊണ്ട് അവരെ അടുത്തു പിടിച്ചുകിടത്തി പുതപ്പിക്കുമെന്ന് നിനക്ക് അറിയില്ലേ? ഒരുപക്ഷേ, അത് പറയുന്നുണ്ടാവാം. വേനല്ക്കാലം വരുന്നതുവരെ എന്റെ ഓമനകൾ ഉറങ്ങിക്കോളൂ. പിന്നീട് വേനലെത്തി

അവർ ഉണരുമ്പോൾ അവർ സ്വയം പച്ചവേഷത്തിൽ അണിഞ്ഞൊരുങ്ങി കാറ്റ് വീശുമ്പോഴൊക്കെ നൃത്തം ചെയ്യും. ഹോ! കിറ്റി, ആ നൃത്തം കാണാൻ എന്തൊര് ഭംഗിയാണ്!" കൈയടിക്കാൻ വേണ്ടി കമ്പിളി നൂലുണ്ട താഴെയിട്ടുകൊണ്ട് ആലീസ് വിളിച്ചുകൂവി. "ഇതെല്ലാം സത്യമായിരിക്കണമെന്നാണ് ഞാൻ ആശിക്കുന്നത്. ശരല്ക്കാലത്തിൽ ഇലകൾ തവിട്ട് നിറമാകുമ്പോൾ മരങ്ങളെല്ലാം ഉറക്കത്തിലാണെന്ന് എനിക്ക് ഉറപ്പാണ്."

"കിറ്റി, നിനക്ക് ചെസ്സ് കളിക്കാൻ അറിയാമോ? ഓമന ചിരിക്കേണ്ട. ഞാൻ കാര്യമായാണ് ചോദിക്കുന്നത്. ചോദിക്കാൻ കാരണം ഞങ്ങൾ ഇപ്പോൾ കളിച്ചുകൊണ്ടിരുന്നപ്പോൾ കളി മനസ്സിലാവുന്നുണ്ടെന്നുള്ള മട്ടിലാണ് നീ അത് ശ്രദ്ധിച്ചുകൊണ്ടുനിന്നത്. ഞാൻ ചെക്ക് പറഞ്ഞപ്പോൾ നീ സന്തോഷത്തിന്റെ കരച്ചിൽ കരഞ്ഞു. കിറ്റി, അതൊരു ഒന്നാംതരം ചെക്ക് ആയിരുന്നു. മറ്റുള്ളവയ്ക്കിടയിലൂടെ ആ നാശം പിടിച്ച കുതിര പുളഞ്ഞ് കയറി വരാതിരുന്നെങ്കിൽ സത്യത്തിൽ ഞാൻ ജയിക്കേണ്ടതായിരുന്നു. കിറ്റി നമുക്ക് അഭിനയിക്കാം. ആലീസ് പറഞ്ഞു. ഇവിടെ ഞാൻ നിങ്ങളോട് ഒരു കാര്യം പറയണമെന്ന് ആഗ്രഹിക്കുന്നു. ആലീസ് പറയുന്ന കാര്യങ്ങളിൽ പകുതിയും അവൾ നമുക്ക് അഭിനയിക്കാം എന്ന് പറഞ്ഞാണ് ആരംഭിക്കുന്നത്. അത് അവൾക്ക് ഏറ്റവും കൂടുതൽ ഇഷ്ടമുള്ള സംസാരശൈലിയാണ്. എന്തിലും കൃത്യത വേണമെന്ന് നിർബ്ബന്ധമുള്ള സ്വന്തം സഹോദരിയോട്, ആലീസ് കഴിഞ്ഞദിവസം നമുക്ക് രാജാക്കന്മാരും റാണിമാരും ആയിട്ട് അഭിനയിക്കാം എന്ന് പറഞ്ഞ് സംസാരം തുടങ്ങിയത് സംബന്ധിച്ച് അവർ തമ്മിൽ വളരെ നേരത്തേക്ക് ഒരു തർക്കം നടന്നിരുന്നു. അവർ രണ്ടുപേരും കൂടി ചേർന്നാൽ എണ്ണത്തിൽ രണ്ടായതു കൊണ്ട് ഒരിക്കലും രാജാക്കന്മാരും റാണിമാരും ആയിട്ട് അഭിനയിക്കാൻ കഴിയില്ലെന്നുള്ള തർക്കം നീണ്ടുപോയപ്പോൾ ഒടുവിൽ ആലീസിന് ഇങ്ങനെ പറഞ്ഞ് പരിഹാരം കാണേണ്ടിവന്നു. ശരി, നീ അവരിൽ ഒരാളായാൽ മതി, ഞാൻ ബാക്കി വരുന്നവരായിക്കൊള്ളാം. "ഒരിക്കൽ ആലീസ് അവളുടെ വൃദ്ധയായ ആയയുടെ ചെവിയിൽ നമുക്ക് ഞാൻ വിശന്നുവലഞ്ഞ ഒരു കഴുതപ്പുലിയാണെന്നും നിങ്ങൾ ഒരു എല്ലിൻ കഷണമാണെന്നും അഭിനയിക്കാം എന്ന് ഉറക്കെ അട്ടഹസിച്ച്, ആയയെ ശരിക്കും ഭയപ്പെടുത്തി.

പക്ഷേ, ഇത് പൂച്ചക്കുട്ടിയുമായുള്ള ആലീസിന്റെ സംസാരത്തിൽ നിന്ന് നമ്മളെ വളരെ ദൂരത്തേക്ക് അകറ്റിക്കൊണ്ട് പോകുന്നു. "കിറ്റി, നീ ചുവന്ന രാജ്ഞിയാണെന്ന് അഭിനയിക്ക്. നിനക്ക് മനസ്സിലായല്ലോ. നീ എഴുന്നേറ്റ് കൈകെട്ടി ഇരുന്നാൽ ശരിക്കും രാജ്ഞിപോലെയുണ്ടെന്നാണ് എനിക്ക് തോന്നുന്നത്." ചുവന്ന രാജ്ഞിയെ മേശപ്പുറത്ത് നിന്നെടുത്ത് അനുകരിക്കാനുള്ള മാതൃകയായി പൂച്ചക്കുട്ടിയുടെ മുന്നിൽ പ്രതിഷ്ഠിച്ച് കൊണ്ട് ആലീസ് പറഞ്ഞു. "ഇപ്പോൾ ഒന്ന് ശ്രമിച്ച് നോക്കൂ."

എന്തായാലും കാര്യം വിജയിച്ചില്ല. പൂച്ചക്കുട്ടി വേണ്ടരീതിയിൽ കൈകെട്ടാത്തത് കൊണ്ടാണെന്നാണ് ആലീസ് പറയുന്നത്. അതു കൊണ്ട് അതിനുള്ള ശിക്ഷയായി പൂച്ചക്കുട്ടിയെ അതിന്റെ വീർത്തമുഖം കാണിക്കാമെന്ന് വിചാരിച്ച് അവൾ മുഖം നോക്കുന്ന കണ്ണാടിയുടെ മുമ്പിൽ കിറ്റിയെ എടുത്തുപൊക്കി. അവൾ കൂട്ടിച്ചേർത്തു. "നീ വേലയിറക്കിയാൽ ഞാൻ നിന്നെ കാഴ്ചക്കണ്ണാടി വീട്ടിനുള്ളിലേക്ക് കണ്ണാടിക്കുള്ളിലൂടെ കടത്തിവിടും. നിനക്ക് അത് ഇഷ്ടമാണോ?"

"കിറ്റി, നീ ഒരുപാട് സംസാരിക്കാതെ ശ്രദ്ധയോടെ കേൾക്കാമെങ്കിൽ കാഴ്ചക്കണ്ണാടി വീടിനെക്കുറിച്ചുള്ള എന്റെ വിശ്വാസങ്ങളെല്ലാം ഞാൻ നിന്നോട് പറയാം. നിങ്ങൾക്ക് കണ്ണാടിക്കുള്ളിലൂടെ കാണാൻ കഴിയുന്ന ഒരു മുറിയാണ് ഒന്നാമത്തെമുറി- അത് നമ്മുടെ സ്വീകരണ മുറി പോലെയുള്ള ഒരു മുറിയാണ്. സാധനങ്ങളെല്ലാം മറ്റ് രീതിയിലാണെന്ന് മാത്രം. ഞാൻ ഒരു കസേരയിൽ കയറി നില്ക്കുമ്പോൾ നെരിപ്പോടിന്റെ പിന്നിലുള്ള അല്പസ്ഥലം ഒഴിച്ച് ബാക്കിമുഴുവനും എനിക്ക് കാണാൻ കഴിയും. ഓ! അതുകൂടി കാണാൻകഴിഞ്ഞെങ്കിലെന്ന് എനിക്ക് ആഗ്രഹമുണ്ട്. മഞ്ഞുകാലത്ത് അവർ തീക്കുണ്ഡം ഉണ്ടാക്കാറുണ്ടോ എന്നറിയാൻ എനിക്ക് വളരെ താല്പര്യമുണ്ട്. നമ്മുടെ നെരിപ്പോടിൽ തീ പുകയുമ്പോൾ ആ മുറിയിൽനിന്ന് ആ സമയത്ത് തന്നെ പുക ഉയരുന്നുണ്ടെങ്കിൽ മാത്രമേ നിങ്ങൾക്ക് അവരും തീക്കുണ്ഡം ഉണ്ടാക്കിയിട്ടുണ്ടോ എന്ന് പറയാൻ കഴിയുകയുള്ളൂ. അല്ലാതെ ഒരിക്കലും പറ്റില്ല. പക്ഷേ, അത് അവർക്ക് തീക്കുണ്ഡം ഉണ്ട് എന്ന് തോന്നിപ്പിക്കുന്ന തരത്തിലുള്ള ഒരു തട്ടിപ്പാവാം. പക്ഷേ, അവരുടെ പുസ്തകങ്ങൾ പോലെ ആണ്. പക്ഷേ, വാക്കുകൾ തിരിച്ചാണെന്ന് മാത്രം. ഞാൻ ഒരു പുസ്തകം ഉയർത്തിപ്പിടിച്ചപ്പോൾ അവരും പുസ്തകം മറ്റേ മുറിയിൽ ഉയർത്തിപ്പിടിച്ചു"

"കിറ്റി, കാഴ്ചക്കണ്ണാടിവീട്ടിൽ താമസിക്കാൻ നിനക്ക് ഇഷ്ടമാണോ? അതിനുള്ളിൽ അവർ നിനക്ക് പാല് തരുമോ എന്ന് എനിക്ക് സംശയമുണ്ട്. ഒരുപക്ഷേ, കാഴ്ചക്കണ്ണാടി വീട്ടിലെ പാല് കുടിക്കാൻ പറ്റില്ലായിരിക്കാം. പക്ഷേ, ഹോ! കിറ്റി, ഇപ്പോൾ നമ്മൾ ഇടനാഴിയിലെത്തിയിരിക്കുന്നു. നമ്മുടെ സ്വീകരണമുറിയുടെ വാതിൽ മലർക്കെതുറന്നിട്ടാൽ കാഴ്ചക്കണ്ണാടിവീടിന്റെ ഇടനാഴിയുടെ കുറച്ചുഭാഗം കാണാം. കാണാൻ കഴിയുന്ന ഭാഗത്തോളം അതിന് നമ്മുടെ ഇടനാഴിയുമായി സാമ്യമുണ്ട്. പക്ഷേ, കാഴ്ചയ്ക്കപ്പുറമുള്ള ഭാഗത്ത് അതിന് വ്യത്യാസമുണ്ട്. ഹോ! കിറ്റി, നമുക്ക് കാഴ്ചക്കണ്ണാടിവീട്ടിലേക്ക് തുളച്ച് കയറാൻ കഴിഞ്ഞെങ്കിൽ നല്ല രസമായിരിക്കും. അതിനുള്ളിൽ മനോഹരമായ കാര്യങ്ങൾ ഉണ്ടെന്ന് എനിക്ക് ഉറപ്പാണ്. കിറ്റി, എന്തായാലും അതിനുള്ളിൽ തുളച്ച് കയറാൻ ഒരു മാർഗ്ഗമുണ്ടെന്ന് നമുക്ക് സങ്കല്പിക്കാം. കണ്ണാടിയെല്ലാം നമുക്ക് കടന്ന് ചെല്ലാൻ കഴിയുന്ന തരത്തിലുള്ള പട്ടുതുണിയായി മാറിയതായി നമുക്ക് സങ്കല്പിക്കാം. എന്ത്! ഞാൻ പ്രഖ്യാപിക്കുന്നു. അത് ഒരുതരം

മൂടൽമഞ്ഞായി മാറിക്കൊണ്ടിരിക്കുന്നു. കടന്നുചെല്ലാൻ എളുപ്പമായിരിക്കും'' - ഇത് പറയുമ്പോൾ അവൾ പുകക്കുഴലിന്റെ അടുത്ത് നില്ക്കുകയായിരുന്നു. പക്ഷേ, താൻ എങ്ങനെയാണ് അവിടെ എത്തിയതെന്ന് അവൾക്ക് അറിയില്ലായിരുന്നു. തിളങ്ങുന്ന വെള്ളിയുടെ നിറമുള്ള ഒരു മൂടൽമഞ്ഞുപോലെ കണ്ണാടി നിശ്ചയമായും ഉരുകാൻ തുടങ്ങിയിരുന്നു.

നിമിഷത്തിനുള്ളിൽ ആലീസ് കണ്ണാടിയിലൂടെ തുളച്ചിറങ്ങി. കാഴ്ചക്കണ്ണാടിമുറിയിലേക്ക് സാവധാനം ചാടിവീണു. അവൾ ആദ്യം ചെയ്തകാര്യം നെരിപ്പോട് കത്തിച്ചിട്ടുണ്ടോ എന്ന് പരിശോധിക്കുകയായിരുന്നു. അവൾ ഉപേക്ഷിച്ച് പോന്ന നെരിപ്പോടിലെ പോലെതന്നെ തീ ആളിക്കത്തുന്നതു കണ്ടപ്പോൾ അവൾക്ക് അങ്ങേയറ്റം സന്തോഷമായി. “അപ്പോൾ എനിക്ക് ഈ മുറിയിലും പഴയമുറിയിലെ പോലെയുള്ള ചൂടുകിട്ടും.” ആലീസ് വിചാരിച്ചു. “തീയുടെ അടുത്തുനിന്ന് ശകാരിച്ച് പിന്നോട്ട് മാറ്റാൻ ഇവിടെ ആരും ഇല്ലാത്തതുകൊണ്ട് സത്യത്തിൽ എനിക്ക് ഇവിടെ ആ മുറിയിൽ കിട്ടിയതിലും കൂടുതൽ ചൂട് കിട്ടും. അവർ എന്നെ കണ്ണാടിയിലൂടെ കണ്ടിട്ടും എന്റെ അടുത്ത് വരാൻ പറ്റാത്തതറിയുമ്പോൾ എന്ത് രസമായിരിക്കും ഹോ! ഓർക്കാൻ കൂടി കഴിയുന്നില്ല.”

പിന്നീട് അവൾ ചുറ്റുപാടും നോക്കാൻ തുടങ്ങി. പഴയ മുറിയിൽ നിന്നുകൊണ്ട് കാണാൻ കഴിഞ്ഞ കാര്യങ്ങളെല്ലാം ഇഷ്ടം തോന്നാത്ത സാധാരണ വസ്തുക്കളാണെന്നും ബാക്കിയുള്ളവയെല്ലാം അങ്ങേയറ്റം വ്യത്യസ്തമായ വസ്തുക്കളാണെന്നും അവൾ മനസ്സിലാക്കി. ഉദാഹരണമായി നെരിപ്പോടിനടുത്ത് ഭിത്തിയിൽ തൂക്കിയിരുന്നചിത്രത്തിന് ജീവനുണ്ടെന്ന് തോന്നി. പുകക്കുഴലിന്റെ തിട്ടയിൽ വെച്ചിരുന്ന ക്ലോക്കിന് (കാഴ്ചക്കണ്ണാടിയിൽ നിങ്ങൾക്ക് അതിന്റെ പിൻഭാഗം മാത്രമേ കാണാൻ കഴിയുകയുള്ളൂ) ഒരു കിഴവന്റെ മുഖച്ഛായ ഉണ്ടായിരുന്നു. അത് അവളോട് പല്ലിളിച്ചുകാട്ടി.

ചെസ്സിലെ പല കരുക്കളും നെരിപ്പോടിനടുത്ത് കിടന്നിരുന്ന വിറക് കൊള്ളികൾക്കിടയിൽ ചുറ്റിത്തിരിയുന്നത് ശ്രദ്ധയിൽപ്പെട്ടപ്പോൾ ആലീസ് തനിയെ ആലോചിച്ചു. “ഈ മുറി അവർ മറ്റേ മുറിപോലെ വൃത്തിയായി സൂക്ഷിക്കുന്നില്ല.” അടുത്ത നിമിഷത്തിൽ അത്ഭുതത്തോടെ അവൾ ഹോ എന്ന് പറഞ്ഞുകൊണ്ട് കാൽമുട്ടിൽ കുനിഞ്ഞിരുന്ന് അവരെ ശ്രദ്ധിച്ചു. ചെസ്സിലെ കരുക്കൾ ജോഡികളായാണ് ചുറ്റിത്തിരിഞ്ഞ് കൊണ്ടിരുന്നത്.

“ചുവന്ന രാജാവും ചുവന്ന രാജ്ഞിയും ഇവിടെയുണ്ട്.” ആലീസ് പറഞ്ഞു (അവർ ഭയപ്പെടുമെന്ന് കരുതി ആലീസ് ശബ്ദം താഴ്ത്തിയിരുന്നു). വെളുത്ത രാജാവും വെളുത്ത രാജ്ഞിയും കോരികയുടെ അറ്റത്ത് ഇരിപ്പുണ്ട്. രണ്ട് കോട്ടകൾ) കൈകോർത്തുപിടിച്ച് ഇവിടെ നടക്കുന്നുണ്ട്. ഞാൻ പറയുന്നത് അവർ കേൾക്കുന്നുണ്ടെന്ന് ഞാൻ വിചാരിക്കുന്നില്ല. തല കുറേക്കൂടി കുനിച്ചുകൊണ്ട് അവൾ സംസാരം തുടർന്നു. “അവർ

എന്നെ കാണുന്നില്ലെന്നും എനിക്ക് ഏതാണ്ട് ഉറപ്പായിക്കഴിഞ്ഞിരിക്കുന്നു. എങ്ങനെയോ ഞാൻ അദൃശ്യയായിക്കൊണ്ടിരിക്കുന്നതായി എനിക്ക് തോന്നുന്നു."

ഈ സമയത്ത് ആലീസിന്റെ പുറകിൽ കിടന്നിരുന്ന മേശപ്പുറത്ത് എന്തോ ഒരു ചെറിയ പിറുപിറുക്കൽ കേട്ട് അവൾ തല തിരിച്ചു. വെളുത്ത കാലാളുകളിൽ ഒരെണ്ണം മേശപ്പുറത്ത് കിടന്ന് ബഹളം ഉണ്ടാക്കുന്നത് അവൾ കണ്ടു. അടുത്തതായി എന്താണ് സംഭവിക്കാൻ പോകുന്നതെന്ന റിയാൻ വേണ്ടി ആലീസ് അതിനെ അളവറ്റ ജിജ്ഞാസയോടെ ഉറ്റു നോക്കി.

"അത് എന്റെ കുട്ടിയുടെ ശബ്ദമാണ്" രാജാവിനെ മറികടന്ന് ഓടുന്നതിനിടയിൽ അതിനെ വിറക് കൊള്ളികളുടെ മുകളിലേയ്ക്ക് തള്ളിയിട്ടുകൊണ്ട് വെളുത്ത രാജ്ഞി വിളിച്ചുകൂവി. "എന്റെ നിധി! എന്റെ മുത്ത്!" പിന്നീട്അവൾ നെരിപ്പോട് മറച്ചിരുന്ന ഇരുമ്പുചട്ടത്തിലൂടെ പറ്റിപ്പിടിച്ച് കയറാൻ തുടങ്ങി.

"ഗംഭീര അസംബന്ധം!" വീണപ്പോൾ ക്ഷതംപറ്റിയ മൂക്ക് തിരുമ്മി ക്കൊണ്ട് രാജാവ് പറഞ്ഞു. തലമുതൽ പാദം വരെ ചാരത്തിൽ കുളിച്ചതു കൊണ്ട് രാജ്ഞിയോട് അല്പം കോപം പ്രകടിപ്പിക്കാൻ രാജാവിന് അവകാശമുണ്ട്.

ആലീസിന് പ്രയോജനമുള്ള പ്രവൃത്തി ചെയ്യാൻ തിടുക്കമുണ്ടായി രുന്നു. പാവം പൊന്നുമോൾ മോഹാലസ്യപ്പെടാൻ പോകുന്നതരത്തിൽ നിലവിളിച്ചുകൊണ്ടിരിക്കുകയായിരുന്നു. ആലീസ് പെട്ടെന്ന് രാജ്ഞിയെ പൊക്കിയെടുത്ത് മേശപ്പുറത്ത് കിടന്ന് അലമുറയിടുന്ന മകളുടെ അടുത്ത് സ്ഥാപിച്ചു.

രാജ്ഞി കിതയ്ക്കുന്നുണ്ടായിരുന്നു. അന്തരീക്ഷത്തിലൂടെ പെട്ടെ ന്നുള്ള സഞ്ചാരം രാജ്ഞിയെ ശ്വാസം മുട്ടിച്ചു. ഒന്ന് രണ്ട് മിനിറ്റ് സമയം നിശ്ശബ്ദയായി കൊച്ചുമകളെ കെട്ടിപ്പിടിച്ചിരിക്കുന്നതൊഴിച്ച് മറ്റൊന്നും തന്നെ ചെയ്യാൻ രാജ്ഞിക്ക് കഴിഞ്ഞില്ല. വീണ്ടും അല്പാല്പം ശ്വാസം തിരിച്ച് കിട്ടിയപ്പോൾ ചാരത്തിനുള്ളിൽ മുഖം വീർപ്പിച്ചിരുന്ന വെളുത്ത രാജാവിനോട് രാജ്ഞി ഉറക്കെ വിളിച്ചു പറഞ്ഞു. "അഗ്നിപർവ്വതം ഓർമ്മ വേണേ!"

"ഏത് അഗ്നിപർവ്വതം" അഗ്നിപർവ്വതം സാധാരണ കാണപ്പെടു ന്നത് നെരിപ്പോടിനുള്ളിലാണെന്നുള്ള ഭാവത്തിൽ രാജാവ് ജിജ്ഞാസ യോടെ തീയിലേക്ക് നോക്കി.

ശ്വാസതടസ്സം മാറിയിട്ടില്ലാത്ത രാജ്ഞി വീർപ്പുമുട്ടലോടെ പറഞ്ഞു. "മുകളിലേക്ക് വരൂ! പതിവ് വഴിയിലൂടെ വന്നാൽ മതി! തീ പിടിക്കാതെ സൂക്ഷിക്കണം!"

ഒരു വിറക് കൊള്ളിയിൽ നിന്ന് മറ്റൊന്നിലേക്ക് പിടിച്ച് കയറി മുകളിലെത്താൻ വിമ്മിട്ടപ്പെടുന്ന വെളുത്ത രാജാവിനെ ആലീസ് ശ്രദ്ധയോടെനോക്കി. ഒടുവിൽ അവൾ പറഞ്ഞു. "ഇങ്ങനെയാണെങ്കിൽ

നിങ്ങൾക്ക് മേശപ്പുറത്തെത്താൻ മണിക്കൂറുകൾ വേണ്ടിവരും. ഞാൻ നിങ്ങളെ സഹായിക്കുന്നതാണ് കൂടുതൽ നല്ലത്. അല്ലേ?" പക്ഷേ, രാജാവ് ചോദ്യം ശ്രദ്ധിച്ചില്ല. അയാൾക്ക് അവളെ കാണാനോ അവൾ പറയുന്നത് കേൾക്കാനോ കഴിയുന്നില്ലെന്ന് വ്യക്തമായിരുന്നു.

അതുകൊണ്ട് രാജാവിന് ശ്വാസം മുട്ടാതിരിക്കാൻവേണ്ടി രാജ്ഞിയെ നിലത്തുനിന്ന് എടുത്ത് പൊക്കിയതിനേക്കൾ വളരെ സാവധാനത്തിൽ ആലീസ് വെളുത്ത രാജാവിനെ പൊക്കിയെടുത്തു. പക്ഷേ, അയാളെ മേശപ്പുറത്ത് വെക്കുന്നതിനുമുമ്പ് അതിന്റെ ശരീരത്തിലെ പൊടി തൂത്തുകളയാമെന്ന് ആലീസ് വിചാരിച്ചു. അയാൾ പൂർണ്ണമായും ചാരത്തിൽ പൊതിഞ്ഞിരുന്നു.

ജീവിതത്തിൽ ഇതുപോലൊരു മുഖഭാവം ഒരിക്കൽപ്പോലും കണ്ടിട്ടില്ലെന്ന് ആലീസ് പിന്നീട് പറഞ്ഞിരുന്നു. അദൃശ്യമായ ഒരു കൈ തന്നെ അന്തരീക്ഷത്തിലേക്ക് ഉയർത്തി നിർത്തി പൊടി തൂത്തുകളയുകയാണെന്ന് മനസ്സിലാക്കിയപ്പോൾ അയാൾക്ക് അത്ഭുതംകൊണ്ട് വിളിച്ചുകൂവാൻ പോലും കഴിഞ്ഞില്ല. പക്ഷേ, അയാളുടെ കണ്ണ് തള്ളിവരുന്നതും വായ് പിളർന്നുപോകുന്നതും കണ്ട് അവൾക്ക് ചിരി സഹിക്കാൻ കഴിയാത്തതുകൊണ്ട് കൈവിറച്ച് ഒടുവിൽ അയാൾ നിലത്ത് വീഴേണ്ടതായിരുന്നു.

രാജാവിന് അവൾ പറയുന്നത് കേൾക്കാൻ കഴിയില്ലെന്നുള്ള കാര്യം മറന്നുകൊണ്ട് അവൾ ഉറക്കെ വിളിച്ച് പറഞ്ഞു. "ഹോ! മുഖം കൊണ്ട് ഇത്രയും ഗോഷ്ടി കാണിക്കരുത്. എനിക്ക് ചിരിവന്നിട്ട് നിങ്ങളെ കൈയിൽ അമർത്തിപ്പിടിക്കാൻ പോലും കഴിയുന്നില്ല. വായ് ഇങ്ങനെ മലർക്കെ തുറക്കേണ്ട! നിങ്ങൾ ഇപ്പോൾ ആവശ്യത്തിന് വൃത്തിയായിട്ടുണ്ടെന്നാണ് എനിക്ക് തോന്നുന്നത്!" രാജാവിന്റെ തലമുടി വൃത്തിയാക്കി അയാളെ മേശപ്പുറത്ത് രാജ്ഞിയുടെ അടുത്ത് വെക്കുന്നതിനിടയിൽ അവൾ പറഞ്ഞു.

പെട്ടെന്ന് രാജാവ് മലർന്നടിച്ച് വീണു. അയാൾക്ക് അനക്കമുണ്ടായിരുന്നില്ല. ആലീസിന് താൻ ചെയ്ത കാര്യത്തെപ്പറ്റി ചെറിയതോതിൽ പരിഭ്രമം തോന്നിയിരുന്നു. അയാളുടെ മുഖത്തൊഴിക്കാൻ വെള്ളം അന്വേഷിച്ച് അവൾ മുറിക്കുള്ളിൽ നടന്നു. എന്നാൽ ഒരു ചെറിയ കുപ്പി മഷിയല്ലാതെ മറ്റൊന്നും അവൾക്ക് കണ്ടെത്താൻ കഴിഞ്ഞില്ല. അവൾ തിരിച്ച് വന്നപ്പോൾ അയാൾക്ക് ബോധം തെളിഞ്ഞിരുന്നു. അയാളും രാജ്ഞിയും കൂടി ഭയത്തോടെ കുശുകുശുക്കുകയായിരുന്നു. സംസാരം വളരെ പതുക്കെയായിരുന്നതുകൊണ്ട് അവർ പറയുന്നതെല്ലാം ആലീസിന് വ്യക്തമായിരുന്നില്ല.

രാജാവ് പറഞ്ഞുകൊണ്ടിരുന്നു. ''എന്റെ ഓമനേ! എന്റെ കൃതാവിന്റെ അറ്റംവരെ ഭയംകൊണ്ട് മരവിച്ചു പോയെന്ന് ഞാൻ ഉറപ്പിച്ച് പറയാം."

അതിന് രാജ്ഞി മറുപടി പറഞ്ഞു. "നിങ്ങൾക്ക് കൃതാവില്ലല്ലോ!"

രാജാവ് സംസാരം തുടർന്നു. "ആ നിമിഷത്തിലെ ഭയം ഞാൻ ഒരുകാലത്തും മറക്കാൻ പോകുന്നില്ല."

രാജ്ഞി പറഞ്ഞു. "അതെല്ലാം ഒന്ന് എഴുതിവെച്ചില്ലെങ്കിൽ നിങ്ങൾ മറന്നുപോകും."

രാജാവ് പോക്കറ്റിൽ നിന്ന് ഒരു ചെറിയബുക്ക് പുറത്തെടുത്ത് അതിൽ എഴുതാൻ തുടങ്ങുന്നത് ആലീസ് താല്പര്യത്തോടെയാണ് നോക്കിനിന്നത്. പെട്ടെന്ന് അവൾക്ക് ഒരു ആലോചന തോന്നി. രാജാവിന്റെ തോളിന് മുകളിലൂടെ പിന്നോട്ട് തള്ളിനിന്ന പെൻസിലിൽ അവൾ കയറിപ്പിടിച്ചു. എന്നിട്ട് രാജാവിന് വേണ്ടി അവൾ എഴുതാൻ തുടങ്ങി.

പകച്ചുപോയ പാവം രാജാവ് കുറച്ച് സമയം ഒന്നും മിണ്ടാതെ പെൻസിലുമായി ഗുസ്തിപിടിച്ചു. പക്ഷേ, ആലീസിന് അയാളേക്കാൾ ശക്തിയുള്ളതുകൊണ്ട് ഒടുവിൽ അയാൾ കിതച്ചുകൊണ്ട് പറഞ്ഞു. "എന്റെ ഓമനേ! എനിക്ക് ഇതിനേക്കാൾ കനം കുറഞ്ഞ ഒരു പെൻസിൽ കിട്ടണം. ഇതുകൊണ്ട് എനിക്ക് തീരെ എഴുതാൻ പറ്റുന്നില്ല. ഞാൻ ഉദ്ദേശിക്കാത്ത കാര്യങ്ങളാണ് ഈ പെൻസിൽ എഴുതുന്നത്."

"എന്തുതരം കാര്യങ്ങൾ?" ബുക്കിലേക്ക് കുനിഞ്ഞുനോക്കിക്കൊണ്ട് രാജ്ഞി ചോദിച്ചു (ബുക്കിൽ തീ ഇളക്കിയിടുന്ന കോലിലൂടെ വെളുത്ത കുതിര തെന്നിയിറങ്ങുന്നുണ്ട്. അവൻ ഒട്ടും സമതുലിതാവസ്ഥയിലല്ല എന്നാണ് ആലീസ് എഴുതിയിരുന്നത്). "ഇതിൽ നിങ്ങൾക്ക് തോന്നിയ ഭയമല്ലല്ലോ എഴുതിയിരിക്കുന്നത്!" രാജ്ഞി പറഞ്ഞു.

പെട്ടെന്ന് എന്തോ ഓർമ്മവന്നതുപോലെ ആലീസ് ചാടി എഴുന്നേറ്റു. "ഇപ്പോൾ തിടുക്കത്തിൽ വീട് കണ്ടില്ലെങ്കിൽ ഈ വീടിന്റെ ബാക്കിഭാഗം കാണാൻ പറ്റാതെ എനിക്ക് കാഴ്ചക്കണ്ണാടിയിലൂടെ പുറത്ത് കടക്കേണ്ടിവരും! ആദ്യം ഈ വീടിന്റെ പൂന്തോട്ടം കണ്ടുകളയാം." ഒരു നിമിഷത്തിനുള്ളിൽ അവൾ മുറിയുടെ പുറത്തുകടന്ന് താഴത്തെ നിലയിലേക്ക് പാഞ്ഞുപോയി. കുറഞ്ഞ പക്ഷം കൃത്യമായി പറഞ്ഞാൽ അതിന് ഓട്ടം എന്ന് പറയാൻ പറ്റില്ല. അത് ആലീസിന്റെ വാക്കുകളിൽ വളരെ പെട്ടെന്ന് എളുപ്പത്തിൽ പടികളിറങ്ങാനുള്ള ഒരു പുതിയ കണ്ടുപിടിത്തമായിരുന്നു. അവൾ കൈവിരലുകളുടെ അഗ്രം കോണിപ്പടിയുടെ കൈവരിയിൽ വെറുതെ തൊടുകമാത്രമാണ് ചെയ്യുന്നത്. പിന്നീട് കോണിപ്പടികളിൽ കാൽതൊടാതെ അവൾ ഒഴുകിവരുകയായിരുന്നു. അതിനുശേഷം കട്ടിളക്കാലിൽ അവൾ പിടിച്ചില്ലായിരുന്നെങ്കിൽ ഇതേരീതിയിൽ മുറിയിലൂടെ ഒഴുകി അവൾ വാതിലിലൂടെ പുറത്ത് പോകുമായിരുന്നു. ഇത്രയും നേരം അന്തരീക്ഷത്തിലൂടെ ഒഴുകി അവൾക്ക് ചെറിയതോതിൽ തല ചുറ്റുന്നുണ്ടായിരുന്നു. കൂടുതൽ വ്യക്തമായി പറഞ്ഞാൽ സാധാരണരീതിയിൽ അവൾ വീണ്ടും നടന്നു തുടങ്ങിയപ്പോൾ അവൾക്ക് സന്തോഷം തോന്നിയിരുന്നു.

2

ജീവനുള്ള പൂക്കളുടെ തോട്ടം

ആലീസ് സ്വയം പറഞ്ഞു. "ആ മലയുടെ മുകളിൽ കയറിനിന്നാൽ ഈ തോട്ടം ഇതിലും നന്നായിട്ട് എനിക്ക് കാണാൻ കഴിയും. തോട്ടത്തിലേക്ക് നേരിട്ട് ചെല്ലാൻ ഇവിടെ ഒരു വഴിയുണ്ട്. ഇല്ല. ഈ വഴിയിലൂടെ നേരിട്ട് ചെല്ലാൻ പറ്റില്ല." (കുറച്ച് ദൂരം നടക്കുന്നതിനിടയിൽ കുത്തനെയുള്ള പല വളവുകളും തിരിഞ്ഞതിന് ശേഷമാണ് അവൾ ഇങ്ങനെ പറഞ്ഞത്). "പക്ഷേ, ഈ വഴി ഒടുവിൽ അവിടെ എത്തിച്ചേരുമെന്നാണ് ഞാൻ വിചാരിക്കുന്നത്. പക്ഷേ, ഇതിന്റെ ഈ തിരിവുകൾ എത്രമാത്രം വിചിത്രമാണ്! ഇത് ഒരു വഴിയേക്കാൾ കൂടുതൽ ഒരു കോർക്ക് സ്ക്രൂ പോലെയുണ്ട്! ഈ വഴി വീണ്ടും തിരിച്ച് വീട്ടിലേക്ക് തന്നെയാണ് പോകുന്നത്. ശരി ഞാൻ രണ്ടാമത്തെ വഴിയിലൂടെ ശ്രമിച്ചുനോക്കാം."

അവൾ അതുപോലെ ശ്രമിച്ചുനോക്കി. മേലോട്ടും താഴോട്ടും നടന്ന് ഓരോ തിരിവിലൂടെയും അവൾ നടന്നുനോക്കി. പക്ഷേ, അവൾ എന്തു ചെയ്തിട്ടും എല്ലായ്പ്പോഴും അവൾ വീട്ടിലേക്ക് തന്നെ തിരിച്ചെത്തിക്കൊണ്ടിരുന്നു. നിശ്ചയമായും ഒരിക്കൽ സാധാരണയിലും കൂടുതൽ വേഗതയിൽ അവൾ ഒരു തിരിവ് തിരിഞ്ഞപ്പോൾ ഓട്ടം നിർത്താൻ കഴിയുന്നതിന് മുമ്പ് തന്നെ അവൾ വീടിന് മുന്നിൽ ഓടിയെത്തി.

"ഇതിനെപ്പറ്റി സംസാരിച്ചിട്ട് ഒരു പ്രയോജനവുമില്ല." വീടിനുനേരെ തലയുയർത്തിനോക്കി. വീട് അവളോട് തർക്കിക്കുകയാണെന്ന നാട്യത്തിൽ ആലീസ് പറഞ്ഞു. "ഞാൻ വീണ്ടും അകത്തേക്ക് വരുന്നില്ല. പഴയ മുറിയിലെത്താൻ വീണ്ടും കാഴ്ചക്കണ്ണാടിയിലൂടെ കടന്ന് വരേണ്ടിവരുമെന്ന് എനിക്കറിയാം. എന്റെ എല്ലാ സാഹസങ്ങളും അവിടെ അവസാനിക്കും."

അങ്ങനെ തീരുമാനിച്ചുകൊണ്ട് അവൾ വീടിന് മുഖം തിരിഞ്ഞ് നിന്നു. വീണ്ടും അവൾ വീട്ടിലെത്തുന്നതുവരെ നില്ക്കില്ലെന്ന് തീരുമാനമെടുത്തുകൊണ്ട് വീടിനെ ലക്ഷ്യം വെച്ച് നടക്കാൻ ആരംഭിച്ചു. കുറച്ച് സമയത്തേക്ക് കുഴപ്പമൊന്നും ഉണ്ടായില്ല. "ഈ പ്രാവശ്യം ഞാൻ വിജയിക്കും" എന്ന് അവൾ പറയാൻ തുടങ്ങിയതും വഴി കുലുക്കത്തോടെ വളഞ്ഞ് പുളയാൻ തുടങ്ങി; അടുത്ത നിമിഷത്തിൽ അവൾ വീടിന്റെ വാതിലിനടുത്ത് കൂടി ഉള്ളിലേക്ക് കടക്കുകയായിരുന്നു.

"ഹോ! ഇത് വളരെ ബുദ്ധിമുട്ടാണ്!" അവൾ വിളിച്ചുകൂവി. "ഞാൻ ഒരിക്കലും ഇത്തരമൊരു വീട് കണ്ടിട്ടില്ല. ഒരിക്കൽപ്പോലും."

എങ്കിലും മല പൂർണ്ണമായും അവിടെ നില്ക്കുമ്പോൾ കാണാൻ കഴിഞ്ഞിരുന്നു. അതുകൊണ്ട് വീണ്ടും നടത്തം തുടങ്ങുന്നതൊഴിച്ച് മറ്റൊന്നും ചെയ്യാൻ ഉണ്ടായിരുന്നില്ല. ഈ പ്രാവശ്യം അവൾ നാലുചുറ്റും ഡെയ്സി പൂക്കളും നടുക്ക് ഒരു വില്ലോമരവും നിന്നിരുന്ന ഒരു വലിയ പൂത്തടം കാണാൻ ഇടയായി.

കാറ്റിൽ മനോഹരമായി ആടിയുലഞ്ഞു കൊണ്ടിരുന്ന ഒരു ലില്ലിപ്പൂവിനെ നോക്കി അവൾ പറഞ്ഞു. "നിനക്ക് സംസാരിക്കാൻ കഴിഞ്ഞെങ്കിൽ എന്ന് ഞാൻ ആഗ്രഹിക്കുന്നു."

ലില്ലിപ്പൂ പറഞ്ഞു. "സംസാരിക്കാൻ കൊള്ളാവുന്ന ആരെങ്കിലും വരുമ്പോൾ ഞങ്ങൾക്ക് സംസാരിക്കാൻ കഴിയും."

ആലീസിന് അത്ഭുതംകൊണ്ട് അല്പസമയത്തേക്ക് ശബ്ദം പുറത്തുവന്നില്ല. അവളുടെ ശ്വാസം നിന്നുപോയതായി തോന്നി. ഒടുവിൽ ലില്ലിപ്പൂ വീണ്ടും കാറ്റിലാടാൻ തുടങ്ങിയപ്പോൾ അവൾ ഒരു രഹസ്യം പറയുന്നതുപോലെ വീണ്ടും സംസാരിച്ചു. "ഈ നില്ക്കുന്ന എല്ലാ പൂക്കൾക്കും സംസാരിക്കാൻ കഴിയുമോ?"

"നിനക്ക് കഴിയുന്നതുപോലെ കഴിയും." ലില്ലിപ്പൂ പറഞ്ഞു. "നിന്നെക്കാൾ വളരെ ഉച്ചത്തിൽ"

"സംസാരം തുടങ്ങുന്നത് ഞങ്ങളുടെ രീതിയല്ല." റോസാപ്പൂ പറഞ്ഞു. "നീ എപ്പോൾ സംസാരിക്കുമെന്ന് ഞാൻ നോക്കിയിരിക്കുകയായിരുന്നു! നിന്റെ മുഖം കണ്ടാൽ വലിയ ബുദ്ധിമതിയാണെന്ന് തോന്നിയില്ലെങ്കിലും അല്പമൊക്കെ വിവേകമുണ്ടെന്ന് തോന്നുമെന്ന് ഞാൻ സ്വയം പറഞ്ഞിരുന്നു. എങ്കിലും നിന്റെ നിറത്തിന് കുഴപ്പമൊന്നുമില്ല."

"ഞാൻ നിറം ശ്രദ്ധിക്കാറില്ല." ലില്ലിപ്പൂ അഭിപ്രായപ്പെട്ടു. "അവളുടെ ഇതളുകൾ അല്പംകൂടി ചുരുണ്ടിരുന്നെങ്കിൽ നല്ല ഭംഗി കാണുമായിരുന്നു."

വിമർശിക്കുന്നത് ആലീസിന് ഇഷ്ടമല്ല. അതുകൊണ്ട് അവൾ ചോദ്യങ്ങൾ ചോദിക്കാൻ തുടങ്ങി. "ശ്രദ്ധിക്കാൻ ആരുമില്ലാതെ നിങ്ങളെ ഇവിടെക്കൊണ്ട് നട്ടതിൽ നിങ്ങൾക്ക് എപ്പോഴെങ്കിലും ഭയം തോന്നിയിട്ടില്ലേ?"

"അവിടെ നടുക്ക് ഒരു മരം നില്ക്കുന്നുണ്ട്." റോസാപ്പൂ പറഞ്ഞു. "അതുകൊണ്ട് മറ്റെന്തെങ്കിലും ഉപയോഗം ഉണ്ടോ?"

"പക്ഷേ, എന്തെങ്കിലും അപകടം വന്നാൽ അതിന് എന്തുചെയ്യാൻ കഴിയും." ആലീസ് ചോദിച്ചു.

"അതിന് കുരയ്ക്കാൻ കഴിയും." റോസാപ്പൂ പറഞ്ഞു.

"അത് ബൗ-വൗ എന്ന് പറയും. അതുകൊണ്ടാണ് അതിന്റെ ചില്ലകളെ ബൌ (Bough) മരക്കൊമ്പ് എന്ന് പറയുന്നത്." ഒരു ഡെയ്സിപ്പൂ വിളിച്ചു പറഞ്ഞു.

"നിനക്ക് അതൊന്നും അറിയില്ലേ?" മറ്റൊരു ഡെയ്സിപ്പൂ വിളിച്ച് ചോദിച്ചു. ഈ സമയത്ത് കാത് തുളയ്ക്കുന്ന ശബ്ദംകൊണ്ട് അന്തരീക്ഷം നിറഞ്ഞുപോയെന്ന് തോന്നുന്നതുവരെ അവർ എല്ലാവരും കൂടി കൂക്കിവിളിക്കാൻ ആരംഭിച്ചു. "എല്ലാവരും നിശ്ശബ്ദത പാലിക്കുക!" വികാര വിക്ഷോഭംകൊണ്ട് വിറയ്ക്കുന്ന ശബ്ദത്തിൽ കോപിച്ച് ഇരുവശത്തേക്കും ഉലഞ്ഞുകൊണ്ട് ലില്ലിപ്പൂ വിളിച്ച് പറഞ്ഞു. "എനിക്ക് അവരുടെ അടുത്തേക്ക് ചെല്ലാൻ കഴിയില്ലെന്ന് അവർക്ക് അറിയാം." വിറയ്ക്കുന്ന അഗ്രം ആലീസിന്റെ അടുത്തേക്ക് വളച്ചുകൊണ്ട് അത് കിതപ്പോടെ പറഞ്ഞൊപ്പിച്ചു. "അല്ലെങ്കിൽ ഇത് ചെയ്യാൻ അവർ ധൈര്യപ്പെടുകയില്ല."

"സാരമില്ല." ആലീസ് സാന്ത്വനപ്പെടുത്തുന്ന മട്ടിൽ പറഞ്ഞു. പിന്നീട് വീണ്ടും ബഹളം വെയ്ക്കാൻ തുടങ്ങുന്ന ഡെയ്സിപ്പൂക്കളുടെ ഭാഗത്തേക്ക് കുനിഞ്ഞുകൊണ്ട് ആലീസ് അടക്കം പറഞ്ഞു. "നിങ്ങൾ നാവടക്കാൻ ഭാവമില്ലെങ്കിൽ ഞാൻ നിങ്ങളെ പറിച്ചെടുക്കും."

നിമിഷത്തിനുള്ളിൽ നിശ്ശബ്ദത പടർന്നു. ഇളം ചുവപ്പ് നിറമുള്ള പല ഡെയ്സിപ്പൂക്കളും വെള്ളനിറമായി മാറി.

"അത് ശരിയായി;" ലില്ലിപ്പൂ പറഞ്ഞു. "ഏറ്റവും മോശം ഡെയ്സികളാണ്. ഒരെണ്ണം മിണ്ടിയാൽ മതി എല്ലാവരുംകൂടി ഒന്നിച്ച് തുടങ്ങും. അവരുടെ ബഹളം ഒരുവനെ ഉണക്കിക്കളയാൻവരെ ധാരാളമാണ്!"

"ഇത്രയും ഭംഗിയായി നിങ്ങൾക്ക് എങ്ങനെയാണ് സംസാരിക്കാൻ കഴിയുന്നത്." ഒരു പ്രശംസനടത്തി കൂടുതൽ നല്ല ഒരു മാനസിക നിലയിലേക്ക് കൊണ്ടുവരാൻ കഴിയുമെന്നുള്ള പ്രതീക്ഷയിൽ ആലീസ് പറഞ്ഞു. "ഞാൻ ഇതിനുമുമ്പ് പല തോട്ടങ്ങളിലും പോയിട്ടുണ്ട്. പക്ഷേ, ഒരു പൂവിനുപോലും സംസാരിക്കാനുള്ള കഴിവ് ഉണ്ടായിരുന്നില്ല."

"കൈകൊണ്ട് ഭൂമിയെ സ്പർശിച്ചറിയുക" ലില്ലിപ്പൂ പറഞ്ഞു. "അപ്പോൾ നിങ്ങൾക്ക് കാരണം മനസ്സിലാകും."

ആലീസ് അതുപോലെ പ്രവർത്തിച്ചു. "ഇതിന് നല്ല ഉറപ്പുണ്ട്." ആലീസ് പറഞ്ഞു. "പക്ഷേ, ഞാൻ ചോദിച്ച കാര്യവുമായി ഇതിന് എന്ത് ബന്ധമാണുള്ളത്?"

ലില്ലിപ്പൂ പറഞ്ഞു. "കൂടുതൽ തോട്ടങ്ങളിലും അവർ തടങ്ങൾ നിർമ്മിക്കുന്നത് വളരെ മയത്തിലാണ്. അതുകൊണ്ട് പൂക്കൾ എപ്പോഴും

ഉറക്കത്തിലായിരിക്കും.''

കേട്ടപ്പോൾ ഇത് ശരിയായ ഒരു കാരണമാണെന്ന് തോന്നി. അത് അറിയാൻ കഴിഞ്ഞതിൽ ആലീസ് സന്തോഷിച്ചു. അവൾ പറഞ്ഞു. "ഞാൻ ഇതിന് മുമ്പ് ഒരിക്കലും ഈ കാര്യം ആലോചിച്ചിട്ടില്ല."

"എന്റെ അഭിപ്രായത്തിൽ നീ ഒന്നും ചിന്തിക്കാതിരിക്കുന്നതാണ് നല്ലത്." റോസാപ്പൂ ഗൗരവത്തിൽ പറഞ്ഞു.

''ഞാൻ ഇതുപോലെ വിഡ്ഢിയായ ആരേയും ഇതുവരെ കണ്ടിട്ടില്ല." ഒരു വയലറ്റ് പൂവ് പെട്ടെന്ന് ഇങ്ങനെ പറയുന്നതു കേട്ടപ്പോൾ ആലീസ് ചാടി എഴുന്നേറ്റു. കാരണം ഇതിനു മുമ്പ് അത് സംസാരിച്ചിരുന്നില്ല.

"നാവടക്ക്" ലില്ലിപ്പൂ വിളിച്ചു പറഞ്ഞു. "പറയുന്നതുകേട്ടാൽ മുമ്പ് നീ ആരെയൊക്കെയോ കണ്ടിട്ടുണ്ടെന്ന് തോന്നും! നീ നിന്റെ തല ഇലകൾക്ക് കീഴിൽ ഒളിപ്പിച്ച് വെച്ച് അവിടെയിരുന്ന് കൂർക്കം വലിക്കുന്നു. നീ ഒരു മൊട്ടായിരുന്നതിൽ കൂടുതലായി ഈ ലോകത്ത് നടക്കുന്ന ഒരു കാര്യവും മനസ്സിലാക്കിയിട്ടില്ല!"

റോസാപ്പൂ ഒടുവിൽ പറഞ്ഞ അഭിപ്രായം കണക്കിലെടുക്കാതെ ആലീസ് ചോദിച്ചു. "എന്നെ കൂടാതെ ഈ തോട്ടത്തിൽ മറ്റാരെങ്കിലും ഉണ്ടോ?''

"നിന്നെപ്പോലെ ചുറ്റിനടക്കാൻ കഴിയുന്ന മറ്റൊരുപൂവ് കൂടി ഈ തോട്ടത്തിലുണ്ട്." റോസാപ്പൂ പറഞ്ഞു. "നീ എങ്ങനെയാണ് നടക്കുന്നതെന്ന് എനിക്ക് അത്ഭുതം തോന്നുന്നു" "(നീ എപ്പോഴും അത്ഭുതപ്പെട്ടുകൊണ്ടിരിക്കും." ലില്ലിപ്പൂ പറഞ്ഞു.) "പക്ഷേ, അവൾ നിന്നേക്കാൾ ഇടതൂർന്നതാണ്."

"അവൾ എന്നെപ്പോലെയാണോ?" ആലീസ് ആകാംക്ഷയോടെ ചോദിച്ചു. കാരണം മറ്റൊരു കൊച്ചു പെൺകുട്ടി ഈ തോട്ടത്തിൽ എവിടെയെങ്കിലും ഉണ്ടാകാൻ ഇടയുണ്ടോ എന്നുള്ള ചോദ്യം ആലീസിന്റെ മനസ്സിലൂടെ കടന്നുപോയിരുന്നു.

"അവൾക്കും നിന്നെപ്പോലെ വൃത്തികെട്ട രൂപമാണ്." റോസാപ്പൂ പറഞ്ഞു. "പക്ഷേ, അവൾ കുറേക്കൂടി ചുവന്നിട്ടാണ് – അതുകൂടാതെ അവളുടെ ഇതളുകൾക്ക് നീളം കുറവുണ്ടെന്നാണ് എനിക്ക് തോന്നുന്നത്."

ആലീസിന് ഈ സംസാരം ഒട്ടും ഇഷ്ടപ്പെടുന്നുണ്ടായിരുന്നില്ല. അതുകൊണ്ട് വിഷയം മാറ്റാനായി അവൾ ചോദിച്ചു. ''അവൾ എന്നെങ്കിലും ഇവിടെ വന്നിട്ടുണ്ടോ?"

''അവളെ ഉടൻ കാണുമെന്ന് എനിക്ക് പറയാൻ കഴിയില്ല.'' റോസാപ്പൂ പറഞ്ഞു. "അവൾ ഈ ഒൻപത് കതിരുകളുള്ള കൂട്ടത്തിൽ പെട്ടതാണ്."

"ഇത്രയും കതിരുകൾ അവൾ എവിടെയാണ് അണിയുന്നത്?" അല്പം ജിജ്ഞാസയോടെ ആലീസ് ചോദിച്ചു.

"അതിനെന്ത്? നിശ്ചയമായും അവളുടെ തലയുടെ ചുറ്റിലുമായിട്ട്;" റോസാപ്പൂ മറുപടി പറഞ്ഞു. "നിന്റെ തലയിലും അത് ഇല്ലാത്തതെന്താണെന്ന് ഞാൻ അത്ഭുതപ്പെടുകയായിരുന്നു. അത് ഒരു പതിവ് കാര്യമാണെന്നാണ് ഞാൻ വിചാരിച്ചത്."

"അവൾ വരുന്നു." ഡാലിയപ്പൂ വിളിച്ചു പറഞ്ഞു. "ചരൽക്കല്ല് നിരത്തിയ വഴിയിലൂടെ അവൾ നടന്നുവരുന്നതിന്റെ ശബ്ദം ഞാൻ കേട്ടു."

ആലീസ് താല്പര്യത്തോടെ നാലുചുറ്റും നോക്കി. അത് ചുവന്ന രാജ്ഞിയാണെന്ന് അവൾ കണ്ടെത്തി. "അവൾ വല്ലാതെ വളർന്നിരിക്കുന്നു!" ആലീസിന്റെ ആദ്യ അഭിപ്രായം ഇതായിരുന്നു. അവളെ ഇതിന് മുമ്പ് ചാരത്തിനിടയിൽനിന്ന് ആലീസ് കണ്ടെത്തിയപ്പോൾ മൂന്നിഞ്ച് ആയിരുന്നു പൊക്കം. ഇപ്പോൾ ആലീസിനേക്കാൾ അവൾക്ക് തലയുടെ പകുതിയോളം പൊക്കക്കൂടുതലുണ്ട്.

"ഇവിടത്തെ ശുദ്ധവായുവാണ് അതിന്റെ കാരണം." റോസാപ്പൂ പറഞ്ഞു. "മറ്റേവഴിയിലൂടെ നടക്കാൻ എനിക്ക് നിങ്ങളെ ഉപദേശിക്കാതിരിക്കാൻ കഴിയില്ല."

ഇത് അസംബന്ധമാണെന്ന് ആലീസിന് തോന്നി. അവൾ മറുപടിയൊന്നും പറയാതെ ഉടൻതന്നെ ചുവന്ന രാജ്ഞിയുടെ സമീപത്തേക്ക് നടന്നു. അവളെ അത്ഭുതപ്പെടുത്തിക്കൊണ്ട് നിമിഷത്തിനുള്ളിൽ രാജ്ഞി കണ്ണിൽനിന്ന് മറഞ്ഞു. അവൾ വീണ്ടും പ്രവേശന കവാടത്തിൽ എത്തിയിരിക്കുന്നതായി അവൾക്ക് മനസ്സിലായി.

അല്പം ദേഷ്യത്തോടെ അവൾ പിന്നോട്ട് മാറി. രാജ്ഞിയെ ചുറ്റുപാടും അന്വേഷിച്ചുകൊണ്ട് (ഒടുവിൽ വളരെദൂരത്ത് രാജ്ഞി നില്ക്കുന്നത് അവളുടെ കണ്ണിൽപ്പെട്ടിരുന്നു) അവൾ വിചാരിച്ചു. "ഈ പ്രാവശ്യം എതിർദിശയിൽ നടന്നു നോക്കാം."

അത് മനോഹരമായി ലക്ഷ്യം കണ്ടു. ഒരു മിനിറ്റ് സമയം നടക്കുന്നതിന് മുമ്പ് തന്നെ അവൾ രാജ്ഞിയെ മുഖാമുഖം കണ്ടു. അവൾ ഇതുവരെ ലക്ഷ്യം വെച്ചിരുന്ന മല തൊട്ടുമുന്നിലായി അവൾക്ക് കാണാൻ കഴിഞ്ഞു.

"നീ എവിടെ നിന്നാണ് വരുന്നത്?" ചുവന്ന രാജ്ഞി ചോദിച്ചു. "നീ എവിടേക്കാണ് പോകുന്നത്? മുഖത്ത് നോക്കി വൃത്തിയായി സംസാരിക്കൂ. വിരലുകളിൽ വെറുതെ ഞൊട്ടയിട്ടുകൊണ്ടിരിക്കരുത്"

ഈ പറഞ്ഞ എല്ലാ നിർദ്ദേശങ്ങളും ആലീസ് അംഗീകരിച്ചു. തന്റെ വഴി തെറ്റിയെന്ന് കഴിയുന്നത്ര വ്യക്തതയോടെ അവൾ വിശദീകരിച്ചു.

"നിന്റെ വഴി എന്ന് പറയുന്നതുകൊണ്ട് എന്താണ് നീ ഉദ്ദേശിക്കുന്നതെന്ന് എനിക്ക് മനസ്സിലാവുന്നില്ല." രാജ്ഞി പറഞ്ഞു. "ഇവിടെയുള്ള എല്ലാ വഴികളും എന്റേതാണ്. പക്ഷേ, നീ എന്തിനാണ് ഇവിടെ എത്തിയത്? നീ എന്താണ് പറയാൻ പോകുന്നതെന്ന് ആലോചിച്ച് കൊണ്ടിരിക്കുന്ന സമയത്ത് നിനക്ക് പ്രണാമം അർപ്പിക്കാം. അതുകൊണ്ട്

സമയം ലാഭിക്കാൻ കഴിയും.”

ഇത് കേട്ടപ്പോൾ ആലീസ് ചെറിയതോതിൽ അത്ഭുതപ്പെട്ടു. പക്ഷേ, രാജ്ഞിയോടുള്ള ഭയഭക്തികൊണ്ട് അവൾ അത് അവിശ്വസിച്ചില്ല. അവൾ വിചാരിച്ചു. “ഞാൻ വീട്ടിലെത്തിയിട്ട് ഇത് ശ്രമിച്ച് നോക്കും.”

“ഇപ്പോൾ നിനക്ക് മറുപടി പറയാനുള്ള സമയമായി.” വാച്ചിൽ നോക്കിക്കൊണ്ട് രാജ്ഞി പറഞ്ഞു. “സംസാരിക്കുമ്പോൾ നീ വായ് കുറേക്കൂടി തുറക്കണം. എന്ത് പറയുമ്പോഴും തമ്പുരാട്ടി എന്ന് പറഞ്ഞിരിക്കണം.”

“തമ്പുരാട്ടി! ഞാൻ തോട്ടം എങ്ങനെയുണ്ടെന്ന് കാണാൻ ആഗ്രഹിച്ച് വന്നതാണ്.”

“ഇപ്പോൾ ശരിയായിട്ടുണ്ട്.” ആലീസിന്റെ തലയിൽ തലോടിക്കൊണ്ട് രാജ്ഞി പറഞ്ഞു (ആലീസിന് തലോടൽ തീരെ ഇഷ്ടമല്ല). “എങ്കിലും നീ തോട്ടമെന്ന് പറയുമ്പോൾ ഞാൻ കണ്ടിട്ടുള്ള തോട്ടങ്ങളുമായി താരതമ്യപ്പെടുത്തിയാൽ ഇത് വെറുമൊരു കാടാണ്.”

ഇക്കാര്യം പറഞ്ഞ് തർക്കിക്കാൻ ആലീസിന് പേടിയായിരുന്നു. പക്ഷേ, അവൾ സംസാരം തുടർന്നു. “അതുകൊണ്ട് ആ മലയുടെ മുകളിലേക്കുള്ള വഴി കണ്ടുപിടിക്കാമെന്ന് ഞാൻ വിചാരിച്ചു.”

“നീ മലയെന്ന് പറയുമ്പോൾ” രാജ്ഞി ഇടയ്ക്ക് കയറിപ്പറഞ്ഞു. “താരതമ്യപ്പെടുത്തുമ്പോൾ നീ ഇതിനെ താഴ്‌വാരം എന്നു പറയുന്ന തരത്തിലുള്ള മലകൾ ഞാൻ നിനക്ക് കാണിച്ച് തരാം.”

“ഇല്ല. ഞാൻ അങ്ങനെ പറയത്തില്ല.” ഒടുവിൽ രാജ്ഞിയെ എതിർത്ത് പറയേണ്ടി വന്നതിന്റെ വിസ്മയത്തോടെ ആലീസ് പറഞ്ഞു. “എന്തായാലും ഒരു കുന്ന് ഒരു താഴ്‌വാരമാകത്തില്ല. അത് വെറും അസംബന്ധമാണ്.”

ചുവന്ന രാജ്ഞി തലകുലുക്കി. “നിന്റെ ഇഷ്ടം പോലെ വേണമെങ്കിൽ അത് അസംബന്ധമാണെന്ന് പറയാം.” രാജ്ഞി പറഞ്ഞു. “പക്ഷേ, അതുമായി താരതമ്യപ്പെടുത്തിയാൽ ഒരു നിഘണ്ടുവോളം തന്നെ അർത്ഥവത്തായ അസംബന്ധങ്ങൾ ഞാൻ കേട്ടിട്ടുണ്ട്.”

രാജ്ഞിയുടെ സംസാരീതിയിൽ നിന്നും അവർക്ക് ചെറിയതോതിൽ നീരസം തോന്നിയിട്ടുണ്ടെന്ന് ആലീസ് സംശയിച്ചു. അവൾ വീണ്ടും രാജ്ഞിയെ വണങ്ങി. പിന്നീട് ആ ചെറിയ മലയുടെ മുകളിൽ എത്തുന്നതുവരെ അവർ നിശ്ശബ്ദരായി നടത്തം തുടർന്നു.

അല്പസമയം ആ പ്രദേശമാകെ നോക്കിക്കൊണ്ട് ആലീസ് അത്ഭുതപ്പെട്ട് നിന്നു. അത് അങ്ങേയറ്റം വിചിത്രമായ ഒരു പ്രദേശമായിരുന്നു. അവിടെ ഒരു വശത്ത് നിന്ന് മറ്റേവശത്തേയ്ക്ക് ധാരാളം ചെറിയ അരുവികൾ ഒഴുകുന്നുണ്ടായിരുന്നു. അരുവികൾക്കിടയിലുള്ള സ്ഥലം കുറ്റിച്ചെടികൾ കൊണ്ട് ഒരു അരുവിയിൽനിന്നും അടുത്ത അരുവിവരെ എത്തുന്ന സമചതുരങ്ങളായി വിഭജിച്ചിരുന്നു.

“അത് ഒരു വലിയ ചെസ്സ് ബോർഡ് പോലെയാണ് വിഭജിച്ചിരിക്കുന്ന

തെന്ന് ഞാൻ ഉറപ്പിച്ച് പറയുന്നു!'' ഒടുവിൽ ആലീസ് പറഞ്ഞു. “അവിടെ എവിടെയെങ്കിലും ആരെങ്കിലും ഉണ്ടാവും!” അവൾ ആഹ്ലാദത്തോടെ കൂട്ടിച്ചേർത്തു. അവൾ സംസാരം തുടരുന്നതിനിടയിൽ അവളുടെ ഹൃദയം വികാരവിക്ഷോഭം കൊണ്ട് കൂടുതൽ വേഗത്തിൽ മിടിക്കാൻ തുടങ്ങിയിരിക്കുന്നു. “ഇത് ലോകം മുഴുവൻ നിറഞ്ഞു നില്ക്കുന്ന ഒരു വലിയ ചെസ് കളിയാണ്. ഹോ! ഈ കളി എന്ത് രസമായിരിക്കും അവരിൽ ഒരാളായിരുന്നെങ്കിലെന്ന് ഞാൻ എത്രമാത്രം ആഗ്രഹിക്കുന്നു! എന്നെ കളിയിൽ ചേർക്കുമെങ്കിൽ എനിക്ക് ഏറ്റവും ഇഷ്ടം രാജ്ഞിയാവാനാണെങ്കിലും കാലാളായിപ്പോലും കളിയിൽ ച്ചേരാൻ ഞാൻ തയ്യാറാണ്.”

ഇത് പറയുമ്പോൾ യഥാർത്ഥ രാജ്ഞിയെ ആലീസ് നാണത്തോടെ നോക്കി. പക്ഷേ, അവളുടെ കൂട്ടുകാരി ചിരിച്ചുകൊണ്ട് ഇങ്ങനെ പറഞ്ഞു. “അത് എളുപ്പമാണ്. നിനക്ക് ഇഷ്ടമാണെങ്കിൽ വെളുത്തരാജ്ഞിയുടെ കാലാളാകാം. ലില്ലിക്കുട്ടിക്ക് കളിക്കാനുള്ള പ്രായമാകാത്തതുകൊണ്ട് നിനക്കും കളിക്കാം. രണ്ടാമത്തെ ചതുരത്തിലാണ് നീ കളിതുടങ്ങേണ്ടത്. എട്ടാമത്തെ ചതുരത്തിലെത്തുമ്പോൾ നീ ഒരു രാജ്ഞിയായിരിക്കും. “ആ നിമിഷത്തിൽത്തന്നെ എന്തുകൊണ്ടാണെന്നറിയില്ല; അവർ ഓടാൻ തുടങ്ങി.

പിന്നീട് ഇതിനെപ്പറ്റി ആലോചിച്ചപ്പോൾ അവർ എന്തിനാണ് ഓടാൻ തുടങ്ങിയതെന്ന് ആലീസിന് ഒരിക്കലും വ്യക്തമായില്ല. രാജ്ഞി വളരെ വേഗത്തിലാണ് ഓടിക്കൊണ്ടിരുന്നതെന്നും അവർ കൈകോർത്തുപിടിച്ച് ഓടിയിരുന്നതുകൊണ്ട് അവൾക്ക് വെറുതെ ഒപ്പം നിന്നാൽ മതിയായിരുന്നെന്നുമാണ് അതിനെപ്പറ്റി ആലീസിന് ഓർക്കാൻ കഴിഞ്ഞിരുന്ന കാര്യങ്ങൾ. എന്നിട്ടും രാജ്ഞി ഉച്ചത്തിൽ വിളിച്ച് പറയുന്നുണ്ടായിരുന്നു. “വേഗം! വേഗം!'' പക്ഷേ, അതിലും വേഗത്തിൽ തനിക്ക് ഓടാൻ കഴിയില്ലെന്ന് ആലീസിന് തോന്നിയിരുന്നു. പക്ഷേ, അത് പറയാൻ അവൾക്ക് ശ്വാസം കിട്ടുന്നുണ്ടായിരുന്നില്ല.

അവർക്ക് ചുറ്റും നിന്നിരുന്ന മരങ്ങൾക്കും മറ്റ് കാര്യങ്ങൾക്കും ഒന്നും തന്നെ യാതൊരു വ്യത്യാസവും സംഭവിച്ചില്ല എന്നതാണ് ഏറ്റവും വിചിത്രമായ കാര്യം. അവർ എത്രമാത്രം വേഗതയിൽ ഓടിയിട്ടും ഒരിക്കൽപ്പോലും അവർ ഏതെങ്കിലും വസ്തുവിനെ മറികടക്കുന്നതായി തോന്നിയില്ല. “എല്ലാ വസ്തുക്കളും ഞങ്ങളോടൊപ്പം ഓടിക്കൊണ്ടിരിക്കുകയാണെന്ന് എനിക്ക് അത്ഭുതം തോന്നുന്നു.” പാവം ആലീസ് പരിഭ്രമത്തിനിടയിൽ ആലോചിച്ചു. രാജ്ഞി അവളുടെ ആലോചന ഊഹിച്ചറിഞ്ഞതായിതോന്നി. കാരണം രാജ്ഞി ഉറക്കെ വിളിച്ചു പറഞ്ഞു. “വേഗം! വേഗം! സംസാരിക്കാൻ ശ്രമിക്കേണ്ട!”

ആലീസിന് സംസാരിക്കണമെന്നുള്ള തോന്നൽ ഉണ്ടായിരുന്നില്ല. ഇനി ഒരിക്കലും സംസാരിക്കാൻ പോകുന്നില്ല എന്ന തോന്നലായിരുന്നു അവൾക്ക് ഉണ്ടായിരുന്നത്. അവൾക്ക് ശ്വാസം മുട്ടുന്നുണ്ടായിരുന്നു.

എന്നിട്ടും രാജ്ഞി അവളെ വലിച്ചിഴച്ചുകൊണ്ട് വിളിച്ച് കൂവിക്കൊണ്ടിരുന്നു. "വേഗം! വേഗം!." ഒടുവിൽ കിതച്ചുകൊണ്ട് സംസാരിക്കുന്നതിൽ ആലീസ് വിജയിച്ചു. "നമ്മൾ അതിനടുത്ത് എത്തിയോ?"

"നമ്മൾ അതിനടുത്ത് എത്തിയോ?" രാജ്ഞി ആ ചോദ്യം ആവർത്തിച്ചു. "എന്ത്? നമ്മൾ പത്ത് മിനിറ്റ് മുമ്പ് അവിടം കടന്നുപോന്നു കഴിഞ്ഞു! വേഗം!" പിന്നീട് വളരെനേരം അവർ നിശ്ശബ്ദരായി ഓടി. ആലീസിന്റെ ചെവിയിൽ കാറ്റ് ചൂളം വിളിച്ചു. പറക്കുന്ന തലമുടി കാറ്റിൽ പിഴുത് പോകുമെന്ന് ആലീസിന് തോന്നി.

"ഇപ്പോൾ! ഇപ്പോൾ!" രാജ്ഞി വിളിച്ചു കൂവി. "വേഗം! വേഗം!" ഒടുവിൽ അവർ ഓടിക്കൊണ്ടിരുന്ന വേഗതയിൽ, കാല് തറയിൽ തൊടാതെ അവർ വായുവിലൂടെ വഴുതി പോകുകയാണെന്ന് തോന്നി. ആലീസ് പൂർണ്ണമായും തളർന്ന് കഴിഞ്ഞിരുന്നു. പെട്ടെന്ന് അവർ ഓട്ടം നിർത്തി. ശ്വാസം നിലച്ച് തലചുറ്റലുമായി താൻ തറയിലിരിക്കുകയാണെന്ന് ആലീസ് മനസ്സിലാക്കി.

രാജ്ഞി അവളെ ഒരു മരത്തിൽ ചാരിയിരുത്തിക്കൊണ്ട് അനുകമ്പയോടെ പറഞ്ഞു. "നീ ഇപ്പോൾ കുറച്ച് വിശ്രമിച്ചുകൊള്ളൂ."

ആലീസ് അത്ഭുതത്തോടെ ചുറ്റുപാടും നോക്കി. എന്താണിത്? മുഴുവൻ സമയവും നമ്മൾ ഈ മരത്തിന്റെ ചുവട്ടിൽത്തന്നെ ഉണ്ടായിരുന്നെന്നാണ് എന്റെ വിശ്വാസം. എല്ലാം പഴയതുപോലെ തന്നെയുണ്ട്!

"തീർച്ചയായും അതെല്ലാം അങ്ങനെ തന്നെയാണ്." രാജ്ഞി പറഞ്ഞു. "നീ എങ്ങനെ വേണമെന്നാണ് പറയുന്നത്?"

ചെറുതായി കിതച്ചുകൊണ്ട് ആലീസ് പറഞ്ഞു. "നമ്മൾ ഓടിയത് പോലെ ഞങ്ങളുടെ നാട്ടിൽ വളരെ നേരത്തേക്ക് വേഗത്തിൽ ഓടുകയാണെങ്കിൽ നിങ്ങൾ സാധാരണഗതിയിൽ മറ്റൊരു പ്രദേശത്ത് എത്തിച്ചേരാറുണ്ട്."

"ഒരുതരം വേഗതയില്ലാത്ത രാജ്യം!" രാജ്ഞി പറഞ്ഞു. "ഇവിടെ ഈ സ്ഥലത്തുതന്നെ നിങ്ങൾക്ക് നില്ക്കണമെങ്കിൽ നമ്മൾ ഓടിയ ഓട്ടം ഓടിയിരിക്കണം. നിങ്ങൾക്ക് മറ്റൊരു സ്ഥലത്ത് പോകണമെങ്കിൽ കുറഞ്ഞ പക്ഷം ഇതിനേക്കാൾ ഇരട്ടിവേഗതയിലെങ്കിലും ഓടണം!"

"ഞാൻ അതിന് ശ്രമിക്കുന്നില്ല!" ആലീസ് പറഞ്ഞു. "ഇവിടെ നില്ക്കുന്നതിൽ എനിക്ക് പൂർണ്ണ സംതൃപ്തിയാണ്- എനിക്ക് നല്ല ചൂടും വിശപ്പും തോന്നുന്നുണ്ടെന്ന് മാത്രം."

"നിനക്ക് ഇഷ്ടമുള്ളത് എന്തൊക്കെയാണെന്ന് എനിക്കറിയാം." പോക്കറ്റിൽ നിന്ന് ഒരു ചെറിയ കൂട് പുറത്തെടുത്തുകൊണ്ട് രാജ്ഞി പറഞ്ഞു: "ഒരു ബിസ്കറ്റ് കഴിക്കൂ!"

ബിസ്ക്കറ്റ് വേണമെന്ന് അവൾ ഒട്ടും ആഗ്രഹിച്ചിട്ടില്ലെങ്കിലും വേണ്ട എന്ന് പറയുന്നത് മര്യാദകേടാണെന്ന് ആലീസിന് തോന്നി. അതുകൊണ്ട് അവൾ ബിസ്കറ്റ് വാങ്ങി അവൾക്ക് കഴിയുന്ന അളവിൽ കഴിച്ചു.

ബിസ്കറ്റ് ഉണങ്ങിവരണ്ടിരുന്നു. ജീവിതത്തിലിതുവരെ ഇതുപോലെ ഒരു വീർപ്പുമുട്ടൽ താൻ അനുഭവിച്ചിട്ടില്ലെന്ന് ആലീസ് മനസ്സിൽ വിചാരിച്ചു.

രാജ്ഞി പറഞ്ഞു. "നീ ക്ഷീണം തീർക്കുന്ന സമയംകൊണ്ട് ഞാൻ അളവുകൾ എടുക്കാം" അവൾ പോക്കറ്റിൽനിന്ന് ഇഞ്ച് അടയാളപ്പെടുത്തിയ ഒരു റിബ്ബൺ വലിച്ചെടുത്ത് അങ്ങിങ്ങായി ഓരോ കുറ്റികൾ ഉറപ്പിച്ച് കൊണ്ട് സ്ഥലം അളക്കാൻ ആരംഭിച്ചു.

ദൂരം അളന്ന് കഴിഞ്ഞ സ്ഥലത്ത് ഒരു കുറ്റി ഉറപ്പിച്ചുകൊണ്ട് രാജ്ഞി പറഞ്ഞു. ''രണ്ട് ഗജം അളന്ന് കഴിയുമ്പോൾ ഞാൻ നിനക്കുള്ള നിർദ്ദേശങ്ങൾ തരാം- ഒരു ബിസ്കറ്റ്കൂടി കഴിച്ചുകൂടേ?"

"നന്ദി, വേണ്ട" ആലീസ് പറഞ്ഞു. "ഒരെണ്ണംതന്നെ ധാരാളമാണ്. വിശപ്പടങ്ങിയെന്ന് ഞാൻ പ്രതീക്ഷിക്കുന്നു." രാജ്ഞി പറഞ്ഞു.

ഇതിന് എന്ത് മറുപടിയാണ് പറയേണ്ടതെന്ന് ആലീസിന് അറിയില്ലായിരുന്നു. പക്ഷേ, ഭാഗ്യത്തിന് രാജ്ഞി മറുപടിക്ക് വേണ്ടി കാത്തുനിന്നില്ല. അവർ സംസാരം തുടർന്നു. "മൂന്ന് ഗജം—അവസാനിക്കുമ്പോൾ ഞാൻ വീണ്ടും ആവർത്തിച്ച് പറയാം—നീ മറന്ന് പോകുമെന്ന് ഞാൻ ഭയക്കുന്നതുകൊണ്ടാണ്. നാല് അവസാനിക്കുമ്പോൾ ഞാൻ യാത്രാമൊഴി പറയും. ആറ് അവസാനിക്കുമ്പോൾ ഞാൻ പോകും!"

ഈ സമയം കൊണ്ട് എല്ലാകുറ്റികളും അവൾ ഉറപ്പിച്ച് കഴിഞ്ഞിരുന്നു. മരത്തിന്റെ അടുത്തേക്ക് അവൾ തിരിച്ച് വരുന്നത് ആലീസ് താല്പര്യത്തോടെ നോക്കിക്കൊണ്ട് നിന്നു. അതിനുശേഷം അവൾ സാവധാനം നടക്കാൻ തുടങ്ങി.

രണ്ടാമത്തെ കുറ്റിയായപ്പോൾ അവൾ മുഖം തിരിച്ചുകൊണ്ട് പറഞ്ഞു. "ഒരു കാലാൾ ആദ്യത്തെ നീക്കത്തിൽ രണ്ട് സമചതുരങ്ങൾ നീങ്ങുമെന്ന് നിനക്ക് അറിയില്ലേ? മൂന്നാമത്തെ സമചതുരത്തിലൂടെ നീ അതുകൊണ്ട് വളരെ വേഗത്തിൽ സഞ്ചരിക്കും--തീവണ്ടിയിൽ സഞ്ചരിക്കുന്ന വേഗതയെന്ന് വേണം ഞാൻ ചിന്തിക്കാൻ – അതിനുശേഷം ഞൊടിയിടയിൽ നിങ്ങൾ നാലാമത്തെ സമചതുരത്തിൽ നില്ക്കുന്നതായി നിങ്ങൾ മനസ്സിലാക്കും. ആ സമചതുരം റ്റ്വീഡിൽ ഡമ്മിന്റേയും റ്റ്വീഡിൽഡീയുടേയും വകയാണ്. അഞ്ചാമത്തേത് കൂടുതലും വെള്ളമാണ്. ആറാമത്തേത് ഹംറ്റിഡംറ്റിയുടേതാണ്. പക്ഷേ, നീ അഭിപ്രായം ഒന്നും പറഞ്ഞില്ല."

"എനിക്ക് - എനിക്ക്, ഈ സമയത്ത് അഭിപ്രായം പറയണമെന്ന് അറിയില്ലായിരുന്നു." ആലീസ് വിക്കിവിക്കിപ്പറഞ്ഞു.

ഗൗരവത്തിൽ ശാസിക്കുന്ന സ്വരത്തിൽ രാജ്ഞി സംസാരം തുടർന്നു. "ഈ കാര്യങ്ങളെല്ലാം പറഞ്ഞുതന്നത് തമ്പുരാട്ടിയുടെ വലിയ കാരുണ്യമാണ് എന്ന് നീ പറയേണ്ടതായിരുന്നു. എന്തായാലും നീ അങ്ങനെ പറഞ്ഞതായി നമുക്ക് സങ്കല്പിക്കാം. ഏഴാമത്തെ സമചതുരം മുഴുവൻ കാടാണ്. എന്തായാലും കുതിരപ്പടയാളികളിൽ ഒരാൾ നിനക്ക് വഴികാണിച്ചുതരും. എട്ടാമത്തെ സമചതുരത്തിൽ നമ്മൾ രാജ്ഞിമാരായി

ഒന്നിച്ചുചേരും. അതിനുശേഷം സല്ക്കാരവും തമാശകളും!" ആലീസ് എഴുന്നേറ്റുനിന്ന് പ്രണാമം അർപ്പിച്ചതിനുശേഷം വീണ്ടും ഇരുന്നു.

അടുത്തകുറ്റിയിൽ എത്തിയപ്പോൾ രാജ്ഞി വീണ്ടും തിരിഞ്ഞുനിന്നു. ഈ പ്രാവശ്യം അവൾ പറഞ്ഞു. "ഒരു കാര്യത്തിൽ നിനക്ക് ഇംഗ്ലീഷ് വാക്ക് ആലോചിച്ചിട്ടും കിട്ടുന്നില്ലെങ്കിൽ നിനക്ക് ഫ്രഞ്ചിൽ സംസാരിക്കാം. നടക്കുമ്പോൾ ചുറ്റുപാടും ശ്രദ്ധിക്കണം- കൂടാതെ നീ ആരാണെന്ന് ഓർമ്മയുണ്ടായിരിക്കണം!" ആലീസിന്റെ പ്രണാമത്തിന് വേണ്ടി രാജ്ഞി കാത്തുനിന്നില്ല. അവർ അടുത്ത കുറ്റിയുടെ അടുത്തേക്ക് പെട്ടെന്ന് നടന്നുപോയി. അവിടെ നിന്നുകൊണ്ട് നിമിഷനേരത്തേക്ക് തിരിഞ്ഞ് നോക്കിയതിനുശേഷം യാത്രാമൊഴി പറഞ്ഞു. പിന്നീട് അവസാനത്തെ കുറ്റിനോക്കി ധൃതിയിൽ നടന്നു.

ഇത് സംഭവിച്ചത് എങ്ങനെയാണെന്ന് ആലീസിന് ഒരു കാലത്തും അറിയില്ല. പക്ഷേ, കൃത്യം അവസാനത്തെ കുറ്റിയുടെ അടുത്തെത്തിയതും രാജ്ഞിയെ കാണാതായി. രാജ്ഞി അന്തരീക്ഷത്തിലേക്ക് അപ്രത്യക്ഷയായതാണോ അതോ കാട്ടിനുള്ളിലേക്ക് ഓടിക്കയറിയതാണോ (രാജ്ഞിക്ക് വളരെ വേഗത്തിൽ ഓടാൻ കഴിയുമെന്ന് ആലീസ് ആലോചിച്ചു) എന്ന് ഊഹിച്ചെടുക്കാൻ യാതൊരു വഴിയും ഉണ്ടായിരുന്നില്ല. പക്ഷേ, രാജ്ഞിയെ കാണാനില്ലായിരുന്നു. താനൊരു കാലാളാണെന്നും തനിക്ക് നീങ്ങാനുള്ള സമയം അടുത്തിരിക്കാൻ സാദ്ധ്യതയുണ്ടെന്നും ആലീസ് ഓർക്കാൻ തുടങ്ങി.

3

കാഴ്ചക്കണ്ണാടിയിലെ പ്രാണികൾ

നിശ്ചയമായും ആലീസ് ആദ്യമായി ചെയ്യേണ്ടത് അവൾ സഞ്ചരിക്കാൻ പോകുന്ന രാജ്യത്തെപ്പറ്റി വിശാലമായ ഒരു നിരീക്ഷണം നടത്തുക എന്നതാണ്. ഇത് ഏകദേശം ഭൂമിശാസ്ത്രം പഠിക്കുന്നത് പോലെയാണ്. കുറച്ച് സ്ഥലങ്ങൾ കൂടി കാണാൻ കഴിഞ്ഞേക്കുമെന്നുള്ള ഉദ്ദേശത്തിൽ എത്തിനോക്കിക്കൊണ്ട് ആലീസ് വിചാരിച്ചു. പ്രധാന നദികൾ - ഒരെണ്ണംപോലുമില്ല. പ്രധാന പർവ്വതങ്ങൾ - ആകെയുള്ള ഒരെണ്ണത്തിന്റെ മുകളിലാണ് ഞാൻ നില്ക്കുന്നത്. പക്ഷേ, ഇതിന് പേരുണ്ടെന്ന് ഞാൻ വിചാരിക്കുന്നില്ല - പ്രധാന പട്ടണങ്ങൾ - എന്താണത്? അവിടെ താഴ്ചയിൽ തേനുണ്ടാക്കുന്നത് എന്ത് തരം ജീവികളാണ്? അവർ തേനീച്ചകളല്ല - ഒരു മൈൽ ദൂരത്തുനിന്ന് ആരും ഇതുവരെ തേനീച്ചകളെ കണ്ടിട്ടില്ല - കുറച്ച് സമയത്തേക്ക് അവയിൽ ഒരെണ്ണം പൂക്കൾക്കിടയിൽ താനൊരു സാധാരണ തേനീച്ചയാണെന്നുള്ള ഭാവത്തിൽ കൊമ്പ് കുത്തിയിറക്കി തേൻ കുടിച്ചുകൊണ്ട് ചുറ്റിത്തിരിയുന്നതും നോക്കി ആലീസ് നിശ്ശബ്ദയായി നിന്നു.

എന്തായാലും ഇത് ഒരു സാധാരണ തേനീച്ചയല്ല. സത്യത്തിൽ അത് ഒരു ആനയായിരുന്നു. ഇത് ആലോചിച്ചപ്പോൾ ആലീസിന്റെ ശ്വാസം നിന്നുപോയെങ്കിലും പെട്ടെന്നാണ് അവൾ അതിനെ തിരിച്ചറിഞ്ഞത്. ആ പൂക്കൾക്ക് എന്ത് മാത്രം വലിപ്പം ഉണ്ടായിരിക്കും! അവളുടെ അടുത്ത ചിന്ത ഇതായിരുന്നു. വട്ടത്തിലുള്ള കുടിലുകളുടെ മേല്ക്കൂര എടുത്തു മാറ്റി ഇതളുകൾ നിറച്ചതുപോലെയുണ്ട് - അതിൽനിന്നും എന്ത് മാത്രം തേൻ കിട്ടും! താഴേക്ക് ഇറങ്ങാമെന്നാണ് ഞാൻ വിചാരിക്കുന്നത് - ഇല്ല, ഞാൻ ഇപ്പോൾ പോകുന്നില്ല. കുന്നിന്റെ താഴേക്ക് ഓടാൻ തുടങ്ങിയപ്പോൾതന്നെ അവൾ സ്വയം നിയന്ത്രിച്ചു. പെട്ടെന്ന് നാണിച്ചു പോയതിന്

എന്തെങ്കിലും കാരണം കണ്ടുപിടിക്കാൻ വേണ്ടി അവൾ പരിശ്രമിച്ചു. അവരെ തൂത്തുമാറ്റാൻ ഒരു നീളമുള്ള മരക്കൊമ്പില്ലാതെ ഞാൻ താഴെ അവരുടെ ഇടയിലേക്ക് പോവില്ല. അവർ എന്നോട് ഇവിടത്തെ നടത്തം ഇഷ്ടപ്പെട്ടോ എന്ന് ചോദിക്കുമ്പോൾ അത് വലിയ നേരമ്പോക്ക് ആയിരിക്കും. ഞാൻ പറയും ഹോ! ഞാൻ അത് വേണ്ടത്ര ഇഷ്ടപ്പെട്ടു. (ഇവിടെ വെച്ച് ആലീസിന്റെ മനോഹരമായ തലകുലുക്കൽ സംഭവിച്ചു) ഭയങ്കര ചൂടും പൊടിയുമായിരുന്നു.ആനകളുടെ ശല്യവുമുണ്ട്.

“ഞാൻ മറ്റേ വഴിയിലൂടെ താഴോട്ടിറങ്ങാം!” അവൾ ഒരു ഇടവേളക്ക് ശേഷം പറഞ്ഞു. “ആനകളെ ഞാൻ പിന്നീട് സന്ദർശിക്കാം. മാത്രമല്ല, എനിക്ക് മൂന്നാമത്തെ സമചതുരത്തിൽ കടന്നുചെല്ലുകയും വേണം!”

ഈ ഒഴികഴിവ് പറഞ്ഞ് ആലീസ് കുന്നിന്റെ അടിവാരത്തിലേക്ക് ഓടി. ആറ് അരുവികളിൽ ആദ്യത്തെ അരുവി അവൾ ചാടിക്കടന്നു.

“ദയവായി ടിക്കറ്റുകൾ കാണിക്കൂ!” ജനാലയിലൂടെ തല കാണിച്ച് കൊണ്ട് ഗാർഡ് ചോദിച്ചു. ഒരു നിമിഷത്തിനുള്ളിൽ ഓരോരുത്തരും ഓരോ ടിക്കറ്റെടുത്ത് നീട്ടി. അവർക്ക് സാധാരണ മനുഷ്യരുടെ വലിപ്പംതന്നെ ഉണ്ടായിരുന്നു. വണ്ടിയിൽ ആളുകൾ നിറഞ്ഞിട്ടുള്ളതായി തോന്നി.

‘‘കുട്ടീ നിന്റെ ടിക്കറ്റ് കാണിക്കൂ’’ ആലീസിന്റെ മുഖത്തേക്ക് കോപത്തോടെ നോക്കിക്കൊണ്ട് ഗാർഡ് ചോദിച്ചു. ഒരുപാട് ശബ്ദങ്ങൾ (ഒരു സംഘഗാനവുമായി സാമ്യമുണ്ടെന്ന് ആലീസ് വിചാരിച്ചു) ഒന്നിച്ച് പറഞ്ഞു. “കുട്ടി അയാളെ കാത്ത് നിർത്തരുത്! അയാളുടെ ഒരു മിനിറ്റ് സമയത്തിന് ആയിരം പൗണ്ടിന്റെ വിലയുണ്ട്.”

“എന്റെ കൈയിൽ ടിക്കറ്റില്ല” ആലീസ് ഭയത്തോടെ പറഞ്ഞു. “ഞാൻ വരുന്ന സ്ഥലത്ത് ടിക്കറ്റ് ഓഫീസ് ഉണ്ടായിരുന്നില്ല.” വീണ്ടും സംഘഗാനം തുടർന്നു. ‘‘അവൾ വരുന്ന സ്ഥലത്ത് ഒരു ടിക്കറ്റ് ഓഫീസിനുള്ള സ്ഥലമില്ല. അവിടെ ഒരിഞ്ച് സ്ഥലത്തിന് ആയിരം പൗണ്ട് വിലയുണ്ട്.’’

‘‘ഒഴികഴിവുകൾ പറയരുത് ഗാർഡ് പറഞ്ഞു. ‘‘എൻജിൻ ഡ്രൈവറുടെ പക്കൽനിന്നും നീ ഒരെണ്ണം വാങ്ങണമായിരുന്നു.’’ ഒരിക്കൽകൂടി സംഘഗാനം ഇങ്ങനെ തുടർന്നു. “എൻജിൻ ഓടിക്കുന്ന മനുഷ്യന്റെ കൈയിൽനിന്നോ? എന്തിന്? ഈ പുകയ്ക്ക് മാത്രം ഒറ്റ വലിക്ക് ആയിരം പൗണ്ടിന്റെ വിലയുണ്ട്!”

ആലീസ് ആലോചിച്ചു. അപ്പോൾ സംസാരിക്കുന്നതുകൊണ്ട് പ്രയോജനമില്ല. ഈ പ്രാവശ്യം അവൾ സംസാരിക്കാത്തതുകൊണ്ട് ശബ്ദങ്ങൾ കൂട്ടിനുണ്ടായിരുന്നില്ല. പക്ഷേ, അവളെ അത്ഭുതപ്പെടുത്തിക്കൊണ്ട് അവർ കൂട്ടത്തോടെ ചിന്തിച്ചു. (സംഘഗാനം പോലെ ചിന്തിക്കുന്നതിന്റെ അർത്ഥം നിങ്ങൾക്ക് മനസ്സിലാകുമെന്ന് ഞാൻ പ്രതീക്ഷിക്കുന്നു- എനിക്ക് ആ കാര്യം അറിയില്ലെന്ന് ഞാൻ സമ്മതിക്കുന്നു). ഒന്നും പറയാതിരിക്കുന്നതാണ് കൂടുതൽ നല്ലത്. ഓരോ

വാക്കിനും ആയിരം പൗണ്ട് വിലയുണ്ട്!

ഇന്ന് രാത്രിയിൽ ആയിരം പൗണ്ടിനെപ്പറ്റി ഞാൻ സ്വപ്നം കാണും. സ്വപ്നം കാണുമെന്ന് എനിക്ക് അറിയാം. ആലീസ് വിചാരിച്ചു.

ഈ സമയം മുഴുവൻ ആദ്യം ഒരു ദൂരദർശിനിയിലൂടെയും അതിനുശേഷം ഒരു സൂക്ഷ്മദർശിനിയിലൂടെയും അതിനുശേഷം ഒരു ഇരട്ടക്കുഴൽക്കണ്ണാടിയിലൂടെയും ഗാർഡ് അവളെത്തന്നെ നോക്കിക്കൊണ്ടിരിക്കുകയായിരുന്നു. ഒടുവിൽ അയാൾ പറഞ്ഞു. "നീ വഴി തെറ്റിയാണ് സഞ്ചരിക്കുന്നത്" പിന്നീട് അയാൾ ജനാല അടച്ചതിന് ശേഷം സ്ഥലം വിട്ടു.

"എത്ര ചെറിയ കുട്ടി." അവളുടെ എതിർവശത്ത് ഇരുന്നിരുന്ന മാന്യൻ പറഞ്ഞു (അയാൾ വെള്ളക്കടലാസ് കൊണ്ടുള്ള വേഷമാണ് ധരിച്ചിരുന്നത്).

അവൾക്ക് സ്വന്തം പേര് അറിയില്ലെങ്കിലും, ഏത് വഴിക്കാണ് പോകുന്നതെന്ന് അവൾ നിശ്ചയമായും അറിഞ്ഞിരിക്കേണ്ടതാണ്!

വെളുത്ത വേഷത്തിൽ ആ മാന്യന്റെ തൊട്ടടുത്ത് ഇരുന്നിരുന്ന ഒരു കോലാട് കണ്ണടച്ച് കൊണ്ട് ഉറക്കെപ്പറഞ്ഞു. "അവൾക്ക് അക്ഷരങ്ങൾ അറിഞ്ഞില്ലെങ്കിലും ടിക്കറ്റ് ഓഫീസിലേക്കുള്ള വഴി അവൾ നിശ്ചയമായും അറിഞ്ഞിരിക്കേണ്ടതാണ്!"

കോലാടിന്റെ തൊട്ടടുത്തായി ഒരു കരിവണ്ട് ഇരിക്കുന്നുണ്ടായിരുന്നു (അത് വളരെ വിചിത്രമായ യാത്രക്കാർ തിങ്ങിനിറഞ്ഞ ഒരു വണ്ടിയായിരുന്നു). ഒരാൾക്ക് ശേഷം വേണം അടുത്തയാൾ സംസാരിക്കാൻ എന്ന് നിയമം ഉള്ളതുപോലെ കരിവണ്ട് പറഞ്ഞു. "അവൾക്ക് ഭാണ്ഡക്കെട്ടായി തിരിച്ച് പോകേണ്ടിവരും!"

കരിവണ്ടിന്റെ അപ്പുറത്ത് ഇരുന്നിരുന്നത് ആരാണെന്ന് ആലീസിന് കാണാൻ കഴിഞ്ഞിരുന്നില്ല. പക്ഷേ, പിന്നീട് കേട്ടത് കുതിരയുടെ ശബ്ദമായിരുന്നു. "എൻജിൻ മാറട്ടെ–" ഇവിടെവെച്ച് കുതിരയ്ക്ക് തൊണ്ട അടഞ്ഞുപോയതുകൊണ്ട് സംസാരം വേണ്ടെന്ന് തീരുമാനിക്കേണ്ടി വന്നു.

കേട്ടിട്ട് ഒരു കുതിരയുടെ ശബ്ദം പോലെ തോന്നുന്നു. ആലീസ് മനസ്സിൽ വിചാരിച്ചു. ആ സമയത്ത് വളരെ ചെറിയ ഒരു ശബ്ദം അവളുടെ ചെവിയുടെ അടുത്തുവന്ന് പറഞ്ഞു. "നിനക്ക് അതിൽനിന്ന് ഒരു ഫലിതം സൃഷ്ടിക്കാം. കുതിരയും (Horse) തൊണ്ടയടപ്പും (hoarse) ചേർന്നുള്ള ഒരു ഫലിതം. നിനക്ക് അറിയില്ലെ?"

പിന്നീട് മാന്യമായ ഒരു ശബ്ദം ദൂരത്തുനിന്ന് പറഞ്ഞു. "അവളുടെ പുറത്ത് പെൺകുട്ടി - ശ്രദ്ധിക്കുക (Lass -with care) എന്ന ലേബൽ പതിക്കണം. അറിയില്ലേ?"

അതിനുശേഷം മറ്റ് ശബ്ദങ്ങൾ തുടർന്നുകൊണ്ടിരുന്നു. (ഈ വണ്ടിക്കുള്ളിൽ എന്തുമാത്രം ആളുകളുണ്ട്! ആലീസ് വിചാരിച്ചു). "അവളെ തപാലിൽ അയയ്ക്കാം, അവൾക്ക് ഒരു തലയുള്ളതുകൊണ്ട്

അവളെ ഒരു സന്ദേശമായി ടെലഗ്രാഫ് വഴി അയയ്ക്കാം- ബാക്കി വഴി അവൾ ഒറ്റയ്ക്ക് ട്രെയിൻ വലിച്ചുകൊണ്ട് പോകേണ്ടിവരും"- അങ്ങനെ ആ ശബ്ദങ്ങൾ തുടർന്നുകൊണ്ടിരുന്നു.

പക്ഷേ, വെള്ളക്കടലാസ് കൊണ്ടുള്ള വേഷം ധരിച്ച മാന്യൻ മുന്നോട്ട് കുനിഞ്ഞ് ആലീസിന്റെ ചെവിയിൽ പറഞ്ഞു. "അവർ പറയുന്നതൊന്നും കാര്യമാക്കേണ്ട. പക്ഷേ, ട്രെയിൻ നിർത്തുന്ന സമയത്തെല്ലാം തിരിച്ച് പോകാനുള്ള ടിക്കറ്റ് എടുത്തുകൊള്ളണം."

ആലീസ് അക്ഷമയോടെ പറഞ്ഞു. "ഒരിക്കലും ഞാൻ എടുക്കില്ല. ഞാൻ ഈ ട്രെയിൻ യാത്രയിൽ ഉള്ള ആളല്ല. ഞാൻ അല്പം മുമ്പ് ഒരു കാട്ടിലായിരുന്നു. എനിക്ക് അവിടെ തിരിച്ച് പോകാൻ കഴിയണമെന്നാണ് ആഗ്രഹം."

അവളുടെ ചെവിയുടെ അടുത്തുനിന്നുള്ള ചെറിയശബ്ദം പറഞ്ഞു. "അതുകൊണ്ട് നിനക്ക് കഴിയുമെങ്കിൽ ഒരു ഫലിതം ഉണ്ടാക്കാം. (you would if you could) മനസ്സിലായില്ലേ?"

"എന്നെ ഇങ്ങനെ കളിയാക്കരുത്." ആലീസ് ശബ്ദംവരുന്നത് എവിടെനിന്നാണെന്നറിയാൻ പാഴ് ശ്രമം നടത്തിക്കൊണ്ട് പറഞ്ഞു. "ഒരു ഫലിതം ഉണ്ടാക്കാൻ നിനക്ക് അത്രയും ആകാംക്ഷയുണ്ടെങ്കിൽ നിനക്ക് എന്തുകൊണ്ട് സ്വന്തമായി ഒരു ഫലിതം ഉണ്ടാക്കിക്കൂടേ?"

ചെറിയ ശബ്ദം ആഴത്തിൽ നെടുവീർപ്പിട്ടു. നിശ്ചയമായും അത് ദുഃഖത്തിലായിരുന്നു. മറ്റ് ആളുകളെപ്പോലെ അത് നെടുവീർപ്പിട്ടിരുന്നെങ്കിൽ താൻ അതിനെ സാന്ത്വനപ്പെടുത്തുന്ന എന്തെങ്കിലുമൊക്കെ പറയുമായിരുന്നു. ആലീസ് വിചാരിച്ചു. പക്ഷേ, ഇത് അത്ഭുതപ്പെടുത്തുന്ന തരത്തിൽ വളരെ ചെറിയ ഒരു നെടുവീർപ്പായിരുന്നു. അവളുടെ ചെവിയുടെ തൊട്ടടുത്ത് നിന്ന് വന്നിരുന്നില്ലെങ്കിൽ ആലീസ് പോലും ആ നെടുവീർപ്പ് കേൾക്കാൻ ഇടയില്ല. ഈ ചെറിയ ശബ്ദം കേട്ട് അവൾക്ക് ഇക്കിളിതോന്നിയത് കൊണ്ട് ആ പാവം ജീവിയുടെ ദുഃഖത്തിൽ നിന്നും അവളുടെ ആലോചന അകന്നുപോയി.

"നീ ഒരു നല്ല ചങ്ങാതിയാണെന്ന് എനിക്കറിയാം." ചെറിയശബ്ദം സംസാരം തുടർന്നു. "വളരെ വേണ്ടപ്പെട്ട ഒരു പഴയ ചങ്ങാതി. ഞാൻ ഒരു പ്രാണിയാണെങ്കിലും നീ എന്നെ വേദനിപ്പിക്കില്ലെന്ന് എനിക്കറിയാം."

"എന്ത് തരം പ്രാണിയാണ്." അല്പം ആകാംക്ഷയോടെ ആലീസ് അന്വേഷിച്ചു. അത് കുത്തുന്നപ്രാണിയാണോ എന്ന് അറിയാനായിരുന്നു സത്യത്തിൽ അവൾ ഉദ്ദേശിച്ചത്. പക്ഷേ, അങ്ങനെ ചോദിക്കുന്നത് മര്യാദയല്ലെന്ന് അവൾക്ക് തോന്നി.

"അപ്പോൾ നിനക്ക് എന്നെ" - ചെറിയശബ്ദം വീണ്ടും സംസാരിക്കാൻ തുടങ്ങിയ സമയത്ത് എൻജിനിൽ നിന്നും പുറത്തുവന്ന ഒരു തുളച്ച് കയറുന്ന നിലവിളിയിൽ എല്ലാവരും മുങ്ങിപ്പോയി. ആലീസ് ഉൾപ്പെടെ എല്ലാവരുംകൂടി പരിഭ്രമിച്ച് ചാടി എഴുന്നേറ്റു.

ജനാലയിലൂടെ തല പുറത്തേക്ക് നീട്ടിയിരുന്ന കുതിര തല അകത്തേക്ക് വലിച്ചുകൊണ്ട് പറഞ്ഞു. "അത് നമ്മൾ ഒരു അരുവി ചാടിക്കടന്നതാണ്" അതുകേട്ട് എല്ലാവരും തൃപ്തിപ്പെട്ടതു പോലെ തോന്നി. ട്രെയിനുകൾ ചാടുന്നതിനെപ്പറ്റി ഓർത്തപ്പോൾ ആലീസിന് അല്പം ധൈര്യക്കുറവ് അനുഭവപ്പെട്ടു. എന്തായാലും ഇത് നമ്മളെ നാലാമത്തെ സമചതുരത്തിൽ എത്തിക്കും. അത് എന്തായാലും ഒരു സമാധാനമാണ്! അവൾ മനസ്സിൽ പറഞ്ഞു. അടുത്ത നിമിഷത്തിൽ തീവണ്ടി അന്തരീക്ഷത്തിലേക്ക് ഉയരുന്നതായി അവൾക്ക് അനുഭവപ്പെട്ടു. വെപ്രാളത്തിനിടയിൽ അവൾ കൈയെത്തിയ വസ്തുവിൽ കയറിപ്പിടിച്ചു. അത് പക്ഷേ, കോലാടിന്റെ താടിയായിപ്പോയി.

പക്ഷേ, അവൾ താടിയിൽ പിടിച്ച സമയത്ത് തന്നെ അത് ഉരുകിപ്പോകുന്നതായി തോന്നി. താൻ ഒറ്റയ്ക്ക് ഒരു മരത്തിന്റെ ചുവട്ടിൽ ഇരിക്കുകയാണെന്ന് അവൾക്ക് മനസ്സിലായി. ഈ സമയത്ത് കൊതുക് (അവൾ സംസാരിച്ചുകൊണ്ടിരുന്ന പ്രാണി ഈ കൊതുകായിരുന്നു) അവളുടെ തലയ്ക്ക് മുകളിലുള്ള ഒരു ചുള്ളിക്കമ്പിൽ കയറിയിരുന്ന് അതിന്റെ ചിറകുകൾകൊണ്ട് അവളെ വീശിക്കൊണ്ടിരുന്നു.

അത് നിശ്ചയമായും ഒരു വളരെ വലിയ കൊതുകായിരുന്നു. ഒരു കോഴിക്കുഞ്ഞിന്റെ വലിപ്പം ഉണ്ട്. ആലീസ് വിചാരിച്ചു. അവർ വളരെ നേരമായി സംസാരിച്ചിരുന്നതുകൊണ്ട് അവൾക്ക് പരിഭ്രമം തോന്നിയിരുന്നില്ല. "അപ്പോൾ നിനക്ക് എല്ലാത്തരം പ്രാണികളേയും ഇഷ്ടമല്ല." ഒന്നും തന്നെ സംഭവിച്ചിട്ടില്ലാത്തതുപോലെ കൊതുക് സംസാരം തുടർന്നു.

"അവർക്ക് സംസാരിക്കാൻ കഴിയുമെങ്കിൽ അവരെ എനിക്ക് ഇഷ്ടമാണ്." ആലീസ് പറഞ്ഞു. "ഞാൻ വരുന്ന രാജ്യത്ത് അവരിൽ ഒരാൾ പോലും ഒരിക്കലും സംസാരിച്ചിട്ടില്ല."

"അപ്പോൾ നിങ്ങൾ വരുന്ന രാജ്യത്ത് ഏത് തരം പ്രാണികളോടൊപ്പമാണ് നിങ്ങൾ ആഹ്ലാദിക്കുന്നത്?" കൊതുക് അന്വേഷിച്ചു.

"ഞാൻ പ്രാണികളുടെ കൂടെ ആഹ്ലാദിക്കാറില്ല." ആലീസ് വിശദീകരിച്ചു. കാരണം കുറഞ്ഞപക്ഷം വലിപ്പം കൂടിയ പ്രാണികളോടെങ്കിലും എനിക്ക് ഭയമാണ്. "പക്ഷേ, അവരിൽ ചിലരുടെയൊക്കെ പേര് എനിക്ക് നിന്നോട് പറയാൻ കഴിയും."

"നിശ്ചയമായും പേര് വിളിച്ചാൽ അവർ വിളി കേൾക്കും." കൊതുക് ഒഴുക്കൻ മട്ടിൽ മറുപടി പറഞ്ഞു.

"എനിക്ക് ആ കാര്യം അറിയില്ലായിരുന്നു."

"വിളിച്ചാൽ വിളികേട്ടില്ലെങ്കിൽ പേരുള്ളതുകൊണ്ട് അവർക്ക് എന്ത് പ്രയോജനമാണുള്ളത്?" കൊതുക് ചോദിച്ചു.

"അവർക്ക് പ്രയോജനമില്ല." ആലീസ് പറഞ്ഞു. "പക്ഷേ, അവർക്ക് പേരിടുന്ന മനുഷ്യർക്ക് പ്രയോജനമുണ്ടെന്നാണ് എനിക്ക് തോന്നുന്നത്. അല്ലെങ്കിൽ എല്ലാ വസ്തുക്കൾക്കും പേര് എന്തിനാണ്?"

"എനിക്കറിയില്ല." കൊതുക് മറുപടിപറഞ്ഞു. "ദൂരെയുള്ള ആ കാട്ടിൽ അവർക്ക് പേരില്ല - എന്തായാലും നിന്റെ പ്രാണികളുടെ പട്ടിക കേൾക്കട്ടെ. സമയം വെറുതെ കളയേണ്ട." ആലീസ് പേരുകൾ വിരലിൽ എണ്ണിക്കൊണ്ട് പറയാൻ തുടങ്ങി. "ശരി, അവിടെ പച്ചക്കുതിരയുണ്ട്."

"ശരി," കൊതുക് പറഞ്ഞു. "ആ കുറ്റിക്കാടിന്റെ ഉള്ളിലേക്ക് നോക്കിയാൽ നിനക്ക് ആടുന്ന പച്ചക്കുതിരയെ കാണാം. അത് പൂർണ്ണമായും തടികൊണ്ട് നിർമ്മിച്ചതാണ്. ഒരു കൊമ്പിൽ നിന്ന് മറ്റൊരു കൊമ്പിലേക്ക് അത് ആടിക്കൊണ്ടുതന്നെ ചാടിക്കയറും."

"എന്താണ് അത് ഭക്ഷിക്കുന്നത്?" ആലീസ് ജിജ്ഞാസയോടെ ചോദിച്ചു.

"അറക്കപ്പൊടിയും മരത്തിന്റെ നീരും." കൊതുക് പറഞ്ഞു. "പട്ടികയിൽ ബാക്കിയുള്ളവരുടെ പേര് പറയൂ."

"അവിടെ പറപ്പാറ്റയുണ്ട്."

"നിന്റെ തലയ്ക്ക് മുകളിലുള്ള കൊമ്പിലേക്ക് നോക്കൂ." കൊതുക് പറഞ്ഞു. "അവിടെ നിനക്ക് ഒരു തീ പറപ്പാറ്റയെക്കാണാം. അതിന്റെ ശരീരം കുരുവില്ലാമുന്തിരിങ്ങകൊണ്ട് നിർമ്മിച്ചതാണ്. അതിന്റെ ചിറകുകൾ ദിവ്യ ഇലകളാണ്. അതിന്റെ തലയിൽ തീ പുകഞ്ഞു കൊണ്ടിരിക്കും."

"എന്താണ് അത് ഭക്ഷിക്കുന്നത്?"

"സൂപ്പും ഇറച്ചി പലഹാരങ്ങളും." കൊതുക് പറഞ്ഞു. "അത് കൂടുണ്ടാക്കുന്നത് ക്രിസ്മസ് കൂടിനകത്താണ്."

തലയിൽ തീ കത്തിക്കൊണ്ടിരുന്ന പ്രാണിയെ അല്പസമയം നോക്കിക്കൊണ്ട് നിന്നതിനു ശേഷം ആലീസ് പറഞ്ഞു. "അടുത്തതായി അവിടെ ചിത്രശലഭം ഉണ്ട്." തീപറപ്പാറ്റയെ നോക്കി നില്ക്കുമ്പോൾ അവൾ സ്വയം വിചാരിച്ചു. പ്രാണികൾ മെഴുകുതിരിയോട് അമിതമായ ആസക്തി പ്രകടിപ്പിക്കുന്നതിന്റെ കാരണം അവർക്ക് തീ പറപ്പാറ്റയാകാൻ ആഗ്രഹമുള്ളതുകൊണ്ടാവാം.

"നിന്റെ കാലിന് താഴെ ഒരു റൊട്ടി വെണ്ണപൂച്ചി ഇഴയുന്നത് നീ കണ്ടോ? അതിന്റെ ചിറകുകൾ വെണ്ണ പുരട്ടിയ കനം കുറഞ്ഞ റൊട്ടിക്കഷണങ്ങളാണ്. അതിന്റെ ശരീരം പരുപരുത്തതാണ്. തല ഒരു പഞ്ചസാരക്കട്ടയാണ്."

"അതിന്റെ ഭക്ഷണം എന്താണ്?"

"കടുപ്പം കുറഞ്ഞ ചായയും പാൽപ്പാടപലഹാരങ്ങളും."

ആലീസിന്റെ തലയിൽ ഒരു പുതിയ പ്രശ്നം ഉദിച്ചു. "അത്തരം ആഹാരം അതിന് കണ്ടെത്താൻ കഴിയുന്നില്ലെങ്കിൽ?" ആലീസ് ആലോചനയ്ക്കൊടുവിൽ അഭിപ്രായം ചോദിച്ചു.

"അപ്പോൾ നിശ്ചയമായും അത് ചത്തുപോകും."

"പക്ഷേ, മുറയ്ക്ക് അങ്ങനെ സംഭവിക്കുന്നുണ്ടാവും." ആലീസ് പറഞ്ഞു.

"എപ്പോഴും അങ്ങനെ സംഭവിക്കാറുണ്ട്." കൊതുക് മറുപടി പറഞ്ഞു.

അതിനുശേഷം ഒന്ന് രണ്ട് മിനിറ്റ് സമയം ആലീസ് ആലോചനയിൽ മുഴുകി. ഈ സമയത്ത് കൊതുക് മൂളിപ്പാട്ടുംപാടി അവളുടെ തലയ്ക്ക് ചുറ്റും കറങ്ങി നടന്ന് സ്വയം സന്തോഷിച്ചു. ഒടുവിൽ ഒരിടത്ത് ഇരുന്നതിന് ശേഷം കൊതുക് ചോദിച്ചു. "നിനക്ക് നിന്റെ പേരു നഷ്ടപ്പെടുത്തണമെന്ന് ആഗ്രഹം ഇല്ലെന്നാണ് ഞാൻ വിചാരിക്കുന്നത്?"

"തീർച്ചയായും ഇല്ല." ആലീസ് അല്പം ആകാംക്ഷയോടെ പറഞ്ഞു.

കൊതുക് അലക്ഷ്യമായി സംസാരം തുടർന്നു. "പക്ഷേ, പേരില്ലാതെ നിനക്ക് വീട്ടിൽ പോകാൻ കഴിഞ്ഞിരുന്നെങ്കിൽ എന്തെല്ലാം സൗകര്യങ്ങൾ ലഭിക്കുമെന്ന് ഞാൻ ആലോചിച്ച് പോകുന്നതിന്റെ കാരണം എന്താണെന്ന് എനിക്ക് അറിയില്ല. ഉദാഹരണത്തിന് നിന്റെ വീട്ടിലെ അദ്ധ്യാപികയ്ക്ക് നിന്നെ പഠിക്കാൻ വിളിക്കണമെന്ന് വിചാരിക്കുക. അവർ വിളിച്ച് പറയും. ഇവിടെ വരൂ. ഇത്രയും പറഞ്ഞ് അവർക്ക് വിളി അവസാനിപ്പിക്കേണ്ടിവരും. കാരണം ബാക്കി വിളിച്ച് പറയാൻ നിനക്ക് പേരില്ലല്ലോ! അതുകൊണ്ട് നിശ്ചയമായും നിനക്ക് പോകേണ്ടിവരില്ല. മനസ്സിലായില്ലേ!"

"അങ്ങനെ ഒരിക്കലും സംഭവിക്കില്ലെന്ന് എനിക്ക് ഉറപ്പാണ്." ആലീസ് പറഞ്ഞു. "അവർ ഒരിക്കലും ഈ കാരണംകൊണ്ട് എന്നെ പഠിപ്പിക്കാതിരിക്കില്ല. അവർക്ക് എന്റെ പേര് ഓർക്കാൻ കഴിഞ്ഞില്ലെങ്കിൽ അവർ എന്നെ വിട്ടുജോലിക്കാർ വിളിക്കുന്നതുപോലെ മിസ് കുമാരി എന്ന് വിളിക്കും."

കൊതുക് പറഞ്ഞു. "ശരി അവർ മിസ് എന്ന് പറഞ്ഞ് നിർത്തിയാൽ നിശ്ചയമായും നിനക്ക് പാഠങ്ങൾ പഠിക്കാനുള്ള അവസരം നഷ്ടപ്പെടുത്താം. (miss= അവസരം നഷ്ടപ്പെടുക) അതൊരു ഫലിതമാണ്. നിനക്ക് മനസ്സിലായെന്ന് ഞാൻ വിചാരിക്കുന്നു."

"എനിക്ക് മനസ്സിലായെന്ന് നീ എന്തിനാണ് വിചാരിക്കുന്നത്." ആലീസ് പറഞ്ഞു. "അതൊരു നിലവാരമില്ലാത്ത ഫലിതമാണ്."

പക്ഷേ, അത് കേട്ടപ്പോൾ കൊതുക് ആഴത്തിലൊരു ദീർഘനിശ്വാസം വിട്ടു. അതിന്റെ കവിളുകളിലൂടെ രണ്ട് വലിയകണ്ണുനീർത്തുള്ളികൾ ഒഴുകിയിറങ്ങി.

ആലീസ് പറഞ്ഞു. "നിനക്ക് ഇത്രമാത്രം ദുഃഖം ഉണ്ടാകുമെങ്കിൽ നീ ഒരിക്കലും ഫലിതം പറയരുത്."

അതിനുശേഷം വീണ്ടും ദുഃഖം കലർന്ന ഒരു നെടുവീർപ്പ്. ഈ പ്രാവശ്യം നെടുവീർപ്പിനൊപ്പം പാവം കൊതുക് സ്വയം അകന്ന് പോകുന്നതായി തോന്നി. കാരണം ആലീസ് തല ഉയർത്തിയപ്പോൾ മരക്കൊമ്പിൽ യാതൊന്നും തന്നെ കാണാൻ ഉണ്ടായിരുന്നില്ല. വളരെ നേരം മരച്ചുവട്ടിൽ ഇരുന്നതുകൊണ്ട് അവൾക്ക് തണുത്ത് വിറയ്ക്കുന്നു

ണ്ടായിരുന്നു. അതുകൊണ്ട് അവൾ അവിടെനിന്ന് എഴുന്നേറ്റ് നടന്നു.

പെട്ടെന്ന് തന്നെ അവൾ ഒരു തുറസ്സായ സ്ഥലത്ത് എത്തിച്ചേർന്നു. അതിന്റെ മറുവശത്ത് ഒരു കാട്ടുപ്രദേശമായിരുന്നു. അത് ഒടുവിൽ കണ്ടതിനേക്കാൾ കൂടുതൽ ഇരുണ്ട ഒരു കാടാണെന്ന് തോന്നി. അതിനുള്ളിൽ കടക്കാൻ ആലീസിന് ചെറിയതോതിൽ ധൈര്യക്കുറവ് തോന്നി. എന്തായാലും രണ്ടാമത്തെ ആലോചനയിൽ കാട്ടിലേക്ക് പോകാൻതന്നെ അവൾ മനസ്സിൽ ഉറപ്പിച്ചു. എന്തായാലും ഞാൻ തിരിച്ച് പോകില്ല. എട്ടാമത്തെ ചതുരത്തിലേക്കുള്ള ഏകവഴി ഇതുമാത്രമാണെന്ന് അവൾ സ്വയം വിചാരിച്ചു.

ആലോചനയ്ക്കിടയിൽ അവൾ ആത്മഗതം പറഞ്ഞു. "വസ്തുക്കൾ ക്കൊന്നും പേരില്ലാത്തത് ഈ കാട്ടിനുള്ളിലാവും. ഞാൻ ഇതിനുള്ളിൽ പോയാൽ എന്റെ പേരിന് എന്ത് സംഭവിക്കുമെന്നാണ് ഞാൻ അത്ഭുതപ്പെടുന്നത്. അവർക്ക് മറ്റൊരു പേർ എനിക്ക് തരേണ്ടിവരുമെന്ന് ഉറപ്പുള്ളതുകൊണ്ട്, എന്റെ പേർ നഷ്ടപ്പെടുന്നത് എനിക്ക് ഒട്ടുംതന്നെ ഇഷ്ടമല്ല. അവർ രണ്ടാമത് തരുന്നപേർ ഒരു വൃത്തികെട്ട പേരായിരിക്കു മെന്ന് ഏകദേശം ഉറപ്പാണ്. പക്ഷേ, അപ്പോൾ എന്റെ പഴയ പേരുള്ള ജീവിയെ കണ്ടുപിടിക്കാൻ ഭയങ്കര രസമായിരിക്കും! അത് നായകളെ കാണാതാകുമ്പോൾ ആളുകൾ പരസ്യം ചെയ്യുന്നതിന് തുല്യമാണ് - "ഡാഷ് എന്ന് വിളിച്ചാൽ വിളികേൾക്കും. കഴുത്തിൽ പിത്തള കഴുത്തു പട്ട ചുറ്റിയിട്ടുണ്ട്." എവിടെ നിന്നെങ്കിലും ഒരു മറുപടി കിട്ടുന്നതുവരെ, കണ്ടുമുട്ടുന്ന എന്തിനേയും ആലീസ് എന്ന് വിളിച്ച് നോക്കുന്നതായി നിങ്ങൾക്ക് സങ്കല്പിക്കാൻ കഴിയുന്നുണ്ടോ! അവർക്ക് വിവേകമുണ്ടെ ങ്കിൽ ഒരിക്കലും അവർ മറുപടി പറയുകയില്ലെന്ന് ഉറപ്പാണ്"

കാട്ടിലെത്തുന്നതുവരെ അവൾ ഇങ്ങനെ പലതും പറഞ്ഞുകൊണ്ടി രുന്നു. കാട്ടിനുള്ളിൽ നിഴലും തണുപ്പും ഉള്ളതായി തോന്നി. ശരി, എന്തായാലും ഇത് വലിയ ആശ്വാസമായി. മരങ്ങൾക്കിടയിൽ നിന്ന് കൊണ്ട് അവൾ പറഞ്ഞു. "വലിയ ചൂടിൽ നിന്ന് ഇവിടേക്ക് കടന്നുവരു മ്പോൾ – എവിടേക്ക് കടന്ന് വരുമ്പോൾ– എവിടേക്ക് കടന്ന് വരുമ്പോൾ?" ശരിയായ വാക്ക് ആലോചിക്കാൻ കഴിയാത്തതിൽ അത്ഭുതപ്പെട്ടുകൊണ്ട് അവൾ വീണ്ടും വീണ്ടും പറഞ്ഞു. "ഞാൻ ഉദ്ദേശിച്ചത് ഇതിനിടയിൽ - ഇതിനിടയിൽ - ഇതിനിടയിൽ." ഒടുവിൽ മരത്തിൽ കൈതൊട്ടുകൊണ്ട് അവൾ പറഞ്ഞു. "ഇതിനിടയിൽ – ഇതിന് പറയുന്നതെന്താണെന്ന് ഞാൻ അത്ഭുതപ്പെടുന്നു. എന്റെ വിശ്വാസം ഇതിന് പേരില്ലെന്നാണ്. എന്തിന്? ഇതിന്- ഇതിന് പേരില്ലെന്ന് എനിക്ക് ഉറപ്പുണ്ട്."

ഒരു മിനിറ്റ് സമയം അവൾ ആലോചിച്ചുകൊണ്ട് നിന്നു. പിന്നീട് അവൾ പെട്ടെന്ന് സംസാരം വീണ്ടും ആരംഭിച്ചു. "എന്തായാലും അപ്പോൾ യഥാർത്ഥത്തിൽ അത് സംഭവിച്ചിരിക്കുന്നു. ഇനി ഇപ്പോൾ ഞാൻ ആരാണ്? എനിക്ക് ഓർക്കാൻ കഴിയുമോ എന്ന് നോക്കട്ടെ! ഞാൻ നിശ്ചയമായും ഓർത്തെടുക്കും!'' പക്ഷേ, ആ തീരുമാനംകൊണ്ട്

അവൾക്ക് വലിയ പ്രയോജനമൊന്നും ഉണ്ടായില്ല. ഒരുപാട് കുഴഞ്ഞ് മറിഞ്ഞ ആലോചനകൾക്കുശേഷം അവൾക്ക് ആകെ പറയാൻ കഴിഞ്ഞത് അത് തുടങ്ങുന്നത് മ എന്ന അക്ഷരത്തിലാണെന്ന് എനിക്ക് അറിയാം! എന്ന് മാത്രമായിരുന്നു.

ആ സമയത്ത് അലഞ്ഞു തിരിഞ്ഞിരുന്ന ഒരു മാൻകുട്ടി അവിടെ വന്നുചേർന്നു. മാൻകുട്ടി അതിന്റെ വലിയ കണ്ണുകൾകൊണ്ട് ആലീസിനെ നോക്കി. അതിന് അല്പം പോലും ഭയം ഉള്ളതായി തോന്നിയില്ല. കൈനീട്ടി അതിനെ തഴുകാൻ ശ്രമിക്കുന്നതിനിടയിൽ ആലീസ് പറഞ്ഞു. "വരൂ! വരൂ!" പക്ഷേ, അത് അല്പം പിന്നോട്ട് നീങ്ങിക്കൊണ്ട് വീണ്ടും ആലീസിനെ നോക്കിക്കൊണ്ട് വെറുതെനിന്നു.

"നീ നിന്നെ വിളിക്കുന്നതെന്താണ്?" ഒടുവിൽ മാൻകുട്ടി ചോദിച്ചു. അതിന്റെ ശബ്ദം അങ്ങേയറ്റം മൃദുവായിരുന്നു.

"എനിക്ക് അത് അറിയാമായിരുന്നെങ്കിൽ എന്ന് ഞാൻ ആഗ്രഹിച്ച് പോകുന്നു!" പാവം ആലീസ് വിചാരിച്ചു. അവൾ ദുഃഖത്തോടെ മറുപടി പറഞ്ഞു. "ഒന്നുമില്ല."

"അങ്ങനെയാവാൻ വഴിയില്ല. വീണ്ടും ആലോചിച്ച് നോക്കൂ!" മാൻകുട്ടി പറഞ്ഞു.

ആലീസ് ആലോചിച്ചു. പക്ഷേ, ഒന്നും പുറത്ത് വന്നില്ല. "ദയവായി നീ നിന്നെ വിളിക്കുന്നത് എന്താണെന്ന് എന്നോട് പറയൂ." അവൾ ദുഃഖത്തോടെ പറഞ്ഞു. ഒരുപക്ഷേ, അതുകൊണ്ട് ചെറിയ പ്രയോജനം കിട്ടുമായിരിക്കും.

"നീ കുറച്ച്കൂടി മുന്നോട്ട് വരാമെങ്കിൽ ഞാൻ പറഞ്ഞുതരാം." മാൻകുട്ടി പറഞ്ഞു. "ഇവിടെവെച്ച് എനിക്ക് ഓർക്കാൻ കഴിയുന്നില്ല."

അങ്ങനെ അവർ രണ്ടു പേരും കൂടി കാട്ടിലൂടെ നടന്നു. മറ്റൊരു തുറസ്സായ സ്ഥലത്ത് എത്തുന്നതുവരെ ആലീസ് സ്നേഹത്തോടെ മാൻകുട്ടിയുടെ മൃദുലമായി കഴുത്തിൽ കൈ ചുറ്റിയിരുന്നു. തുറന്ന സ്ഥലത്തെത്തിയതും മാൻകുട്ടി അന്തരീക്ഷത്തിലേക്ക് കുതിച്ച് ചാടിക്കൊണ്ട് ആലീസിന്റെ പിടിയിൽ നിന്നും സ്വയം സ്വാതന്ത്ര്യം നേടി. "ഞാനൊരു മാൻകുട്ടിയാണ്." അത് ആഹ്ലാദത്തോടെ ഉറക്കെ വിളിച്ചു പറഞ്ഞു. "എന്റെ കൂട്ടുകാരി! നീ ഒരു മനുഷ്യക്കുട്ടിയുമാണ്!" പെട്ടെന്ന് അതിന്റെ തവിട്ട് നിറമുള്ള കണ്ണുകളിൽ ഒരു അപകടസൂചനയുടെ തിളക്കം കണ്ടു. അടുത്ത നിമിഷത്തിൽ ശരം വിട്ടപോലെ മാൻകുട്ടി അവിടെനിന്ന് പാഞ്ഞുപോയി.

തന്റെ കൊച്ച് സഹയാത്രികയെ പെട്ടെന്ന് നഷ്ടപ്പെട്ടതിന്റെ വിഷമത്തിൽ ഏതാണ്ട് കരയാൻ തയ്യാറായിക്കഴിഞ്ഞിരുന്ന ആലീസ് അതിനെ കണ്ണെടുക്കാതെ നോക്കിക്കൊണ്ട് നിന്നു. "എന്തായാലും എനിക്ക് ഇപ്പോൾ എന്റെ പേരറിയാം." അവൾ പറഞ്ഞു. "അത് ആശ്വാസം തന്നെയാണ്. ആലീസ് - ആലീസ് ഞാൻ വീണ്ടും അത് മറക്കില്ല. ഇപ്പോൾ ഇതിൽ ഏത് ചൂണ്ടുപലക നോക്കിയാണ് ഞാൻ

പോകേണ്ടതെന്നാണ് എന്റെ സംശയം."

കാട്ടിലൂടെ ഒരു വഴിമാത്രമാണ് ഉണ്ടായിരുന്നത്. അതുകൊണ്ട് ഏത് വഴി എന്ന ചോദ്യം മറുപടി പറയാൻ ബുദ്ധിമുട്ടുള്ള ഒരു ചോദ്യം ആയിരുന്നില്ല. രണ്ട് ചൂണ്ടുപലകകളും ചൂണ്ടിയിരുന്നത് ഒരു വഴിക്ക് തന്നെയായിരുന്നു. ഞാൻ അത് തീരുമാനിക്കും. ആലീസ് സ്വയം പറഞ്ഞു. വഴി രണ്ടായി പിരിയുമ്പോൾ ചൂണ്ടുപലകകൾ വഴിതിരിയും.

പക്ഷേ, ഇത് സംഭവിക്കുമെന്ന് തോന്നിയില്ല. അവൾ നടന്ന് നടന്ന് വളരെ ദൂരം പോയി. പക്ഷേ, വഴി രണ്ടായി പിരിയുന്ന സ്ഥലങ്ങളിലെല്ലാം ഒരേ വഴിയിലേക്ക് ചൂണ്ടുന്ന രണ്ട് ചൂണ്ടുപലകകൾ വീതം ഉണ്ടായിരുന്നു. ഒന്നിൽ റ്റ്വീഡിൽഡംന്റെ വീട്ടിലേക്ക് എന്നും അടുത്തതിൽ റ്റ്വീഡിൽ ഡീയുടെ വീട്ടിലേക്ക് എന്നും അടയാളപ്പെടുത്തിയിരുന്നു.

ഒടുവിൽ ആലീസ് പറഞ്ഞു. "അവർ ഒരു വീട്ടിലാണ് താമസിക്കുന്ന തെന്ന് ഞാൻ വിശ്വാസിക്കുന്നു. ഇതുവരെ ഈ കാര്യം ആലോചിക്കാ തിരുന്നത് എന്തുകൊണ്ടാണെന്ന് എനിക്ക് അത്ഭുതം തോന്നുന്നു. പക്ഷേ, കൂടുതൽ സമയം എനിക്ക് അവിടെ തങ്ങാൻ പറ്റില്ല. ഞാൻ അവരോട് സുഖാന്വേഷണം നടത്തിയിട്ട് കാട്ടിൽനിന്ന് പുറത്തേക്കുള്ള വഴി അന്വേഷിക്കും. എങ്കിൽ മാത്രമേ ഇരുട്ടുന്നതിനുമുമ്പ് എട്ടാമത്തെ സമചതുരത്തിൽ എത്തിച്ചേരാൻ കഴിയുകയുള്ളൂ" ഒരു കൊടുംവളവ് തിരിയുമ്പോൾ കൊഴുത്തുതടിച്ച രണ്ട് കൊച്ച് മനുഷ്യരുടെ മുന്നിൽ ചെന്ന് പെടുന്നതുവരെ അവൾ തനിയെ സംസാരിച്ചുകൊണ്ട് അലഞ്ഞ് തിരിഞ്ഞു. പെട്ടെന്ന് അവൾക്ക് ഞെട്ടി പിന്നോട്ട് ചാടാതിരിക്കാൻ കഴിഞ്ഞില്ല. പക്ഷേ, അടുത്ത നിമിഷത്തിൽ തന്നെ അത് അവരായിരിക്കും എന്ന് ഉറപ്പ് തോന്നിയതുകൊണ്ട് അവൾ ആ ഞെട്ടലിൽനിന്നും രക്ഷനേടി.

4

റ്റ്വീഡിൽഡമ്മും റ്റ്വീഡിൽഡീയും

അവർ പരസ്പരം കഴുത്തിൽ കൈചുറ്റിക്കൊണ്ട് ഒരു മരത്തിന്റെ ചുവട്ടിൽ നില്ക്കുകയായിരുന്നു. നിമിഷനേരം കൊണ്ട് അവരിൽ ഓരോരുത്തരേയും ആലീസ് തിരിച്ചറിഞ്ഞു. കാരണം ഒരാളുടെ കോളറിൽ 'ഡം' എന്നും മറ്റയാളുടെ കോളറിൽ 'ഡീ'എന്നും തുന്നിപ്പിടിപ്പിച്ചിരുന്നു. അവൾ തനിയെ പറഞ്ഞു. രണ്ട് പേരുടേയും കോളറിന്റെ പിൻവശത്ത് റ്റ്വീഡിൽ എന്ന് തുന്നിയിട്ടുണ്ടാകുമെന്നാണ് ഞാൻ വിചാരിക്കുന്നത്"

ഒരു ചലനവുമില്ലാതെ നിശ്ശബ്ദരായി നിന്നിരുന്നതുകൊണ്ട്, അവർക്ക് ജീവനുണ്ടെന്നുള്ള കാര്യം തന്നെ അവൾ മറന്നുപോയിരുന്നു. അവരുടെ കോളറിന്റെ പിൻവശത്ത് റ്റ്വീഡിൽ എന്ന് എഴുതിയിട്ടുണ്ടോ എന്ന് പരിശോധിക്കുന്നതിനുവേണ്ടി അവൾ അവരെ പ്രദക്ഷിണം വെക്കാൻ തുടങ്ങുന്ന സമയത്ത് ഡം എന്ന് അടയാളപ്പെടുത്തിയിരിക്കുന്ന രൂപത്തിൽ നിന്ന് ഒരു ശബ്ദം പുറത്തു വന്നതുകേട്ട് അവൾ ഞെട്ടി.

"ഞങ്ങൾ മെഴുക് പ്രതിമകളാണെന്ന് വിചാരിക്കുന്നുണ്ടെങ്കിൽ നീ അതിന് പണം തരണം. മെഴുക് പ്രതിമകൾ നിർമ്മിച്ചിരിക്കുന്നത് പണം മുടക്കാതെ കാണാൻ വേണ്ടിയല്ല." അയാൾ പറഞ്ഞു.

ഡീ എന്ന് അടയാളപ്പെടുത്തിയ രൂപം കൂട്ടിച്ചേർത്തു. "മറിച്ച് ഞങ്ങൾക്ക് ജീവനുണ്ടെന്ന് വിചാരിക്കുന്നുണ്ടെങ്കിൽ നീ സംസാരിക്കുകയാണ് വേണ്ടത്"

"ഞാൻ അങ്ങേയറ്റം ഖേദിക്കുന്നു" ആലീസിന് പറയാൻ കഴിഞ്ഞത് ഈ വാചകം മാത്രമായിരുന്നു. കാരണം ആ പഴയപാട്ടിന്റെ വരികൾ അവളുടെ തലയ്ക്കുള്ളിൽ ഒരു ക്ലോക്കിന്റെ ശബ്ദംപോലെ മുഴങ്ങിക്കൊണ്ടിരിക്കുന്നുണ്ടായിരുന്നു. അവൾക്ക് അത് ഉറക്കെ പുറത്ത് ചൊല്ലാതിരിക്കാൻ കഴിഞ്ഞില്ല.

റ്റ്വീഡിൽഡമ്മും റ്റ്വീഡിൽഡീയും
വഴക്ക് കൂടാൻ കരാറായി
കാരണം റ്റ്വീഡിൽഡം റ്റ്വീഡിൽഡീയോട് പറഞ്ഞു.
"നീ എന്റെ നല്ല കിലുക്കൻ നശിപ്പിച്ചു."
അപ്പോൾ ഒരു ആനക്കാക്ക പറന്നു വന്നു
ഒരു ടാർവീപ്പപോലെ കറുത്തൊരു കാക്ക
രണ്ട് ധീരന്മാരും ഒരുപോലെ ഞെട്ടി.
വഴക്കിന്റെ കാര്യം അവർ മറന്നേപോയി.

''നീ എന്താണ് ആലോചിക്കുന്നതെന്ന് എനിക്ക് അറിയാം.'' റ്റ്വീഡിൽഡാം പറഞ്ഞു. "പക്ഷേ, അതിപ്പോൾ അങ്ങനെയല്ല."

മറിച്ച് റ്റ്വീഡിൽഡീ സംസാരം തുടർന്നു. "അത് അങ്ങനെയായിരുന്നതുകൊണ്ട് അങ്ങനെയായിരിക്കാം, അങ്ങനെയായതുകൊണ്ട് അങ്ങനെയാവും, അങ്ങനെയല്ലാത്തതുകൊണ്ട് അത് അങ്ങനെയല്ല. അതാണ് യുക്തി."

ആലീസ് അങ്ങേയറ്റം വിനയത്തോടെ പറഞ്ഞു. "ഈ കാട്ടിൽ നിന്നും പുറത്തുകടക്കാനുള്ള ഏറ്റവും നല്ല വഴി ഏതാണെന്നാണ് ഞാൻ ആലോചിച്ചുകൊണ്ടിരുന്നത്. നേരം ഇരുട്ടിക്കൊണ്ടിരിക്കുന്നു. നിങ്ങൾ ദയവായി എനിക്ക് വഴി പറഞ്ഞ് തരുമോ?"

പക്ഷേ, തടിച്ച കുള്ളന്മാർ മറുപടി പറഞ്ഞില്ല. അവർ പരസ്പരം നോക്കി പല്ലിളിച്ചു.

അവർ കാഴ്ചയിൽ രണ്ട് തടിച്ച് സ്കൂൾ കുട്ടികളെപ്പോലെയുണ്ടായിരുന്നു.

"നീ തുടങ്ങിയത് തെറ്റിച്ചാണ്." റ്റ്വീഡിൽഡം വിളിച്ച് പറഞ്ഞു. "ഒരു സന്ദർശനസമയത്ത് ആദ്യം ചെയ്യേണ്ടത് എന്തൊക്കെയുണ്ട് വിശേഷങ്ങൾ എന്ന് ചോദിച്ചുകൊണ്ട് കൈപിടിച്ച് കുലുക്കുകയാണ്." ഈ സമയത്ത് ഈ രണ്ട് സഹോദരന്മാരും പരസ്പരം തോളത്ത് കൈവെച്ച് കൊണ്ട് അവരുടെ സ്വതന്ത്രമായിരുന്ന രണ്ട് കൈകൾ കൈകൊടുക്കാൻ വേണ്ടി ആലീസിന്റെ നേർക്ക് നീട്ടി.

അവരിൽ ഒരാൾക്കും വിഷമം തോന്നരുത് എന്ന് വിചാരിച്ച് ഏതെങ്കിലും ഒരാൾക്ക് ആദ്യം കൈകൊടുക്കാൻ ആലീസ് ഇഷ്ടപ്പെട്ടില്ല. ഈ ബുദ്ധിമുട്ടിൽ നിന്ന് രക്ഷപ്പെടാനുള്ള ഏറ്റവും നല്ല വഴിയെന്ന രീതിയിൽ അവൾ രണ്ട് കൈകളിലും ഒന്നിച്ച് കയറിപ്പിടിച്ചു. അടുത്ത നിമിഷത്തിൽ അവർ എല്ലാവരും കൂടി വട്ടത്തിൽ കറങ്ങിക്കൊണ്ട് നൃത്തം ചെയ്തുകൊണ്ടിരിക്കുകയായിരുന്നു. ഇത് വളരെ സ്വാഭാവികമാണെന്ന് അവൾക്ക് തോന്നി. നൃത്തത്തിനൊപ്പം സംഗീതം കേട്ടിട്ടും അവൾക്ക് ഒട്ടും തന്നെ അത്ഭുതം തോന്നിയില്ല (ഇതെല്ലാം അവൾ പിന്നീട് ഓർത്തെടുത്തതാണ്). അവർ നൃത്തം ചെയ്തിരുന്നത് ഒരു മരത്തിന്റെ ചുവട്ടിലായിരുന്നു. ആ മരത്തിൽ നിന്നാണ് സംഗീതം വരുന്നതെന്ന്

അവൾക്ക് തോന്നി. ഫിഡിലിൽ നിന്ന് സംഗീതം വരുന്നതുപോലെ മരക്കൊമ്പുകൾ പരസ്പരം ഉരസിയാണ് സംഗീതം ഉയർന്നിരുന്നത് (അങ്ങനെയാണ് അവൾക്ക് മനസ്സിലാക്കാൻ കഴിഞ്ഞത്).

"പക്ഷേ, ഞങ്ങൾ മൾബറിച്ചെടിക്ക് ചുറ്റും കറങ്ങി എന്ന പാട്ട് ഞാൻ പാടിക്കൊണ്ടിരിക്കയാണെന്ന് തിരിച്ചറിഞ്ഞത് നിശ്ചയമായും വിചിത്രമായ അനുഭവമായിരുന്നു. എപ്പോഴാണ് ഞാൻ പാടാൻ തുടങ്ങിയതെന്ന് എനിക്കറിയില്ല. പക്ഷേ, എന്തായാലും ഞാൻ പാടാൻ തുടങ്ങിയിട്ട് ധാരാളം സമയം കഴിഞ്ഞിരിക്കുന്നതായി എനിക്ക് തോന്നി." (ഈ ചരിത്രമെല്ലാം സഹോദരിയോട് പിന്നീട് പറഞ്ഞ സമയത്താണ് ആലീസ് ഈ കാര്യങ്ങൾ പറഞ്ഞത്).

മറ്റ് രണ്ട് നർത്തകർക്കും വണ്ണം കൂടുതലായിരുന്നു. അവർ പെട്ടെന്ന് തന്നെ ക്ഷീണിച്ചു. "ഒരു നൃത്തത്തിന് നാല് പ്രാവശ്യം കറങ്ങിയാൽ മതി" റ്റ്വീഡിൽഡം കിതച്ചുകൊണ്ട് പറഞ്ഞു. അവർ നൃത്തം തുടങ്ങിയ വേഗതയിൽത്തന്നെ നൃത്തം അവസാനിപ്പിച്ചു.

പിന്നീട് അവർ ആലീസിന്റെ കൈകൾ സ്വതന്ത്രമാക്കിയതിന് ശേഷം ഒരു മിനിറ്റ് സമയം അവളെ നോക്കിക്കൊണ്ട് നിന്നു. ഇതുവരെ തന്റെ കൂടെ നൃത്തം ചെയ്തുകൊണ്ടിരുന്നവരോട് എങ്ങനെയാണ് സംസാരം ആരംഭിക്കേണ്ടതെന്ന് ആലീസിന് അറിയില്ലായിരുന്നു. അതുകൊണ്ട് അല്പസമയത്തേക്ക് അവിടെ നിശ്ശബ്ദത പരന്നു. "ഇപ്പോൾ എന്തായാലും, എന്തൊക്കെയുണ്ട് വിശേഷങ്ങൾ? എന്ന് ഒരിക്കലും ചോദിക്കാൻ പാടില്ല" അവൾ സ്വയം പറഞ്ഞു. "ഞങ്ങൾ അതിനേക്കാൾ അടുത്തു പോയെന്ന് തോന്നുന്നു"

ഒടുവിൽ അവൾ പറഞ്ഞു. "നിങ്ങൾ കണ്ടമാനം ക്ഷീണിച്ചിട്ടില്ലെന്ന് ഞാൻ വിചാരിക്കുന്നു?"

"ഇല്ല. ചോദിച്ചതിന് നിന്നോട് നന്ദിയുണ്ട്." റ്റ്വീഡിൽഡം പറഞ്ഞു. "വളരെ അധികം നന്ദിയുണ്ട്." റ്റ്വീഡിൽഡീ ഒപ്പം പറഞ്ഞതിന് ശേഷം ആലീസിനോട് ചോദിച്ചു. "നിനക്ക് കവിത ഇഷ്ടമാണോ?"

"ആണ്. വളരെ ഇഷ്ടമാണ്- ചില കവിതകൾ" ആലീസ് സംശയത്തോടെ ചോദിച്ചു. "കാടിന് പുറത്തേക്കുള്ള വഴി നിങ്ങൾ എനിക്ക് പറഞ്ഞ് തരുമോ?"

ആലീസിന്റെ ചോദ്യം ശ്രദ്ധിക്കാതെ റ്റ്വീഡിൽഡമ്മിനെ ഭയഭക്തിയോടെ നോക്കിക്കൊണ്ട് റ്റ്വീഡിൽഡീ ചോദിച്ചു. "ഞാൻ ഏതാണ് ഇവൾക്ക് ചൊല്ലിക്കൊടുക്കേണ്ടത്?"

സഹോദരനെ സ്നേഹത്തോടെ കെട്ടിപ്പിടിച്ചതിന് ശേഷം റ്റ്വീഡിൽഡം പറഞ്ഞു. "നീർക്കുതിരയും ആശാരിയും. ആതാണ് ഏറ്റവും വലുത്."

റ്റ്വീഡിൽഡീ ഉടൻതന്നെ ആരംഭിച്ചു.

"സൂര്യൻ കടലിന് മുകളിൽ തിളങ്ങുന്നു-"

ഇവിടെവെച്ച് ആലീസ് തടസ്സപ്പെടുത്തുന്നതിൽ വിജയിച്ചു. "എന്നോട് വഴി ഏതാണെന്ന് നിങ്ങൾ-"

റ്റ്വീഡിൽഡീ സൗമ്യമായി പുഞ്ചിരിച്ചിട്ട് വീണ്ടും ആരംഭിച്ചു.

സൂര്യൻ കടലിന് മുകളിൽ തിളങ്ങുന്നു.
പൂർണ്ണപ്രഭാവത്തോടെ തിളങ്ങുന്നു.
തിരമാലകൾക്ക് തിളക്കം നല്കാൻ
തന്നാലാവത് സൂര്യൻ ചെയ്തു
എന്നാൽ ഇതെങ്ങനെ വിചിത്രമായി.
കാരണം അപ്പോൾ അർദ്ധരാത്രി

അമ്പിളി കോപിച്ച് തിളങ്ങി
കാരണം അവൾ ചിന്തിച്ചു "ഇപ്പോൾ -
സൂര്യന് ഇവിടെയെന്ത് കാര്യം"
"ഇത് വളരെ മോശം" അവൾ പറഞ്ഞു.
"ഇവിടെ വന്ന് ഇപ്പോൾ കളിമുടക്കുന്നത്"

നനഞ്ഞപോലെ കടൽ നനഞ്ഞിരുന്നു.
വരളും പോലെ മണൽ വരണ്ടിരുന്നു
ഒരു മേഘം പോലും നിങ്ങൾ കാണുന്നില്ല
കാരണം വാനത്തിൽ മേഘമില്ല
ഒരു കിളിപോലും പറക്കുന്നില്ല
കാരണം പറക്കാൻ കിളികളില്ല

മരാശാരിയും കടൽപ്പശുവും
അടുത്തടുത്തായ് നടന്നിരുന്നു.
മണൽപ്പരപ്പിന്റെ വിസ്തൃതികണ്ട്
കരഞ്ഞ് കരഞ്ഞവർ തളർന്നിരുന്നു
"ഈ മണലെല്ലാം തൂത്തുമാറ്റിയെങ്കിൽ
അത് നല്ല കാര്യം" അവർ പറഞ്ഞു

"ഏഴ് കന്യകമാർ ഏഴ് ചൂലുമായ്
ആറുമാസം നിരന്തരം തൂത്താൽ"
കടൽപ്പശു ചോദിച്ചു "നിങ്ങൾ
കരുതുന്നോ ഈ മണ്ണ് തീരുമെന്ന്"
"എനിക്കുറപ്പില്ല" ആശാരി പറഞ്ഞു.
കയ്പുള്ള കണ്ണുനീർ ആശാരി ചൊരിഞ്ഞു

"ഞങ്ങളോടൊപ്പം നടക്കാൻ വരൂ"
കക്കാകളോടായ് കടൽപ്പശു യാചിച്ചു
"സന്തോഷമായ് നടക്കാം സന്തോഷം പങ്കിടാം

ഉപ്പു മണലിൽ അലഞ്ഞ് തിരിയാം
ഞങ്ങളോടൊപ്പം കൈകോർത്ത് നീങ്ങാൻ
നിങ്ങളിൽ നാലാൾ മുന്നോട്ട് വന്നോളൂ."

കിഴവൻ കക്കാ അവനെ സൂക്ഷിച്ച് നോക്കി
ഒരു വാക്കുപോലും വൃദ്ധൻ പുറത്ത് പറഞ്ഞില്ല
അവനെ നോക്കി വൃദ്ധൻ കണ്ണടച്ചു
അടച്ച കണ്ണുമായ് വൃദ്ധൻ തലകുലുക്കി
ആ കുലുക്കലിന്റെ അർത്ഥം ഇത്രമാത്രം
കക്കാത്തടം വിട്ട് ഞാൻ വരുന്നില്ല.

നാല് കക്കായുവാക്കൾ പക്ഷേ, തയ്യാറെടുത്തു
യാത്ര നടത്താൻ അവർ ആഗ്രഹിച്ചു
വേഷം പൊടിതട്ടി മുഖം കഴുകി അവർ
ഷൂസ് തുടച്ച് അതിൻ തിളക്കം കൂട്ടി
പക്ഷേ, ഇതൊക്കെ തികച്ചും അസാധാരണം
കാരണം നിങ്ങൾക്കറിയാം, പാദങ്ങൾ അവർക്കില്ല.

കക്കാകൾ നാലെണ്ണം അവരെ പിൻതുടർന്നു
മറ്റ് നാലെണ്ണം വീണ്ടും അവരെ പിൻതുടർന്നു
ഒത്തൊരുമിച്ചവർ തിക്കും തിരക്കുമായ്
കൂടുതൽ കക്കാകൾ പിന്നാലെ വീണ്ടും വന്നു
പതയുന്ന തിരയിലവർ ചാടി നടന്നു
കടലിന്റെ കരയിലവർ പറ്റിപ്പിടിച്ചു

കടൽപ്പശുവും ആശാരിയും ചേർന്ന്
ഒരു മൈൽ ദൂരം നടന്നു പോന്നു
നടന്നക്ഷീണം അകറ്റാൻ വേണ്ടി
ഒരു താഴ്ന്നപാറയിൽ അവർ വിശ്രമിച്ചു
കക്കായുവാക്കൾ മൊത്തത്തിൽ യോജിച്ച്
വരിവരിയായവർ കാത്തുനിന്നു

കടൽപ്പശു പറഞ്ഞു "പല കാര്യങ്ങളും
നിങ്ങളോട് പറഞ്ഞ് തുടങ്ങാൻ സമയമായി
ഷൂവിനെപ്പറ്റി - കപ്പലിനെപ്പറ്റി
ക്യാബേജിനെപ്പറ്റി - രാജാവിനെപ്പറ്റി
പന്നിക്കുട്ടിക്ക് ചിറകുകൾ ഉണ്ടോ?
എന്തുകൊണ്ടാണ് കടൽ പതയുന്നത്?"

"ഞങ്ങളെല്ലാം ക്ഷീണിച്ചു പോയി
ഞങ്ങളിൽ ചിലർക്ക് ശ്വാസമില്ല"
കക്കായുവാക്കൾ വിളിച്ച് കൂവി
"സംസാരം തുടങ്ങാൻ സമയം വേണം"
"ഒട്ടും തിരക്കില്ല" ആശാരി പറഞ്ഞു
കക്കാകൾ ആശാരിക്ക് നന്ദി പറഞ്ഞു.

കടൽപ്പശു പറഞ്ഞു "ഞങ്ങൾക്ക് വേണ്ടത്
റൊട്ടിമാത്രം, ഒരു കഷണം റൊട്ടി മാത്രം
ഒപ്പം വിനീഗറും അല്പം മുളകു പൊടിയും
ഇത്രയും കിട്ടിയാൽ ഏറ്റവും നല്ലത്
കക്കാകളെ നിങ്ങൾ തയ്യാറെങ്കിൽ
നമ്മുടെ ഭക്ഷണം ഇപ്പോൾ തുടങ്ങാം."

ഇതുകേട്ട് കക്കാകൾ നീലിച്ച് പോയി
"ഞങ്ങളെ തിന്നല്ലേ?" കക്കാകൾ കരഞ്ഞു
"ഇത്രയും സ്നേഹം നിങ്ങൾ കാട്ടിയശേഷം
ഞങ്ങളെ തിന്നാൽ അത് മഹാകഷ്ടം
ഈ രാത്രി എത്ര സുന്ദരം" കടൽപ്പശു പറഞ്ഞു
"നിങ്ങൾക്ക് ഈ കാഴ്ചയിൽ സന്തോഷമില്ലേ?"

"നിങ്ങൾ വന്നതിൽ സന്തോഷമുണ്ട്"
"നിങ്ങൾ വളരെ നല്ലവർതന്നെ"
ആശാരി പറഞ്ഞത് ഇത്രമാത്രം
"മറ്റൊരു കഷണം മുറിച്ചെടുക്കൂ
രണ്ട് തവണ പറയിക്കരുത്
എന്താ നിനക്ക് ചെവികേൾക്കില്ലേ?"

ഇത്രയുംദൂരം അമിതവേഗതയിൽ
അവരെ നടത്തിത്തളർത്തിയിട്ടും
ഇത്തരം ഒരു കൗശലം കടൽപ്പശു പറഞ്ഞു
"നിശ്ചയമായും ഒരു നാണക്കേട്"
ആശാരി പറഞ്ഞത് ഇത്രമാത്രം
"വെണ്ണതേച്ചത് കൂടുതൽ കനത്തിൽ"

കടൽപ്പശു പറഞ്ഞു "നിങ്ങൾക്ക് വേണ്ടി
ഞാൻ കരയുന്നു, ദുഃഖിക്കുന്നു"
കരയുന്ന കണ്ണിന് മുകളിൽ
തൂവാല കൊണ്ടവൻ മറതീർത്തു

കണ്ണീരും തേങ്ങലുമായവൻ
വലിയ കക്കാകൾ വകുത്ത് മാറ്റി

"കക്കാകളെ!" ആശാരി വിളിച്ച് പറഞ്ഞു
"നിങ്ങൾക്ക് സന്തോഷത്തോടെ ഓടാൻ കഴിഞ്ഞു
വീട്ടിലേക്ക് വീണ്ടും നമുക്ക് ഓടിപ്പോകാം"
പക്ഷേ, ഒരാളും അതിന് മറുപടി പറഞ്ഞില്ല
ഇത് അങ്ങേയറ്റം അസാധാരണം, കാരണം
എല്ലാ കക്കായും അവർ തിന്നുകഴിഞ്ഞു.

"എനിക്ക് കടൽപ്പശുവിനെയാണ് കൂടുതൽ ഇഷ്ടമായത്." ആലീസ് പറഞ്ഞു. "പാവം കക്കാകളെപ്പറ്റി അവന് ചെറിയതോതിൽ വിഷമമെങ്കിലും ഉണ്ടായിരുന്നു."

"ആശാരി തിന്നതിനേക്കൾ കൂടുതൽ അവനാണ് തിന്നത്." റ്റ്വീഡിൽഡീ പറഞ്ഞു. "മറ്റൊരു കാര്യം അവൻ തൂവാല മുഖത്ത് പിടിച്ചത് അവൻ തിന്നതിന്റെ കണക്ക് ആശാരി എണ്ണാതിരിക്കാനാണ്."

"അത് മോശമായിപ്പോയി." ആലീസ് പറഞ്ഞു. "കടൽപ്പശുവിനേക്കാൾ ആശാരി തിന്നത് കുറവാണെങ്കിൽ, എനിക്ക് കൂടുതൽ ഇഷ്ടം ആശാരിയോടാണ്."

"പക്ഷേ, അവന് പിടിക്കാൻ കഴിഞ്ഞതിനെ ഒന്നൊഴിയാതെ ആശാരിയും തിന്നു." റ്റ്വീഡിൽഡീ പറഞ്ഞു.

അതൊരു കുഴയ്ക്കുന്ന പ്രശ്നമായിരുന്നു. ഒരു ഇടവേളയ്ക്ക് ശേഷം ആലീസ് സംസാരം തുടങ്ങി. "ശരി, അവർ രണ്ടുപേരും മോശം സ്വഭാവക്കാരാണ്" - ഏതോ കാട്ടുമൃഗം ആയിരിക്കും എന്ന് ഭയം തോന്നിയെങ്കിലും, സമീപത്തുള്ള കാട്ടിൽനിന്ന് ഒരു തീവണ്ടിയുടെ ചൂളം വിളി പോലുള്ള ശബ്ദം കേട്ടപ്പോൾ ആലീസ് സ്വയം സംസാരം നിർത്തി. "ഇവിടെ എവിടെയെങ്കിലും സിംഹങ്ങളും കടുവകളും ഉണ്ടോ?" ആലീസ് മടിച്ച് മടിച്ച് ചോദിച്ചു.

"അത് ചുവന്ന രാജാവ് കൂർക്കം വലിക്കുന്നതാണ്." റ്റ്വീഡിൽഡി പറഞ്ഞു.

"അയാളെ പോയി കാണാം." സഹോദരന്മാർ വിളിച്ചു പറഞ്ഞു. അവർ ഓരോരുത്തരും ആലീസിന്റെ ഓരോ കൈയിൽ പിടിച്ച് വലിച്ച് കൊണ്ട് അയാൾ ഉറങ്ങുന്ന സ്ഥലത്തേക്ക് കൊണ്ടുപോയി.

"അയാൾ രമണീയമായ ഒരു കാഴ്ചയല്ലേ?" സത്യത്തിൽ അയാൾ അങ്ങനെയാണെന്ന് ആലീസിന് പറയാൻ കഴിയുമായിരുന്നില്ല. അയാൾ തൊങ്ങലുകൾ തുന്നിയ നീളമുള്ള ഒരു ചുവന്ന തൊപ്പി ധരിച്ചിരുന്നു. അയാൾ ഉറക്കെ കൂർക്കം വലിച്ചുകൊണ്ട് ഒരു വൃത്തികെട്ട കൂമ്പാരമായി ചുരുണ്ടുകൂടിയാണ് കിടന്നിരുന്നത്. റ്റ്വീഡിൽഡം അഭിപ്രായപ്പെട്ടത് കൂർക്കം വലികൊണ്ട് അയാളുടെ തല തെറിച്ചു പോകുമെന്നാണ്.

"നനഞ്ഞ പുല്ലിൽ കിടന്ന് അയാൾക്ക് ജലദോഷം പിടിപെടുമെന്നാണ് ഞാൻ ഭയക്കുന്നത്." ആലോചനാശീലമുള്ള ആലീസ് പറഞ്ഞു.

"അയാൾ ഇപ്പോൾ സ്വപ്നം കാണുകയാണ്." റ്റ്വീഡിൽഡീ പറഞ്ഞു. "അയാൾ കാണുന്ന സ്വപ്നം എന്തായിരിക്കുമെന്നാണ് നിങ്ങൾ വിചാരിക്കുന്നത്?"

ആലീസ് പറഞ്ഞു. "ആർക്കും അത് ഊഹിക്കാൻ കഴിയുകയില്ല. എന്തുകൊണ്ട് നിന്നെപ്പറ്റി സ്വപ്നം കണ്ടുകൂടാ?" വിജയഭാവത്തിൽ കൈയടിച്ച്കൊണ്ട് റ്റ്വീഡിൽഡീ ഉറക്കെപ്പറഞ്ഞു. "അയാൾ നിന്നെപ്പറ്റിയുള്ള സ്വപ്നം ഉപേക്ഷിക്കുകയാണെങ്കിൽ, നീ എവിടെയായിരിക്കുമെന്നാണ് നീ വിചാരിക്കുന്നത്?"

"ഞാൻ ഇപ്പോൾ എവിടെയാണോ അവിടെത്തന്നെയായിരിക്കും." ആലീസ് പറഞ്ഞു.

റ്റ്വീഡിൽഡീ പുച്ഛത്തോടെ പറഞ്ഞു. "നീ എവിടെയുമുണ്ടാവില്ല. നീ സ്വപ്നത്തിലെ ഒരു വക വസ്തുമാത്രമാണ്."

"രാജാവ് അവിടെവെച്ച് ഉണരുകയാണെങ്കിൽ നീ ഒരു മെഴുകുതിരി പോലെ അണഞ്ഞ് പോകും." റ്റ്വീഡിൽഡം കൂട്ടിച്ചേർത്തു.

"ഞാൻ അണയില്ല." കോപത്തോടെ ആലീസ് ഉറക്കെപ്പറഞ്ഞു. "ഞാൻ സ്വപ്നത്തിലെ ഒരു വക വസ്തു മാത്രമാണെങ്കിൽ നീ അപ്പോൾ എന്തായിരിക്കുമെന്ന് എനിക്ക് അറിയണമെന്നുണ്ട്."

"മേല്പറഞ്ഞതു തന്നെ" റ്റ്വീഡിൽഡം പറഞ്ഞു.

"മേല്പറഞ്ഞതു തന്നെ. മേല്പറഞ്ഞതു തന്നെ." റ്റ്വീഡിൽഡീ വിളിച്ചു കൂവി.

അയാളുടെ അലർച്ച കാരണം ആലീസിന് പറയാതിരിക്കാൻ കഴിഞ്ഞില്ല. "വിളിച്ച് കൂവരുത്. ഇത്രയും ശബ്ദമുണ്ടാക്കിയാൽ നീ അയാളെ ഉണർത്തുമെന്നാണ് എന്റെ പേടി."

"ശരി, അയാളെ ഉണർത്തുന്നതിനെപ്പറ്റി നീ സംസാരിച്ചിട്ട് കാര്യമില്ല." റ്റ്വീഡിൽഡം പറഞ്ഞു. "നീ സ്വപ്നത്തിലെ ഒരു വസ്തുമാത്രം ആയിരിക്കുമ്പോൾ യഥാർത്ഥത്തിൽ ഇല്ലെന്ന് നിനക്ക് നന്നായി അറിയാം."

"ഞാൻ യഥാർത്ഥത്തിൽ ഉണ്ട്." ആലീസ് പറഞ്ഞു. അവൾ കരയാൻ തുടങ്ങിയിരുന്നു.

"നീ കരഞ്ഞതുകൊണ്ട് നിനക്ക് നിന്നെ കൂടുതൽ യാഥാർത്ഥ്യമാക്കി മാറ്റാൻ കഴിയില്ല." റ്റ്വീഡിൽഡീ അഭിപ്രായപ്പെട്ടു. "ഇതിൽ കരയാനുള്ള കാര്യമൊന്നുമില്ല"

"ഞാൻ യഥാർത്ഥത്തിൽ ഇല്ലെങ്കിൽ എനിക്ക് ഒരിക്കലും കരയാൻ കഴിയില്ല" കരച്ചിലിനിടയിലൂടെ പുഞ്ചിരിച്ചുകൊണ്ട് ആലീസ് പറഞ്ഞു. ഇതെല്ലാം പമ്പരവിഡ്ഢിത്തമാണെന്ന് അവൾക്ക് തോന്നി.

റ്റ്വീഡിൽഡം അവജ്ഞയോടെ ആലീസിനെ തടസ്സപ്പെടുത്തി. "അത് യഥാർത്ഥ കണ്ണുനീരാണെന്ന് നീ വിശ്വസിക്കുന്നുണ്ടെന്ന് ഞാൻ

വിചാരിക്കുന്നില്ല."

ആലീസ് സ്വയം ആലോചിച്ചു. അവർ സംസാരിക്കുന്നത് വിഡ്ഢിത്തങ്ങളാണെന്ന് എനിക്ക് നന്നായി അറിയാം. അതിനുവേണ്ടി കരയുന്നത് അതിലും വലിയ വിഡ്ഢിത്തമാണ്. അതുകൊണ്ട് അവൾ കണ്ണുനീർ തുടച്ച് മാറ്റി. എന്നിട്ട് കഴിയുന്നത്ര സന്തോഷത്തോടെ സംസാരം തുടർന്നു. "ശരിക്കും ഇരുണ്ട് വരുന്നതുകൊണ്ട് എന്തായാലും ഞാൻ കാടിന് പുറത്തുകടക്കുന്നതാണ് നല്ലത്. മഴപെയ്യാൻ പോകുന്ന തായി നിങ്ങൾക്ക് തോന്നുന്നുണ്ടോ?"

റ്റ്വീഡിൽഡം തന്റേയും സഹോദരന്റേയും മുകളിലായി ഒരു വലിയകുട നിവർത്തിപ്പിടിച്ചു. എന്നിട്ട് അതിന്റെ ഉൾഭാഗം പരിശോധിച്ച് കൊണ്ട് പറഞ്ഞു. "ഇല്ല. മഴപെയ്യുമെന്ന് എനിക്ക് തോന്നുന്നില്ല." അയാൾ പറഞ്ഞു. "കുറഞ്ഞ പക്ഷം ഈ കുടയ്ക്കുള്ളിലെങ്കിലും മഴപെയ്യില്ല."

"പക്ഷേ, പുറത്ത് മഴപെയ്യാൻ ഇടയുണ്ട്?"

''വേണമെങ്കിൽ-അതിന് പെയ്യാം'' റ്റ്വീഡിൽഡീ പറഞ്ഞു. "ഞങ്ങൾക്ക് എതിർപ്പില്ല."

"തൻകാര്യം നോക്കികൾ!" ആലീസ് ആലോചിച്ചു. ശുഭരാത്രി ആശംസിച്ചിട്ട് അവൾ അവരുടെ അടുത്തുനിന്ന് പോകാൻ തുടങ്ങുകയാ യിരുന്നു. ആ സമയത്ത് റ്റ്വീഡിൽഡം കുടയുടെ താഴെനിന്നും ചാടിപുറത്തേക്ക് വന്ന് ആലീസിന്റെ കൈയിൽക്കയറി പിടിച്ചു.

"നീ അതുകണ്ടോ?" അവൻ പറഞ്ഞു. മന:ക്ഷോഭംമൂലം അവന്റെ ശബ്ദം വ്യക്തമായി പുറത്തുവന്നില്ല. നിമിഷനേരംകൊണ്ട് അവന്റെ കണ്ണുകൾ വലുതായി. മരത്തിനടിയിൽ കിടന്നിരുന്ന ഒരു വെളുത്ത ചെറിയ സാധനം വിറയ്ക്കുന്ന ചൂണ്ടുവിരൽകൊണ്ട് അവൻ ചൂണ്ടിക്കാട്ടി.

"അത് വെറുമൊരു കിലുക്കനാണ്." വെളുത്ത ചെറിയ സാധനത്തെ സൂക്ഷ്മ പരിശോധനയ്ക്ക് വിധേയമാക്കിയതിനുശേഷം ആലീസ് പറഞ്ഞു. അവൻ ഭയന്ന് പോയിട്ടുണ്ടെന്ന് വിചാരിച്ച് ആലീസ് ഉടൻതന്നെ കൂട്ടിച്ചേർത്തു. "ഇത് വളരെ പഴയ കിലുക്കനാണ്. ഇത് പൊട്ടിയിട്ടുമുണ്ട്."

"എനിക്ക് അറിയാമായിരുന്നു" റ്റ്വീഡിൽഡം സ്വന്തം തലമുടി വലിച്ച് പറിക്കാൻ തുടക്കമിട്ടുകൊണ്ട് വിളിച്ചുകൂവി. അത് നശിപ്പിച്ചെന്ന് ഉറപ്പായിക്കഴിഞ്ഞു. ഈ സമയത്ത് അവൻ റ്റ്വീഡിൽഡീയെ നോക്കി. റ്റീഡിൽഡീ ഉടൻതന്നെ നിലത്തിരുന്ന് കുടയ്ക്കുള്ളിൽ സ്വയം ഒളിക്കാൻ പരിശ്രമിച്ചു.

ആലീസ് റ്റ്വീഡിൽഡമ്മിന്റെ കൈയിൽ പിടിച്ചുകൊണ്ട് സാന്ത്വന സ്വരത്തിൽ പറഞ്ഞു. "ഒരു പഴയ കിലുക്കനെച്ചൊല്ലി നീ ഇത്രയും കോപി ക്കേണ്ട കാര്യമില്ല."

''പക്ഷേ, അത് പഴയതല്ല!'' ഇതുവരെയുള്ളതിലും കൂടുതൽ കോപത്തോടെ റ്റ്വീഡിൽഡം കരഞ്ഞു. "അത് പുതിയതാണെന്ന് ഞാൻ ഉറപ്പിച്ച് പറയുന്നു. അത് ഞാൻ വാങ്ങിയത് ഇന്നലെയായിരുന്നു! നല്ല ഒന്നാന്തരം കിലുക്കനായിരുന്നു." അവന്റെ ശബ്ദം പരിപൂർണ്ണമായ ഒരു

നിലവിളിയായി മാറിയിരുന്നു.

ഈ സമയത്തെല്ലാം കുടയ്ക്കുള്ളിൽ ഇരുന്നുകൊണ്ട് റ്റ്വീഡിൽഡീ സ്വയം കുടമടക്കാൻ പരിശ്രമിക്കുകയായിരുന്നു. അത് ഒരു അസാധാരണ സംഭവമായതുകൊണ്ട് കോപിഷ്ടനായ സഹോദരനിൽനിന്നും ആലീസിന്റെ ശ്രദ്ധ റ്റ്വീഡിൽഡീയിലേക്ക് തിരിഞ്ഞു. പക്ഷേ, കുടമടക്കുന്നതിൽ അവൻ വിജയിച്ചില്ല. ഒടുവിൽ കുടയ്ക്കുള്ളിൽ ചുരുണ്ടുകൂടി തലമാത്രം പുറത്ത് കാട്ടിക്കൊണ്ട് അവൻ ഉരുണ്ടുവീണപ്പോഴാണ് അവൻ ശ്രമം അവസാനിപ്പിച്ചത്. തന്റെ വായും വലിയകണ്ണും അടച്ചുതുറന്ന് കൊണ്ട് അവൻ അവിടെ കിടന്നു. 'മറ്റെന്തിനേക്കാളും അവൻ ഇപ്പോൾ ഒരു മത്സ്യത്തെപ്പോലെയുണ്ട്.' ആലീസ് വിചാരിച്ചു.

"നീ ഒരു യുദ്ധത്തിന് നിശ്ചയമായും തയ്യാറെടുത്തിരിക്കുകയാണ്. അല്ലേ?" കൂടുതൽ ശാന്തമായ സ്വരത്തിൽ റ്റ്വീഡിൽഡം ചോദിച്ചു.

"ഞാൻ അങ്ങനെയാണ് വിചാരിക്കുന്നത്." റ്റ്വീഡിൽഡീ കുടയുടെ കീഴിൽനിന്നും ഇഴഞ്ഞിറങ്ങുന്നതിനിടയിൽ വെറുപ്പോടെ മറുപടി പറഞ്ഞു. "അണിഞ്ഞൊരുങ്ങാൻ നമ്മളെ സഹായിക്കാൻ അവളുണ്ടാവണമെന്ന് പറയണം. മനസ്സിലായില്ലേ?"

അങ്ങനെ രണ്ട് സഹോദരന്മാരും കൈകോർത്ത് പിടിച്ചുകൊണ്ട് കാട്ടിനുള്ളിലേക്ക് പോയി. ഒരുമിനിട്ടിനുള്ളിൽ കൈനിറയെ സാധനങ്ങളുമായി അവർ തിരിച്ചെത്തി. തലയണകൾ, പുതപ്പുകൾ, മേശവിരികൾ, മൂടികൾ, കല്ക്കരിക്കട്ടകൾ അങ്ങനെ പലതും അവർ ചുമന്നുകൊണ്ട് വന്നു. "നിനക്ക് കൊളുത്തിപ്പിടിപ്പിക്കാനും വരിഞ്ഞ് മുറുക്കിക്കെട്ടാനും കൈത്തഴക്കമുണ്ടെന്നാണ് എന്റെ പ്രതീക്ഷ." റ്റ്വീഡിൽഡം പറഞ്ഞു. "ഇതെല്ലാം എങ്ങനെയെങ്കിലും ദേഹത്ത് കെട്ടിവയ്ക്കണം."

ഇത് സംബന്ധിച്ച് അവർ രണ്ടുപേരുംകൂടി സൃഷ്ടിച്ച തിക്കും തിരക്കും അവർ ശരീരത്ത് കെട്ടിവെച്ച സാധനങ്ങളും അതെല്ലാം വെച്ചുകെട്ടാനും തുന്നിച്ചേർക്കാനും വേണ്ടി അവൾക്കുണ്ടായ ബുദ്ധിമുട്ടും ബദ്ധപ്പാടും എല്ലാംകൂടി ചേർത്താൽ ഇതുവരെ ജീവിതത്തിൽ ഇതുപോലൊരു ബഹളം കണ്ടിട്ടില്ലെന്നാണ് ആലീസ് പിന്നീട് പറഞ്ഞത്. അവർ തയ്യാറായിക്കഴിഞ്ഞപ്പോൾ സത്യത്തിൽ മറ്റെന്തിനെക്കാളും അവർക്ക് സാമ്യം പഴയതുണികൾ കുത്തിനിറച്ച ഭാണ്ഡക്കെട്ടുകളോടായിരുന്നു. റ്റ്വീഡിൽഡീയുടെ കഴുത്തിന് ചുറ്റും തലമുറിഞ്ഞ് പോകാതിരിക്കാൻ വേണ്ടി തലയണവെച്ച് കെട്ടുന്നതിനിടയിൽ ആലീസ് സ്വയം വിചാരിച്ചു.

"ഞാൻ പറയട്ടെ" അവൻ ദു:ഖത്തോടെ പറഞ്ഞു. "ഒരാൾ യുദ്ധം ചെയ്യുമ്പോൾ സംഭവിക്കാവുന്ന ഏറ്റവും ഗൗരവമുള്ള കാര്യം കഴുത്ത് മുറിഞ്ഞ് പോകുന്നതാണ്."

ആലീസ് ഉറക്കെ പൊട്ടിച്ചിരിച്ചു. അവന്റെ വികാരങ്ങൾ വ്രണപ്പെടുമെന്നുള്ള ഭയംകൊണ്ട്, ആ പൊട്ടിച്ചിരി ഒരു ചുമയാക്കിമാറ്റാൻ അവൾക്ക് സാധിച്ചു.

“ഞാൻ വിളറിയിട്ടുണ്ടോ?” ലോഹത്തൊപ്പിവെച്ച് കെട്ടുന്നതിന് വേണ്ടി ആലീസിന്റെ അടുത്തേക്ക് വന്നപ്പോൾ റ്റ്വീഡിൽഡം ചോദിച്ചു. (കാഴ്ചയിൽ സാമ്യം ചരുവത്തിനോടായിരുന്നെങ്കിലും അയാൾ അതിനെ ലോഹത്തൊപ്പി എന്നാണ് പറയുന്നത്.)

“അല്പം വിളറിയിട്ടുണ്ട്.” ആലീസ് മാന്യമായി മറുപടി പറഞ്ഞു.

“സാധാരണ ഞാൻ വലിയ ധീരനാണ്” റ്റ്വീഡിൽഡം പറഞ്ഞു. “പക്ഷേ, ഇന്ന് എനിക്ക് തലവേദനയുണ്ട്!”

“എനിക്കും തലവേദനയുണ്ട്!” റ്റ്വീഡിൽഡീ പറഞ്ഞു. “എനിക്കാണ് കൂടുതൽ തലവേദനയുള്ളത്.”

“അപ്പോൾ ഇന്ന് നിങ്ങൾ യുദ്ധം ചെയ്യാതിരിക്കുന്നതാണ് നല്ലത്.” അത് സമാധാനം സൃഷ്ടിക്കാനുള്ള ഒരു നല്ല അവസരമാണെന്ന് തോന്നിയതുകൊണ്ട് ആലീസ് പറഞ്ഞു.

“നമുക്ക് ചെറിയതോതിൽ ഒരു യുദ്ധം ചെയ്യാം; പക്ഷേ, നീണ്ട് പോയാലും എനിക്ക് പ്രശ്നമില്ല” റ്റ്വീഡിൽഡം പറഞ്ഞു. “ഇപ്പോൾ സമയം എത്രയായി?”

റ്റ്വീഡിൽഡീ വാച്ച് നോക്കിയിട്ട് പറഞ്ഞു “നാലരമണിയായി.”

“നമുക്ക് ആറ് മണിവരെ യുദ്ധംചെയ്യാം. അതിനുശേഷം അത്താഴം കഴിക്കാം.” റ്റ്വീഡിൽഡം പറഞ്ഞു.

“ശരി” മറ്റയാൾ സാമാന്യം ദു:ഖത്തോടെ പറഞ്ഞു. “അവൾക്ക് നമ്മൾ യുദ്ധം ചെയ്യുന്നത് കണ്ടുകൊണ്ട് നില്ക്കാം- പക്ഷേ, അടുത്ത് വരരുത്” അയാൾ കൂട്ടിച്ചേർത്തു: “ഞാൻ സാധാരണ ആവേശം കയറിക്കഴിഞ്ഞാൽ കാണുന്നത് മുഴുവൻ ഇടിച്ചുതകർക്കും.”

റ്റ്വീഡിൽഡം വിളിച്ച് പറഞ്ഞു. “ഞാനാണെങ്കിൽ കണ്ടാലും കണ്ടില്ലെങ്കിലും എന്റെ കൈയെത്തുന്ന സ്ഥലത്തുള്ളത് മുഴുവനും ഇടിച്ച് പൊടിക്കും!”

ആലീസ് ചിരിച്ചു. “നിങ്ങൾ അപ്പോൾ ഇടയ്ക്കിടയ്ക്ക് മരങ്ങളെ ഇടിക്കുമെന്നാണ് എനിക്ക് തോന്നുന്നത്.”

റ്റ്വീഡിൽഡം ചുറ്റുപാടും കറങ്ങിനോക്കിയതിനുശേഷം സംതൃപ്തിയോടെ പുഞ്ചിരിച്ചുകൊണ്ട് പറഞ്ഞു. “ഞങ്ങളുടെ യുദ്ധം കഴിയുമ്പോൾ ഒരു മരംപോലും ഇവിടെ നില്ക്കില്ലെന്നാണ് ഞാൻ വിചാരിക്കുന്നത്!”

എല്ലാം ഒരു കിലുക്കനെച്ചൊല്ലിയാണ്. ഇത്തരം ഒരു നിസ്സാര കാര്യത്തിനുവേണ്ടി വഴക്കടിക്കുന്നതിൽ അവർക്ക് നാണക്കേട് തോന്നുമെന്ന് ആലിസിന് അപ്പോഴും പ്രതീക്ഷയുണ്ടായിരുന്നു.

“അത് പുതിയതല്ലായിരുന്നെങ്കിൽ ഞാൻ ശ്രദ്ധിക്കില്ലായിരുന്നു.” റ്റ്വീഡിൽഡം പറഞ്ഞു.

“ആ ഭീമാകാരനായ കാക്ക വന്നിരുന്നെങ്കിലെന്ന് ഞാൻ ആശിക്കുന്നു!” ആലീസ് ആലോചിച്ചു.

റ്റ്വീഡിൽഡം അവന്റെ സഹോദരനോട് പറഞ്ഞു. “ഒരു വാൾ മാത്രമാണുള്ളതെന്ന് അറിയാമല്ലോ. പക്ഷേ, നിനക്ക് കുട ഉപയോ

ഗിക്കാം. അതിനും നല്ല മുനയുണ്ട്. എന്തായാലും നമുക്ക് പെട്ടെന്ന് തുടങ്ങണം. ഇരുട്ടാവുന്നത്ര ഇരുട്ടിക്കൊണ്ടിരിക്കുകയാണ്."

"അതിലും കൂടുതൽ ഇരുട്ടുന്നുണ്ട്" റ്റ്വീഡിൽഡീ പറഞ്ഞു.

പെട്ടെന്ന് ഇരുട്ടിയതുകൊണ്ട് ഇടിയും മിന്നലും ചേർന്ന ഒരു കൊടുങ്കാറ്റ് വരുന്നുണ്ടെന്ന് ആലീസ് വിചാരിച്ചു. "ആ മേഘം എന്തുമാത്രം കറുത്തതാണ്!" അവൾ പറഞ്ഞു. "എത്ര വേഗത്തിലാണ് അത് പാഞ്ഞ് വരുന്നത്! എന്താണിത്? അതിന് ചിറകുണ്ടെന്ന് എനിക്ക് തോന്നുന്നു!"

"അത് ആ കാക്കയാണ്." റ്റ്വീഡിൽഡം പരിഭ്രമത്തോടെ വിളിച്ച് കൂവി. രണ്ട് സഹോദരന്മാരും കുതിച്ച് പാഞ്ഞു. നിമിഷനേരംകൊണ്ട് അവർ കാഴ്ചയിൽനിന്ന് മറഞ്ഞു.

ആലീസ് അല്പദൂരം കാട്ടിനുള്ളിലേക്ക് ഓടിയതിനുശേഷം പടർന്ന് പന്തലിച്ച വലിയ മരത്തിന്റെ ചുവട്ടിലെത്തി ഓട്ടം നിർത്തി. ഇവിടെ നിന്നാൽ അതിന് എന്റെ അടുത്തുവരാൻ കഴിയില്ല അവൾ വിചാരിച്ചു. "അത് വളരെ വലുതായതുകൊണ്ട് മരങ്ങൾക്കിടയിലൂടെ ഞെങ്ങി ഞെരുങ്ങിവരാൻ കഴിയില്ല. പക്ഷേ, അത് ചിറക് വീശാതിരിക്കണമെന്നാണ് എന്റെ ആഗ്രഹം. വീശിയാൽ അത് കാട്ടിനുള്ളിൽ ഒരു ചുഴലിക്കാറ്റ് തന്നെ സൃഷ്ടിക്കും—ആരുടെയോ ഷാൾ അതാ പറന്നു പോകുന്നു!"

5

കമ്പിളിയും വെള്ളവും

അവൾ ആലോചിക്കുന്നതിനിടയിൽ ഷാൾ പിടിച്ചെടുത്ത് ഉടമസ്ഥനെ കാണാൻ വേണ്ടി ചുറ്റിലും നോക്കി. അടുത്ത നിമിഷത്തിൽ വെളുത്ത രാജ്ഞി പറക്കുന്ന രീതിയിൽ രണ്ട് കൈയും വിടർത്തിപ്പിടിച്ച് കാട്ടിലൂടെ പരിഭ്രാന്തയായി ഓടി വന്നു. ആലീസ് മര്യാദയോടെ അവരെ കാണാൻ വേണ്ടി ഷാളും കൈയിൽ പിടിച്ച് അടുത്തുചെന്നു.

ഷാൾ വീണ്ടും പുതയ്ക്കുന്നതിന് രാജ്ഞിയെ സഹായിക്കുന്നതിനിടയിൽ ആലീസ് പറഞ്ഞു. “ഈ വഴി വരാൻ ഇടയായതിൽ എനിക്ക് സന്തോഷമുണ്ട്.”

വെളുത്ത രാജ്ഞി ഭയന്നമട്ടിൽ നിസ്സഹായയായി അവളെ നോക്കിയതല്ലാതെ ഒന്നും സംസാരിച്ചില്ല. രാജ്ഞി സ്വയം മന്ത്രിക്കുന്നത് പോലെ എന്തോ ആവർത്തിച്ചുകൊണ്ടിരുന്നു. അവർ ‘റൊട്ടീം വെണ്ണയും, റൊട്ടീം വെണ്ണയും’ എന്ന് പറയുന്നതായി തോന്നി. എന്തെങ്കിലും സംസാരം നടക്കണമെങ്കിൽ അത് താൻ തന്നെ ആരംഭിക്കണമെന്ന് ആലീസിന് തോന്നി. അതുകൊണ്ട് അവൾ സാമാന്യം മടിയോടെ തുടക്കമിട്ടു. “ഞാൻ വെളുത്ത രാജ്ഞിയെയാണോ അഭിസംബോധന ചെയ്യുന്നത്.”

“ശരി, നീ അതിനെ ഒരു വേഷം ധരിപ്പിക്കൽ എന്നാണ് പറയുന്നതെങ്കിൽ” രാജ്ഞി പറഞ്ഞു. “അതിനെപ്പറ്റിയുള്ള എന്റെ സങ്കല്പം ഇതൊന്നുമല്ല.”

സംസാരം തുടങ്ങുന്ന സമയത്തുതന്നെ ഒരു തർക്കം വേണ്ടെന്ന് ആലീസ് വിചാരിച്ചു. അതുകൊണ്ട് അവൾ പുഞ്ചിരിച്ചുകൊണ്ട് പറഞ്ഞു. “സംസാരം തുടങ്ങാനുള്ള ശരിയായ രീതി തമ്പുരാട്ടി പറഞ്ഞു തന്നാൽ, എന്നാലാവുംവിധം ഞാൻ അത് പാലിക്കാം.”

"പക്ഷേ, എനിക്ക് അത് സംഭവിക്കണമെന്ന് ആഗ്രഹമില്ല!" രാജ്ഞി നെടുവീർപ്പിട്ടു. "ഞാൻ കഴിഞ്ഞ രണ്ട് മണിക്കൂറായി സ്വയം ഒരു വേഷം ധരിപ്പിക്കൽ നടത്തിക്കൊണ്ടിരിക്കുകയായിരുന്നു."

രാജ്ഞിയെ വേഷം ധരിപ്പിക്കാൻ മറ്റാരെങ്കിലും ഉണ്ടായിരുന്നെങ്കിൽ കൊള്ളാമായിരുന്നെന്ന് ആലീസിന് തോന്നി. അവരുടെ വേഷം അത്ര മാത്രം മുഷിഞ്ഞതായിരുന്നു. മൊത്തം ചുളിഞ്ഞ് പോയതാണ്. ആലീസ് വിചാരിച്ചു. "എല്ലായിടത്തും കൊളുത്തുകൾ കുത്തിപ്പിടിച്ചിരിക്കുന്നു." ആലീസ് ഉറക്കെ കൂട്ടിച്ചേർത്തു. "ഞാൻ ഷാൾ ശരിയാക്കട്ടെ."

"അതിന് എന്തുപറ്റിയെന്ന് എനിക്ക് മനസ്സിലാകുന്നില്ല." രാജ്ഞി കുണ്ഠിതപ്പെട്ടു. "അതിന് ദേഷ്യമുണ്ടെന്നാണ് എനിക്ക് തോന്നുന്നത്. ഞാൻ അതിനെ ഇവിടെയും അവിടെയും കൊളുത്ത് കുത്തി ഉറപ്പിച്ചതാണ്. പക്ഷേ, അതൊന്നും തന്നെ അതിന് ഇഷ്ടപ്പെട്ടിട്ടില്ല."

"എല്ലാ കൊളുത്തും ഒരു വശത്ത് കുത്തിയാൽ അതിന് ശരിയാവാൻ പറ്റില്ല." ഷാൾ ശരിയാക്കിയിടുന്നതിനിടയിൽ ആലീസ് പറഞ്ഞു. "തമ്പുരാട്ടിയുടെ തലമുടിയുടെ അവസ്ഥ വളരെ മോശമായിരിക്കുന്നു."

രാജ്ഞി പറഞ്ഞു. "ബ്രഷ് മുടിയിൽ കുരുങ്ങിപ്പോയി. ചീപ്പ് ഇന്നലെ നഷ്ടപ്പെടുകയും ചെയ്തു."

ആലീസ് ശ്രദ്ധയോടെ ബ്രഷ് പുറത്തെടുത്ത് മുടി ശരിയാക്കാൻ കഴിയുന്നതെല്ലാം ചെയ്തു. കൂടുതൽ കൊളുത്തുകളും ഇളക്കിയെടുത്ത് സ്ഥാനം മാറ്റി കുത്തിപ്പിടിപ്പിച്ചതിന് ശേഷം ആലീസ് പറഞ്ഞു. "ഇപ്പോൾ കുറേക്കൂടി നന്നായിട്ടുണ്ട്. പക്ഷേ, തമ്പുരാട്ടിക്ക് ഒരു പരിചാരിക ഉണ്ടാകേണ്ടതായിരുന്നു."

രാജ്ഞി പറഞ്ഞു. "നിന്നെ സന്തോഷത്തോടെ സ്വീകരിക്കാമെന്ന് എനിക്ക് ഉറപ്പ് തോന്നുന്നു. ദിവസ ശമ്പളം രണ്ട് പെൻസും ഒന്നിടവിട്ടുള്ള ദിവസങ്ങളിൽ ജാമും."

ആലീസിന് ചിരിക്കാതിരിക്കാൻ കഴിഞ്ഞില്ല. അവൾ ചിരിക്കുന്നതിനിടയിൽ പറഞ്ഞു. "എന്നെ തമ്പുരാട്ടി വാടകയ്ക്ക് സ്വീകരിക്കണമെന്ന് ഞാൻ ആഗ്രഹിക്കുന്നില്ല. എനിക്ക് ജാമിൽ വലിയ താല്പര്യവും ഇല്ല."

"അത് നല്ല ഒന്നാംതരം ജാമാണ്." രാജ്ഞി പറഞ്ഞു.

"ശരി, എന്തായാലും ഇന്ന് എനിക്ക് ജാം വേണ്ട."

"നിനക്ക് അത് വേണമെന്ന് തോന്നിയാലും നിനക്ക് അത് കിട്ടില്ല." രാജ്ഞി പറഞ്ഞു. "നാളെ ജാം ഇന്നലെ ജാം – അതാണ് നിയമം. പക്ഷേ, ഒരിക്കലും ഇന്ന് ജാം ഇല്ല."

"ഞാൻ ചിലപ്പോൾ ഇന്ന് ജാമിന് നിശ്ചയമായും വന്നെന്നുവരും." ആലീസ് എതിർത്ത് പറഞ്ഞു.

"ഇല്ല. അത് പറ്റില്ല." രാജ്ഞി പറഞ്ഞു. "നിയമം ഓരോ അടുത്ത ദിവസവും ജാം എന്നതാണ്. ഇന്ന് അടുത്ത ദിവസമല്ല. അറിയില്ലേ?"

"എനിക്ക് തമ്പുരാട്ടി പറയുന്നത് മനസ്സിലാകുന്നില്ല." ആലീസ് പറഞ്ഞു. "ഇത് ഭയങ്കര കുഴപ്പമായിരിക്കുന്നു."

"അത് പിന്നോട്ട് ജീവിക്കുന്നതിന്റെ ഫലമാണ്." രാജ്ഞി അനുകമ്പയോടെ പറഞ്ഞു. "അത് തുടക്കത്തിൽ ഒരുവന് അല്പം ആശയക്കുഴപ്പം ഉണ്ടാക്കും."

"പിന്നോട്ട് ജീവിക്കൽ." ആലീസ് അത്ഭുതത്തോടെ ആവർത്തിച്ചു. "ഞാൻ ഇത്തരം ഒരു കാര്യം ഒരിക്കൽപ്പോലും കേട്ടിട്ടില്ല."

"പക്ഷേ, അതുകൊണ്ട് ഒരു വലിയ പ്രയോജനമുണ്ട്. ഒരാളുടെ ഓർമ്മ രണ്ട് ദിശയിലും പ്രവർത്തിക്കും."

"എന്റെ ഓർമ്മ ഒരു ദിശയിൽ മാത്രമേ പ്രവർത്തിക്കാറുള്ളൂ." ആലീസ് അഭിപ്രായപ്പെട്ടു. "കാര്യങ്ങൾ സംഭവിക്കുന്നതിന് മുമ്പ് എനിക്ക് അവയൊന്നും ഓർക്കാൻ കഴിയില്ല."

"അത് പിന്നോട്ട് മാത്രം പ്രവർത്തിക്കുന്ന ഒരു തരം മോശപ്പെട്ട ഓർമ്മശക്തിയാണ്." രാജ്ഞി പ്രസ്താവിച്ചു.

"എന്ത് തരം കാര്യങ്ങളാണ് തമ്പുരാട്ടി ഏറ്റവും നന്നായി ഓർക്കുന്നത്?"

"അടുത്തതിന്റെ അടുത്ത ആഴ്ചയിൽ നടന്നുകഴിഞ്ഞ കാര്യങ്ങൾ." രാജ്ഞി അലക്ഷ്യമായി മറുപടി പറഞ്ഞു. "ഇപ്പോൾ ഉദാഹരണത്തിന്" നീളമുള്ള ഒരു കഷണം പ്ലാസ്റ്റർ വിരലിൽ ചുറ്റുന്നതിനിടയിലാണ് രാജ്ഞി സംസാരം തുടർന്നത്. "രാജാവിന് ഇപ്പോൾ ശിക്ഷ കിട്ടി ജയിലിൽ കിടക്കുന്ന ഒരു ദൂതനുണ്ട്. അടുത്ത ബുധനാഴ്ച വരെ വിചാരണ പോലും ആരംഭിക്കില്ല. നിശ്ചയമായും കുറ്റകൃത്യം എല്ലാം അവസാനിച്ചതിനു ശേഷമാണ് സംഭവിക്കുന്നത്."

"അയാൾ ഒരിക്കലും കുറ്റകൃത്യം ചെയ്യുന്നില്ലെങ്കിൽ?" ആലീസ് ചോദിച്ചു.

"അത് കൂടുതൽ നല്ലകാര്യം ആയിരിക്കില്ലേ?" ഒരു നീണ്ട തുണിക്കഷണം പ്ലാസ്റ്ററിന് മുകളിൽ ചുറ്റിക്കൊണ്ട് രാജ്ഞി പറഞ്ഞു.

അത് നിഷേധിക്കണമെന്ന് ആലീസിന് തോന്നിയില്ല. "നിശ്ചയമായും അത് കൂടുതൽ നല്ല കാര്യമാണ്." അവൾ പറഞ്ഞു. "പക്ഷേ, അയാൾക്ക് ശിക്ഷ കിട്ടിയത് കൂടുതൽ നല്ല കാര്യമല്ല."

"അവിടെ എങ്ങനെയായാലും നിനക്ക് തെറ്റ് പറ്റി." രാജ്ഞി പറഞ്ഞു. "നിനക്ക് എന്നെങ്കിലും ശിക്ഷ കിട്ടിയിട്ടുണ്ടോ?"

"തെറ്റുകൾക്ക് മാത്രം." ആലീസ് പറഞ്ഞു.

"അതുകൊണ്ട് നീ കൂടുതൽ നന്നായിട്ടുണ്ടെന്ന് എനിക്കറിയാം. ശരിയല്ലേ?" വിജയിച്ച മട്ടിൽ രാജ്ഞി പറഞ്ഞു.

"ശരിയാണ്. പക്ഷേ, അപ്പോൾ എനിക്ക് ശിക്ഷ കിട്ടാനുള്ള കുറ്റം ഞാൻ ചെയ്തിട്ടുണ്ടായിരുന്നു." ആലീസ് പറഞ്ഞു. "അതിന് വളരെ വ്യത്യാസമുണ്ട്."

"പക്ഷേ, നീ കുറ്റം ചെയ്തിട്ടില്ലെങ്കിൽ," രാജ്ഞി പറഞ്ഞു. "നീ ഇതിലും കൂടുതൽ നന്നാവുമായിരുന്നു. കൂടുതൽ കൂടുതൽ കൂടുതൽ നന്നായിക്കൊണ്ടിരിക്കും." രാജ്ഞിയുടെ ശബ്ദം ഓരോ കൂടുതലിനു

മൊപ്പം കുറഞ്ഞ് കുറഞ്ഞ് വന്ന് ഒടുവിൽ കരച്ചിലായിമാറി.

എവിടെയോ ഒരു തെറ്റുപറ്റിയിട്ടുണ്ടെന്ന് ആലീസ് പറയാൻ തുടങ്ങിയപ്പോഴായിരുന്നു രാജ്ഞി അലമുറയിടാൻ തുടങ്ങിയത്. അതുകൊണ്ട് അവൾക്ക് അത് പൂർണ്ണമാക്കാൻ കഴിഞ്ഞില്ല. “ഹോ! ഹോ! ഹേ!” കൈ കുടഞ്ഞ് കുടഞ്ഞ് ദൂരെ കളയാൻ താൻ ആഗ്രഹിക്കുന്നതായി തോന്നുന്ന രീതിയിൽ കൈ കുടഞ്ഞുകൊണ്ട് രാജ്ഞി അലറി. “എന്റെ വിരലിൽ നിന്ന് ചോരയൊലിക്കുന്നു. ഹോ! ഹോ! ഹോ! ഹോ!”

രാജ്ഞിയുടെ നിലവിളി കൃത്യമായും ഒരു തീവണ്ടിയുടെ ചൂളം വിളി പോലെയായതുകൊണ്ട് ആലീസിന് രണ്ട് ചെവിയും കൈകൊണ്ട് പൊത്തിപ്പിടിക്കേണ്ടിവന്നു.

“കാര്യം എന്താണ്?” തന്റെ ശബ്ദം കേൾക്കാൻ കഴിയുമെന്ന് തോന്നിയ നിമിഷത്തിൽ തന്നെ ആലീസ് ചോദിച്ചു. “തമ്പുരാട്ടി വിരൽ മുറിച്ചോ?”

“ഇതുവരെ ഞാൻ മുറിച്ചില്ല.” രാജ്ഞി പറഞ്ഞു. “പക്ഷേ, ഞാൻ ഉടനെ തന്നെ ഹോ! ഹോ!”

‘‘തമ്പുരാട്ടി എപ്പോൾ മുറിക്കാമെന്നാണ് പ്രതീക്ഷിക്കുന്നത്.’’ ആലീസ് ചോദിച്ചു. അവൾക്ക് ചിരി വരുന്നുണ്ടായിരുന്നു.

“എന്റെ ഷാൾ വീണ്ടും കൊളുത്തി ഉറപ്പിക്കുന്ന സമയത്ത്” പാവം രാജ്ഞി നെടുവീർപ്പിട്ടു. “കൊളുത്ത് ഊരി വരും. ഹോ! ഹോ!” ഇത് പറഞ്ഞുകൊണ്ടിരിക്കുമ്പോൾ കൊളുത്ത് ഊരി വന്നു. രാജ്ഞി അതിൽ എത്തിപ്പിടിച്ചു.

“ശ്രദ്ധിക്കണേ!” ആലീസ് വിളിച്ച് കൂവി. തമ്പുരാട്ടി അത് പിടിച്ചിട്ടും മൊത്തം ചുളിഞ്ഞുപോയിട്ടുണ്ട്. അവൾ കൊളുത്തിൽ കയറിപ്പിടിച്ചെങ്കിലും അത് വഴുതിമാറി രാജ്ഞിയുടെ വിരലിൽ തറച്ചു.

“ഇതാണ് ചൊരയൊഴുകാനുള്ള കാരണം. മനസ്സിലായോ?” രാജ്ഞി പുഞ്ചിരിച്ചുകൊണ്ട് ആലീസിനെ നോക്കി പറഞ്ഞു. “ഇവിടെ കാര്യങ്ങൾ സംഭവിക്കുന്നത് എങ്ങനെയാണെന്ന് ഇപ്പോൾ നിനക്ക് മനസ്സിലായിക്കാണും.”

“പക്ഷേ, തമ്പുരാട്ടി ഇപ്പോൾ നിലവിളിക്കാത്തതെന്താണ്?” ചെവി പൊത്താൻവേണ്ടി കൈ രണ്ടും ഉയർത്തിക്കൊണ്ട് ആലീസ് ചോദിച്ചു.

“എന്തിന്? മൊത്തം നിലവിളിയും ഞാൻ നടത്തിക്കഴിഞ്ഞു.” രാജ്ഞി പറഞ്ഞു. ‘‘വീണ്ടും അതെല്ലാം ഒരു പ്രാവശ്യം കൂടി നടത്തിയതുകൊണ്ട് എന്ത് ഗുണമാണുള്ളത്?”

ഈ സമയം കൊണ്ട് വെളിച്ചം വന്ന് തുടങ്ങിയിരുന്നു. “കാക്ക പറന്ന് പോയിക്കാണും.” ആലീസ് പറഞ്ഞു. “അത് പോയതിൽ എനിക്ക് വളരെ സന്തോഷമുണ്ട്. രാത്രിയാകാൻ പോകുകയാണെന്നാണ് ഞാൻ വിചാരിച്ചത്.”

“എനിക്ക് സന്തോഷിക്കാൻ സാധിക്കണമെന്നാണ് ഞാൻ ആഗ്രഹിക്കുന്നത്.” രാജ്ഞി പറഞ്ഞു. “പക്ഷേ, എനിക്ക് ആ നിയമം ഒരിക്കലും

ഓർമ്മവരില്ല. കാട്ടിൽ താമസിക്കുന്നതിൽ നിനക്ക് നിശ്ചയമായും സന്തോഷം ഉണ്ടായിരിക്കും. കൂടാതെ നിനക്ക് ഇഷ്ടമുള്ളപ്പോഴൊക്കെ സന്തോഷിക്കാൻ കഴിയുന്നതിലും നിനക്ക് സന്തോഷം ഉണ്ടായിരിക്കും."

"ഇവിടെ അതിഭയങ്കര ഏകാന്തതയാണ്." ആലീസ് ദു:ഖത്തോടെ പറഞ്ഞു. തന്റെ ഏകാന്തതയെപ്പറ്റി ആലോചിച്ചപ്പോൾ രണ്ട് വലിയ കണ്ണുനീർ തുള്ളികൾ അവളുടെ കവിളിലൂടെ ഒഴുകിയിറങ്ങി.

"ഹോ! ഇങ്ങനെയൊന്നും കരയരുത്." നിരാശയോടെ ആലീസിന്റെ കൈപ്പത്തികൾ ഞെരിച്ച് കൊണ്ട് പാവം രാജ്ഞി ഉറക്കെപ്പറഞ്ഞു. "നീ എത്രവലിയ ഒരു പെൺകുട്ടിയാണെന്ന് ആലോചിക്കുക. നീ ഇന്ന് എത്രമാത്രം ദൂരം പിന്നിട്ടെന്ന് ആലോചിക്കുക. സമയം ഇപ്പോൾ എത്രയായെന്ന് ആലോചിക്കുക. എന്ത് വേണമെങ്കിലും ആലോചിക്കാം. പക്ഷേ, കരയരുത്."

ഇത് കേട്ടപ്പോൾ കണ്ണുനീരിന്റെ നടുക്കും ആലീസിന് ചിരിക്കാതിരിക്കാൻ കഴിഞ്ഞില്ല. അവൾ ചോദിച്ചു. "കാര്യങ്ങൾ ആലോചിച്ചാൽ നിങ്ങൾക്ക് കരയാതിരിക്കാൻ കഴിയുമോ?"

"അങ്ങനെയാണ് കരയാതിരിക്കുന്നത്." രാജ്ഞി ഉറപ്പിച്ച് പറഞ്ഞു. "ഒരാൾക്കും രണ്ടുകാര്യങ്ങൾ ഒരു സമയത്ത് ചെയ്യാൻ കഴിയില്ലെന്നറിയില്ലേ? ആദ്യമായി നമുക്ക് നിന്റെ പ്രായം ആലോചിക്കാം- നിനക്ക് എത്ര വയസ്സുണ്ട്?"

"എനിക്ക് കൃത്യം ഏഴരവയസ്സുണ്ട്."

"നീ കൃത്യം എന്ന് പറയേണ്ട കാര്യമില്ല." രാജ്ഞി അഭിപ്രായപ്പെട്ടു. "അതില്ലാതെ തന്നെ എനിക്ക് അത് വിശ്വാസിക്കാൻ കഴിയും. ഇപ്പോൾ നിനക്ക് വിശ്വസിക്കാൻ ഞാൻ ചില കാര്യങ്ങൾ തരാം. എന്റെ പ്രായം വെറും നൂറ്റൊന്ന് വർഷവും അഞ്ച് മാസവും ഒരു ദിവസവും മാത്രമാണ്."

"എനിക്ക് അത് വിശ്വസിക്കാൻ കഴിയുന്നില്ല." ആലീസ് പറഞ്ഞു.

"കഴിയുന്നില്ലേ?" അനുകമ്പ കലർന്ന സ്വരത്തിൽ രാജ്ഞി ചോദിച്ചു. "ഒന്നുകൂടി ശ്രമിച്ചുനോക്കൂ. ഒരു ദീർഘശ്വാസം അകത്തേക്ക് വലിച്ചിട്ട് കണ്ണുകളടയ്ക്കൂ."

ആലീസ് ചിരിച്ചു. "ശ്രമിച്ചിട്ട് പ്രയോജനമില്ല." അവൾ പറഞ്ഞു. "സംഭവിക്കാൻ സാദ്ധ്യതയില്ലാത്ത കാര്യങ്ങൾ വിശ്വസിക്കാൻ കഴിയില്ല."

"നിനക്ക് അത്തരം ശീലങ്ങൾ ലഭിച്ചിട്ടില്ലെന്ന് ഞാൻ പറയും." രാജ്ഞി പറഞ്ഞു. "നിന്റെ പ്രായത്തിൽ ദിവസവും അരമണിക്കൂർ സമയം ഞാൻ ഇത് ശീലിച്ചിരുന്നു. സത്യം പറഞ്ഞാൽ ചിലപ്പോൾ പ്രഭാതഭക്ഷണത്തിന് മുമ്പ് ആറ് അസാദ്ധ്യമായ കാര്യങ്ങൾവരെ ഞാൻ വിശ്വസിച്ചിരുന്നു. ഇതാ, ഷാൾ വീണ്ടും പറന്നുപോകുന്നു."

രാജ്ഞി സംസാരിച്ചുകൊണ്ടിരുന്നപ്പോൾ ഷാളിന്റെ കൊളുത്ത് ഇളകിപ്പോയി. പെട്ടെന്ന് വീശിയ ഒരു കൊടുങ്കാറ്റിൽപ്പെട്ട് രാജ്ഞിയുടെ ഷാൾ ഒരു ചെറിയ അരുവിയുടെ കുറുകെ പറന്നു. രാജ്ഞി വീണ്ടും കൈ രണ്ടും വിടർത്തി ഷാളിന്റെ പിന്നാലെ പറന്നു. ഈ പ്രാവശ്യം

ഷാൾ തനിയെ പിടിച്ചെടുക്കുന്നതിൽ അവർ വിജയിച്ചു. “എനിക്ക് ഷാൾ കിട്ടി.” വിജയിച്ചമട്ടിൽ അവർ വിളിച്ചുകൂവി. “ഇപ്പോൾ ഞാൻ തനിയെ ഷാൾ കൊടുത്ത് കുത്തി ഉറപ്പിക്കുന്നത് നിനക്ക് കാണാം.”

“അപ്പോൾ തമ്പുരാട്ടിയുടെ വിരൽ ശരിയായിട്ടുണ്ടെന്ന് ഞാൻ പ്രതീക്ഷിക്കുന്നു.” രാജ്ഞിയുടെ പിന്നാലെ ചെറിയ അരുവി കുറുകെ കടക്കുന്നതിനിടയിൽ ആലീസ് ബഹുമാനത്തോടെ പറഞ്ഞു.

“ഹോ! വളരെക്കുറവുണ്ട്” രാജ്ഞി വിളിച്ചു പറഞ്ഞു. അവർ ഇത് വിളിച്ച് പറയുന്നതിനിടയിൽ അവരുടെ ശബ്ദം ദുർബ്ബലമായ ഒരു നിലവിളിപോലെയായിമാറിക്കൊണ്ടിരുന്നു. ഒടുവിൽ അത് ഒരു ചെമ്മരിയാടിന്റെ ബേ— ബേ—! ബേ-! എന്ന നിലവിളിയായി അവസാനിച്ചു. ആലീസ് ശരിക്കും ഞെട്ടിപ്പോയി.

അവൾ രാജ്ഞിയെ നോക്കി. അവർ പെട്ടെന്ന് ഒരു കമ്പിളിപ്പുതപ്പെടുത്ത് പുതച്ചിരിക്കുന്നതായി ആലീസിന് തോന്നി. ആലീസ് കണ്ണു തിരുമ്മിയതിന് ശേഷം വീണ്ടും നോക്കി. സംഭവിച്ചതെന്താണെന്ന് ആവൾക്ക് തിരിച്ചറിയാൻ കഴിഞ്ഞില്ല. അവൾ ഒരു കുടയ്ക്കുള്ളിൽ നില്ക്കുകയാണോ? പണമിടപാട് നടത്തുന്ന മേശയുടെ പിന്നിലിരിക്കുന്നത് സത്യത്തിൽ ഒരു ചെമ്മരിയാടാണോ? അവൾ വീണ്ടും കഴിയുന്നത്ര ശക്തിയായി കണ്ണ് തിരുമ്മി. അവൾക്ക് കൂടുതലായി ഒന്നും വ്യക്തമായില്ല. അവൾ വെളിച്ചം കുറവുള്ള ഒരു ചെറിയ കടയുടെ പണപ്പെട്ടി വെച്ച മേശയുടെ ഒരു വശത്ത് കൈമുട്ടുകുത്തി ചാരി നില്ക്കുകയായിരുന്നു. അവളുടെ എതിർവശത്ത് ഒരു കൈയുള്ള കസേരയിൽ എന്തോ തുന്നൽപ്പണിനടത്തുന്നതിനിടയിൽ ഒരു വലിയ മൂക്ക് കണ്ണടയ്ക്ക് ഉള്ളിലൂടെ ഇടയ്ക്കിടയ്ക്ക് അവളെ തലയുയർത്തി നോക്കിക്കൊണ്ട് ഒരു പ്രായമായ ചെമ്മരിയാടും ഇരിക്കുന്നുണ്ടായിരുന്നു. “നീ എന്തു വാങ്ങാനാണ് ആഗ്രഹിക്കുന്നത്?'' ഒടുവിൽ ഒരു നിമിഷത്തേക്ക് തുന്നൽപ്പണി നിർത്തിവെച്ച് തലയുയർത്തിക്കൊണ്ട് ചെമ്മരിയാട് ചോദിച്ചു.

‘‘ഇതുവരെ ഞാൻ സത്യത്തിൽ ആലോചിച്ചിട്ടില്ല.'' ആലീസ് ശാന്തമായി പറഞ്ഞു. “കഴിയുമെങ്കിൽ എനിക്ക് ആദ്യം തന്നെ ചുറ്റുപാടും ഒന്നു നോക്കിയാൽ കൊള്ളാമെന്നുണ്ട്.”

“നിനക്ക് ഇഷ്ടമാണെങ്കിൽ മുൻവശത്തും രണ്ടുവശങ്ങളിലേക്കും നോക്കാം.” ചെമ്മരിയാട് പറഞ്ഞു. “പിൻഭാഗം കാണണമെന്നുണ്ടെങ്കിൽ നിനക്ക് തലയുടെ പിൻഭാഗത്ത് കണ്ണ് വേണം.”

പിൻഭാഗത്ത് കണ്ണില്ലെങ്കിലും കാര്യങ്ങളെല്ലാം നടന്നു. അലമാരകളുടെ അടുത്തെത്തുമ്പോൾ അവയെല്ലാം അവൾ തിരിഞ്ഞുനിന്ന് കണ്ടു.

കട എല്ലാത്തരം വിചിത്രസാധനങ്ങളും കൊണ്ട് നിറഞ്ഞിരുന്നു. പക്ഷേ, ഏറ്റവും വിചിത്രമായ കാര്യം ഏതെങ്കിലും ഒരു അലമാരയിലെ സാധനങ്ങൾ കാണാൻവേണ്ടി അവൾ സൂക്ഷിച്ച് നോക്കിയാൽ ആ അലമാര മാത്രം അപ്പോൾ ശൂന്യമായിരിക്കും. ചുറ്റുപാടുമുള്ള മറ്റ്

അലമാരകളിലാകട്ടെ സാധനങ്ങൾ തിങ്ങിനിറഞ്ഞ് ഇരിക്കുന്നുണ്ടാകും.

എല്ലാസമയത്തും അവൾ നോക്കുന്ന അലമാരയുടെ മുകളിലെത്തതിന്റെ മുകളിലത്തെ അലമാരയിൽ ഇരിക്കുന്ന, ചിലപ്പോൾ പാവയെന്നും ചിലപ്പോൾ തുന്നൽപ്പെട്ടിയെന്നും തോന്നുന്ന തിളക്കമുള്ള ഒരു വലിയ സാധനത്തെ ഒരു മിനിറ്റോളം സമയം പിൻതുടർന്ന് നോക്കിയതിനുശേഷം ആലീസ് പറഞ്ഞു. "അപ്പോൾ ഇവിടെ സാധനങ്ങൾ ഒഴുകിമാറിക്കൊണ്ടിരിക്കും."

അവൾ കൂട്ടിച്ചേർത്തു. "ഇതാണ് എനിക്ക് ഏറ്റവും ഇഷ്ടപ്പെട്ട സാധനം. പക്ഷേ, ഞാനൊരു കാര്യം പറയാം." പെട്ടെന്ന് എന്തോ ഒരു കാര്യം ഓർത്തിട്ടെന്നപോലെ അവൾ പറഞ്ഞു. "അതിനെ ഞാൻ ഏറ്റവും മുകളിലുള്ള അലമാരവരെ പിൻതുടർന്ന് നോക്കും. മേല്ക്കൂരയിലൂടെ നീങ്ങാൻ അതിന് പരിഭ്രമം തോന്നുമെന്നാണ് ഞാൻ പ്രതീക്ഷിക്കുന്നത്."

പക്ഷേ ഈ പദ്ധതിയും പൊളിഞ്ഞു. സാധനം മേല്ക്കൂരയിലൂടെ തുളച്ചിറങ്ങി പരിചയിച്ചിട്ടുണ്ടെന്നുള്ള രീതിയിൽ അതിലൂടെ കടന്ന് പോയി.

"നീ ഒരു കുട്ടിയാണോ അതോ പമ്പരമാണോ?" മറ്റൊരു ജോഡി സൂചികൾ കൈയിലെടുത്തുകൊണ്ട് ചെമ്മരിയാട് പറഞ്ഞു. "നീ ഇങ്ങനെ കറങ്ങിക്കൊണ്ടിരുന്നാൽ എനിക്ക് താമസിയാതെ തലചുറ്റും." ഇപ്പോൾ അവർ പതിനാല് ജോഡി സൂചികൾകൊണ്ടാണ് തുന്നിക്കൊണ്ടിരുന്നത്. അത്ഭുതത്തോടെ അവരെ നോക്കാതിരിക്കാൻ ആലീസിന് കഴിഞ്ഞില്ല.

"ഇത്രയും സൂചികൾ കൊണ്ട് എങ്ങനെയാണ് അവർക്ക് തുന്നാൻ കഴിയുന്നത്." അമ്പരന്നുപോയ ആലീസ് സ്വയം വിചാരിച്ചു. ഇടയ്ക്കിടയ്ക്ക് കൂടുതൽ സൂചികൾ തുന്നാനെടുത്തുകൊണ്ട് കാഴ്ചയിൽ അവർ ഒരു മുള്ളൻപന്നിയാണെന്ന തോന്നലുണ്ടാക്കി.

"നിനക്ക് തുഴയാൻ അറിയുമോ?" മറ്റൊരു ജോഡി സൂചികൾ ആലീസിന്റെ കൈയിൽ ഏല്പിച്ചുകൊണ്ട് ചെമ്മരിയാട് ചോദിച്ചു.

"ചെറിയതോതിൽ അറിയാം- പക്ഷേ, കരയിൽ തുഴയാൻ അറിയില്ല- സൂചികൊണ്ട് തുഴയാനും അറിയില്ല." ആലീസ് പറഞ്ഞ് തുടങ്ങിയപ്പോഴേക്കും കൈയിലിരുന്ന സൂചികൾ പെട്ടെന്ന് തുഴകളായി മാറിക്കഴിഞ്ഞിരുന്നു. അവർ ഒരു ചെറിയ വള്ളത്തിനുള്ളിൽ ഇരിക്കുകയാണെന്ന് ആലീസിന് മനസ്സിലായി. വള്ളം കരകൾക്ക് മദ്ധ്യത്തിലൂടെ തെന്നിനീങ്ങുകയായിരുന്നു. അതുകൊണ്ട് കഴിയുന്നത്ര തുഴയാൻ ശ്രമിക്കുന്നതിനപ്പുറം അവൾക്ക് മറ്റൊന്നുംതന്നെ ചെയ്യാൻ ഉണ്ടായിരുന്നില്ല.

"തൂവൽ" മറ്റൊരു ജോഡി സൂചി കൈയിലെടുക്കുമ്പോൾ ചെമ്മരിയാട് വിളിച്ച് കൂവി.

ഇത് മറുപടി ആവശ്യമുള്ള ഒരു അഭിപ്രായ പ്രകടനമാണെന്ന് തോന്നിയില്ല. അതുകൊണ്ട് ആലീസ് ഒന്നും പറയാതെ വള്ളം തുഴഞ്ഞു.

ഇടയ്ക്കിടയ്ക്ക് തുഴ വെള്ളത്തിൽ ഒട്ടിപ്പിടിച്ച് രണ്ടാമത് വലിച്ചൂരാൻ ബുദ്ധിമുട്ടു തോന്നിയപ്പോൾ ഈ വെള്ളം വളരെ അസാധാരണമാണെന്ന് ആലീസ് വിചാരിച്ചു.

"തൂവൽ! തൂവൽ!" കൂടുതൽ സൂചികൾ കൈയിലെടുത്തുകൊണ്ട് ചെമ്മരിയാട് വീണ്ടും വിളിച്ചുകൂവി. "നീ തനിയെ ഒരു ഞണ്ടിനെ പിടിക്കും."

"ഒരു കൊച്ച് ഞണ്ടിനെ" ആലീസ് വിചാരിച്ചു. "എനിക്ക് അതിനെ ഇഷ്ടമാകും."

"ഞാൻ "തൂവൽ" എന്നു പറയുന്നത് നീ കേട്ടില്ലേ?" ഒരു കുത്ത് സൂചികൾ കൈയിലെടുത്തുകൊണ്ട് ചെമ്മരിയാട് കോപത്തോടെ ചോദിച്ചു.

"നിശ്ചയമായും ഞാൻ കേട്ടിരുന്നു." ആലീസ് പറഞ്ഞു. "നിങ്ങൾ അത് മുറയ്ക്ക് ഉച്ചത്തിൽ വിളിച്ച് പറയുന്നുണ്ടായിരുന്നു. ഞണ്ടുകൾ എവിടെയുണ്ടെന്ന് ദയവായി പറയില്ലേ?"

"നിശ്ചയമായും വെള്ളത്തിൽ." തലയിലെ രോമങ്ങൾക്കുള്ളിലേക്ക് കുറച്ച് സൂചികൾ തിരുകിക്കയറ്റിക്കൊണ്ട് ചെമ്മരിയാട് പറഞ്ഞു. "തൂവൽ എന്നാണ് ഞാൻ പറഞ്ഞത്."

"ഇടയ്ക്കിടയ്ക്ക് തൂവൽ എന്ന് പറയുന്നത് എന്തിനാണ്?" മടുപ്പ് തോന്നിയിട്ട് ഒടുവിൽ ആലീസ് ചോദിച്ചു. "ഞാൻ ഒരു പക്ഷിയല്ലല്ലോ?"

"നീ പക്ഷിയാണ്." ചെമ്മരിയാട് പറഞ്ഞു. "നീ ഒരു കൊച്ചു താറാവാണ്."

ഈ സംസാരം ആലീസിനെ ചെറുതായി വേദനിപ്പിച്ചു. അതുകൊണ്ട് പായലിനിടയിലൂടെ വള്ളം സാവധാനം തെന്നിനീങ്ങിക്കൊണ്ടിരുന്ന ഒന്ന് രണ്ട് മിനിറ്റ് സമയത്തേക്ക് പിന്നീട് സംസാരമൊന്നും ഉണ്ടായില്ല. (പായൽ കൂടി ആയപ്പോൾ മുമ്പ് ഒരിക്കലും സംഭവിക്കാത്തതു പോലെ തുഴ വെള്ളത്തിൽ പറ്റിപ്പിടിക്കാൻ തുടങ്ങിയിരുന്നു) ചിലപ്പോൾ വള്ളം മരങ്ങൾക്കിടയിലൂടെ തെന്നിമാറി. പക്ഷേ, എല്ലാസമയത്തും അവരുടെ തലയ്ക്കു മീതെ ഉയർന്നുനില്ക്കുന്ന നദിക്കരകൾക്കിടയിലൂടെയാണ് നീങ്ങിക്കൊണ്ടിരുന്നത്.

"ഹോ! അവിടെ വാസനപ്പുല്ലുകൾ നിറഞ്ഞ് നില്ക്കുന്നു." പെട്ടെന്നുണ്ടായ ആഹ്ലാദത്തിൽ ആലീസ് വിളിച്ചുകൂവി.

തുന്നൽപ്പണിയിൽനിന്ന് തലയുയർത്താതെ ചെമ്മരിയാട് പറഞ്ഞു. "അവയൊന്നും ഞാൻ നട്ടുപിടിപ്പിച്ചതല്ല. അവയൊന്നും ഞാൻ പറിച്ചെടുക്കുകയുമില്ല."

"പക്ഷേ, ഞാൻ ഉദ്ദേശിച്ചത് – അല്പ സമയം കാത്ത് നില്ക്കാമെങ്കിൽ നമുക്ക് കുറച്ച് പുല്ല് പിഴുതെടുക്കാമായിരുന്നു." ആലീസ് അഭ്യർത്ഥിച്ചു. "വള്ളം ഒരു മിനിറ്റ് സമയം നിർത്തിയിടാൻ സമ്മതിക്കുമെങ്കിൽ."

"ഞാൻ എങ്ങനെയാണ് വള്ളം നിർത്തുന്നത്?" ചെമ്മരിയാട് പറഞ്ഞു. "നീ തുഴച്ചിൽ നിർത്തിയാൽ വള്ളം തനിയെ നിന്നുകൊള്ളും."

അതുകൊണ്ട് അരുവിയിലൂടെ ഉലയുന്ന വാസനപ്പുൽനാമ്പുകളുടെ അടുത്തേക്ക് ഒഴുകിയെത്തുന്നതുവരെ ആലീസ് വള്ളം തുഴഞ്ഞില്ല. പിന്നീട് ചെറിയകുപ്പായക്കൈ അവൾ ശ്രദ്ധയോടെ തെറുത്ത് കയറ്റി. കൊച്ച് കൈകൾ ആഴത്തിൽ പുല്ലുകൾ പറിച്ചെടുക്കാൻ വേണ്ടി തോളറ്റം വരെ വെള്ളത്തിൽ മുക്കി. പിന്നിയിട്ട തലമുടി വെള്ളത്തിൽ തൊട്ടുകൊണ്ട് വള്ളത്തിന്റെ ഒരു വശത്ത് അവൾ കമഴ്ന്ന് കിടന്ന് ഇഷ്ടപ്പെട്ട വാസനപ്പുല്ലുകൾ തിരഞ്ഞ് പിടിക്കുന്നതിനിടയിൽ കുറച്ച് സമയത്തേക്ക് ചെമ്മരിയാടിന്റെ തുന്നലിനെക്കുറിച്ച് ആലീസ് മറന്നുപോയി.

"വള്ളം മറിയില്ലെന്ന് ഞാൻ പ്രതീക്ഷിക്കുന്നു" അവൾ സ്വയം പറഞ്ഞു.. "ഹോ! എന്ത് ഭംഗിയുള്ള ഒരു പുൽച്ചെടി. പക്ഷേ, എനിക്ക് അതിന്റെ അടുത്തുവരെ ചെന്നെത്താൻ കഴിയില്ല.'' ആ പുല്ല് നിശ്ചയമായും താല്പര്യം ജനിപ്പിക്കുന്നതായിരുന്നു. (ഈ താല്പര്യം കരുതിക്കൂട്ടി സൃഷ്ടിക്കുന്നതാണെന്ന് ആലീസിന് തോന്നി). വള്ളം സാവധാനം നീങ്ങുന്നതിനിടയിൽ ധാരാളം മനോഹരമായ വാസനപ്പുല്ലുകൾ അവൾ പിഴുതെടുത്തുവെങ്കിലും എല്ലാസമയത്തും അവൾക്ക് എത്തിച്ചേരാൻ പറ്റാത്ത തരത്തിൽ കൂടുതൽ മനോഹരമായ ഒരു വാസനപ്പുല്ല് എപ്പോഴും അവശേഷിച്ചിരുന്നു.

''ഏറ്റവും ചന്തമുള്ളത് എപ്പോഴും ദൂരെയാണ്!'' വളരെ ദൂരെ വളരുന്ന വാസനപ്പുല്ലുകൾ പിഴുതെടുക്കാൻ കഴിയാത്തതിൽ ഒരു ദീർഘനിശ്വാസത്തോടെ അവൾ പറഞ്ഞു. തുടുത്ത കവിളുകളും വെള്ളം ഇറ്റിറ്റുവീഴുന്ന കൈകളും മുടിയുമായി അവൾ ഇരുന്നിരുന്ന സ്ഥാനത്തേക്ക് നിരങ്ങിനീങ്ങി. അവിടെ ഇരുന്നുകൊണ്ട് അവൾ പുതിയതായി കണ്ടെത്തിയ നിധി അടുക്കിവെക്കാൻ തുടങ്ങി.

വാസനപ്പുല്ലുകൾ പിഴുതെടുത്ത നിമിഷം മുതൽ അവയുടെ നിറം മങ്ങിത്തുടങ്ങിയതും മണവും ഭംഗിയും നഷ്ടപ്പെടാൻ തുടങ്ങിയതും ആലീസിന് ഏറ്റവും പ്രധാനപ്പെട്ട കാര്യങ്ങളായിരുന്നു. യഥാർത്ഥത്തിൽ സുഗന്ധം പരത്തുന്ന പുല്ലുകൾക്ക് പോലും കുറച്ച് സമയത്തേക്ക് മാത്രമേ സുഗന്ധം നിലനില്ക്കുകയുള്ളൂ. ഇവ സ്വപ്നത്തിലെ പുല്ലുകളായിരുന്നതുകൊണ്ട് അവളുടെ കാല്ക്കൽ കൂനകൂട്ടിയിരുന്ന വാസനപ്പുല്ലുകളുടെ സുഗന്ധം മൂടൽമഞ്ഞുപോലെ അലിഞ്ഞ് പോയതൊന്നും ആലീസ് ശ്രദ്ധിച്ചിരുന്നില്ല. അവൾക്ക് ആലോചിക്കാൻ മറ്റുപല അസാധാരണ കാര്യങ്ങളും ഉണ്ടായിരുന്നു.

അവർ അധികദൂരം പോകുന്നതിന് മുമ്പുതന്നെ തുഴകളിൽ ഒരെണ്ണം വെള്ളത്തിൽ പറ്റിപ്പിടിച്ച് വലിച്ചൂരിയെടുക്കാൻ കഴിയാതായി. (ആലീസ് പിന്നീട് ഇങ്ങനെയാണ് ഈ കാര്യം വിശദീകരിച്ചത്) അതിന്റെ ഫലമായി തുഴയുടെ കൈപ്പിടി അവളുടെ താടിയിൽ ഇടിച്ച് "ഹോ! ഹോ! ഹോ!" എന്ന നിലവിളിയോടെ പാവം ആലീസിനെ പുല്ലുകൂനയിലേക്ക് തള്ളിയിട്ടു.

എന്തായാലും അവൾക്ക് അപകടമൊന്നും പറ്റിയില്ല. ഉടൻതന്നെ

അവൾ വീണ്ടും എഴുന്നേറ്റു. ചെമ്മരിയാട് ഒന്നും സംഭവിക്കാത്തതു പോലെ അവളുടെ തുന്നൽപ്പണി തുടർന്നുകൊണ്ടിരുന്നു. ആലീസ് അവളുടെ പഴയസ്ഥലത്ത് തിരിച്ച് വന്നിരുന്നു. ഇപ്പോഴും താൻ വള്ളത്തിനുള്ളിൽ ഉണ്ടെന്നുള്ളതിൽ അവൾക്ക് അങ്ങേയറ്റം ആശ്വാസം തോന്നി. ഈ സമയത്ത് ചെമ്മരിയാട് അഭിപ്രായപ്പെട്ടു. "നീ പിടികൂടിയ ഞണ്ട് ചന്തമുള്ള ഞണ്ടായിരുന്നു."

"ആയിരുന്നോ? ഞാൻ അതിനെ കണ്ടില്ല." വള്ളത്തിന്റെ ഒരുവശത്ത് കൂടി വെള്ളത്തിലേക്ക് ചുഴിഞ്ഞ് നോക്കിക്കൊണ്ട് ആലീസ് പറഞ്ഞു. "അതിനെ തിരിച്ച് വെള്ളത്തിൽ വിടാതിരിക്കാമായിരുന്നു, എനിക്ക് ഒരു കൊച്ച് ഞണ്ടിനെ വീട്ടിൽ കൊണ്ടുപോകാൻ വലിയ ഇഷ്ടമായിരുന്നു." പക്ഷേ, ചെമ്മരിയാട് ചെയ്തത് പുച്ഛത്തോടെ ചിരിച്ച് കൊണ്ട് തുന്നൽപണി തുടരുകയായിരുന്നു.

"ഇവിടെ ധാരാളം ഞണ്ടുകൾ ഉണ്ടോ?" ആലീസ് ചോദിച്ചു.

"ഞണ്ടുകൾ മാത്രമല്ല. എല്ലാത്തരം സാധനങ്ങളുമുണ്ട്." ചെമ്മരിയാട് പറഞ്ഞു. "മനസ്സിൽ തീരുമാനിച്ചാൽ മതി, ഇഷ്ടമുള്ളത് തെരഞ്ഞെടുക്കാം. ഇപ്പോൾ നിങ്ങൾ വാങ്ങാൻ ഉദ്ദേശിക്കുന്നത് എന്ത് സാധനമാണ്?"

"വാങ്ങാനോ!" അമ്പരപ്പും ഭയവും കലർന്നസ്വരത്തിൽ ആലീസ് തിരിച്ച് ചോദിച്ചു. കാരണം നിമിഷനേരം കൊണ്ട് വള്ളവും തുഴയും നദിയും എല്ലാംതന്നെ അപ്രത്യക്ഷമായിരുന്നു. അവൾ വീണ്ടും ഇരുണ്ട ചെറിയ കടയ്ക്കുള്ളിൽ എത്തിയിരുന്നു.

"എനിക്ക് ഒരു മുട്ട വാങ്ങണമെന്നുണ്ട്." അവൾ മടിയോടെ പറഞ്ഞു. "നിങ്ങൾ അത് വില്ക്കുന്നത് എങ്ങനെയാണ്?"

"ഒന്നിന് അഞ്ച് പെൻസ്, രണ്ടിന് രണ്ട് പെൻസ്," ചെമ്മരിയാട് മറുപടി പറഞ്ഞു.

"അപ്പോൾ രണ്ടിന് ഒന്നിനേക്കാൾ വില കുറവാണ്." പണസഞ്ചി പുറത്തെടുത്തുകൊണ്ട് ആലീസ് അത്ഭുതത്തോടെ പറഞ്ഞു.

"പക്ഷേ, രണ്ട് വാങ്ങിയാൽ രണ്ടും നിങ്ങൾ കഴിച്ചിരിക്കണം" ചെമ്മരിയാട് പറഞ്ഞു.

"അപ്പോൾ എനിക്ക് ഒന്ന് മതി." പണം മേശപ്പുറത്ത് വെച്ചുകൊണ്ട് ആലീസ് പറഞ്ഞു. അവൾ സ്വയം വിചാരിക്കുന്നുണ്ടായിരുന്നു. മുട്ടകൾ നല്ലതാവില്ല. മനസ്സിലായില്ലേ?

ചെമ്മരിയാട് പണമെടുത്ത് ഒരു പെട്ടിയിൽ നിക്ഷേപിച്ചു. അതിനുശേഷം അവൾ പറഞ്ഞു. "ഞാൻ ഒരിക്കലും ആളുകളുടെ കൈയിൽ സാധനങ്ങൾ കൊടുക്കില്ല. അത് നിങ്ങൾ സ്വയം എടുത്തു കൊള്ളണം. ഇതും പറഞ്ഞ് അവൾ കടയുടെ മറ്റേ അറ്റത്തേക്ക് പോയിട്ട് ഒരു അലമാരയിലിരുന്ന മുട്ടകൾ നിരത്തിവെച്ചു.

സാധനങ്ങൾ കൈയിൽ കൊടുക്കാത്തതെന്താണെന്ന് എനിക്ക് അത്ഭുതം തോന്നുന്നു. കടയുടെ അറ്റത്ത് കൂടുതൽ ഇരുട്ടായിരുന്നത്

കൊണ്ട് കസേരകളുടേയും മേശകളുടേയും ഇടയിലൂടെ തപ്പിത്തടയുന്നതിനിടയിൽ ആലീസ് വിചാരിച്ചു. ഞാൻ അടുത്തേക്ക് നടന്ന് ചെല്ലുമ്പോൾ മുട്ട കൂടുതൽ അകലത്തിലേക്ക് നീങ്ങിപ്പോകുന്നതായി തോന്നുന്നു. ഇതെന്താണ്? കസേരയാണോ? ഇതിന് ശിഖരങ്ങളുണ്ടെന്ന് ഞാൻ ഉറപ്പ് പറയുന്നു. ഇവിടെ മരങ്ങൾ നില്ക്കുന്നത് എത്രമാത്രം വിചിത്രമാണ്. സത്യത്തിൽ ഒരു ചെറിയ അരുവിയും ഇവിടെയുണ്ട്. ശരിയാണ്. ഞാൻ കണ്ടിട്ടുള്ളതിൽവെച്ച് ഏറ്റവും വിചിത്രമായ കട ഇതുതന്നെയാണ്.

അവൾ അടുത്തെത്തുമ്പോൾ എല്ലാ സാധനങ്ങളും മരങ്ങളായി മാറുന്നതുകണ്ട് ആലീസ് അത്ഭുതപ്പെട്ടു. മുട്ടയ്ക്കും ഇതുതന്നെയാണ് സംഭവിക്കാൻ പോകുന്നതെന്ന് പ്രതീക്ഷിച്ചുകൊണ്ട് അവൾ മുന്നോട്ട് നടന്നു.

6

ഹംറ്റി ഡംറ്റി

എന്തായാലും മുട്ട കൂടുതൽ കൂടുതൽ വലുതായിക്കൊണ്ടിരുന്നു. അതിനോടൊപ്പം അതിന് കൂടുതൽ കൂടുതൽ മനുഷ്യരോട് സാമ്യവും വന്നുകൊണ്ടിരുന്നു. ഏതാനും അടി ദൂരത്തെത്തിയപ്പോൾ അതിന് കണ്ണും മൂക്കും വായും ഉണ്ടെന്ന് ആലീസ് കണ്ടു. അതിന്റെ തൊട്ടടുത്തെത്തിയപ്പോൾ അത് ഹംറ്റി ഡംറ്റി തന്നെയാണെന്ന് അവൾക്ക് വ്യക്തമായി മനസ്സിലായി. "അത് മറ്റാരുമാകാൻ വഴിയില്ല" അവൾ സ്വയം പറഞ്ഞു. അവന്റെ മുഖം മുഴുവൻ പേരെഴുതി വെച്ചിരിക്കുന്നതുപോലെ എനിക്ക് അവൻ ഹംറ്റി ഡംറ്റിയാണെന്ന് ഉറപ്പുണ്ട്.

ആ വലിയമുഖത്ത് യാതൊരു ബുദ്ധിമുട്ടും ഇല്ലാതെ ഒരു നൂറുപ്രാവശ്യം പേരെഴുതി വെക്കാൻ കഴിയും. ഒരു ഉയരമുള്ള മതിലിന് മുകളിൽ ഒരു താന്തോന്നിയെപ്പോലെ കാലുകൾ പിണച്ച് വെച്ചാണ് ഹംറ്റി ഡംറ്റി ഇരുന്നിരുന്നത്. മതിലിന് വണ്ണം കുറവായിരുന്നതുകൊണ്ട് അവൻ എങ്ങനെയാണ് അതിന്റെ മുകളിൽ ചരിഞ്ഞ് വീഴാതെ ഇരിക്കുന്നതെന്ന് ആലീസിന് അത്ഭുതം തോന്നി. അവന്റെ കണ്ണുകൾ എതിർദിശയിൽ ഉറച്ച് പോയിരുന്നതുകൊണ്ട് അവൻ അവളെ തീരെ ശ്രദ്ധിച്ചിരുന്നില്ല. അവൻ ഒരു വൈക്കോൽ പാവയാണെന്ന് പോലും അവൾ സംശയിച്ചു.

ഒരു മുട്ടയുമായി ഇയാൾക്കുള്ള സാദൃശ്യം എന്തുമാത്രം കൃത്യമാണ്? ഏത് നിമിഷത്തിലും അവൻ മതിലിൽനിന്ന് വീഴാമെന്നുള്ള പ്രതീക്ഷയിൽ രണ്ട് കൈകൊണ്ടും അവനെ പിടിക്കാൻ തയ്യാറെടുത്തു കൊണ്ട് നില്ക്കുന്നതിനിടയിൽ അവൾ ഉറക്കെപ്പറഞ്ഞു.

"ഇത് അങ്ങേയറ്റം പ്രകോപനപരമാണ്." വളരെ സമയത്തെ നിശ്ശബ്ദതയ്ക്ക് ശേഷം ആലീസിന്റെ മുഖത്ത് നോക്കാതെ ഹംറ്റിഡംറ്റി പറഞ്ഞു. "മുട്ട എന്ന് വിളിക്കപ്പെടുന്നത് അങ്ങേയറ്റം—"

“സർ, ഞാൻ പറഞ്ഞത് നിങ്ങൾക്ക് കാഴ്ചയിൽ മുട്ടയുമായി സാമ്യമുണ്ടെന്നാണ്.” ആലീസ് ശാന്തമായി വിശദീകരിച്ചു. “ചില മുട്ടകൾക്ക് നല്ല ചന്തമുണ്ടെന്ന് നിങ്ങൾക്ക് അറിയില്ലേ?” അവളുടെ അഭിപ്രായത്തെ ഒരു അഭിനന്ദനമാക്കി മാറ്റാൻ കഴിയുമെന്നുള്ള പ്രതീക്ഷയിൽ ആലീസ് കൂട്ടിച്ചേർത്തു.

“ചില ആളുകൾക്ക് ഒരു കൊച്ച് കുഞ്ഞിനുള്ളതിൽ കൂടുതൽ വിവേകമില്ല.” പതിവുപോലെ ആലീസിന്റെ മുഖത്ത് നോക്കാതെ ഹംറ്റി പറഞ്ഞു.

ഇതിന് എന്ത് മറുപടി പറയണമെന്ന് ആലീസിന് അറിയില്ലായിരുന്നു. അവൾ വിചാരിച്ചു. അയാൾ അവളോട് ഒരിക്കലും ഒന്നും സംസാരിക്കാത്തതുകൊണ്ട് ഇത് ഒരു തരത്തിലും ഒരു സംഭാഷണം അല്ല. സത്യത്തിൽ അയാളുടെ അവസാനത്തെ അഭിപ്രായ പ്രകടനം കൃത്യമായും ഒരു മരത്തെ അഭിസംബോധന ചെയ്തുകൊണ്ടായിരുന്നു. അതുകൊണ്ട് അവൾ അവിടെ നിന്നുകൊണ്ട് സ്വയം പിറുപിറുത്തു.

ഹംറ്റി ഡംറ്റി ഒരു മതിലിൽ ഇരുന്നു
ഹംറ്റി ഡംറ്റി തലകുത്തി വീണു
രാജാവിന്റെ കുതിരകൾക്കും പട്ടാളത്തിനും
ഹംറ്റിഡംറ്റിയെ വീണ്ടും മതിലിൽ കയറ്റാൻ പറ്റിയില്ല.

“അവസാനത്തെ വരിക്ക് ഒരു കവിതയേക്കാൾ വളരെ നീളക്കൂടുതലുണ്ട്.” ഹംറ്റി ഡംറ്റി അവൾ പറയുന്നത് കേൾക്കാൻ ഇടയുണ്ടെന്നുള്ള കാര്യം മറന്ന് ആലീസ് ഉച്ചത്തിൽ കൂട്ടിച്ചേർത്തു.

ആദ്യമായി അവളെ നോക്കിക്കൊണ്ട് ഹംറ്റി ഡംറ്റി പറഞ്ഞു. “തനിയെ പുലമ്പണ്ട. നിന്റെ പേരും നീ എന്ത് ചെയ്യുന്നെന്നും എന്നോട് പറയാം.”

“എന്റെ പേര് ആലീസ് എന്നാണ്. പക്ഷേ—”

“അതൊരു വിഡ്ഢിപ്പേരാണ്.” അക്ഷമയോടെ ഹംറ്റിഡംറ്റി സംസാരം തടസ്സപ്പെടുത്തി. “അതിന്റെ അർത്ഥം എന്താണ്?”

“ഒരു പേരിന് അർത്ഥം നിർബ്ബന്ധമാണോ?” ആലീസ് സംശയം ചോദിച്ചു.

“നിശ്ചയമായും അർത്ഥം വേണം.” ഹംറ്റി ചിരിച്ചുകൊണ്ട് പറഞ്ഞു. “എന്റെ പേരിന്റെ അർത്ഥം എന്റെ ആകൃതിയാണ്. അത് വൃത്തിയുള്ള മനോഹരമായ ഒരു ആകൃതിയാണല്ലോ! നിന്റെ പേര് പോലൊരു പേരിന് ഏകദേശം ഏത് ആകൃതിയും നിനക്ക് ചേരും.”

“നിങ്ങൾ ഇവിടെ എന്താണ് ഒറ്റയ്ക്കിരിക്കുന്നത്.” ഒരു തർക്കം തുടങ്ങാൻ താല്പര്യമില്ലാത്തതുകൊണ്ട് ആലീസ് ചോദിച്ചു. “എന്തുകൊണ്ടാണ്. എന്റെ കൂടെ മറ്റാരും ഇല്ലാത്തതുകൊണ്ട്.” ഹംറ്റി ഡംറ്റി ഉറക്കെ വിളിച്ച് പറഞ്ഞു. “എനിക്ക് അതിന്റെ ഉത്തരം അറിയില്ലെന്ന് നീ വിചാരിക്കുന്നുണ്ടോ? മറ്റൊരു ചോദ്യം ചോദിക്കൂ.”

“നിലത്ത് ഇറങ്ങിയാൽ കൂടുതൽ സുരക്ഷിതമാണെന്ന് നിങ്ങൾ

ആലോചിക്കുന്നില്ലേ?" ആലീസ് മറ്റൊരു പ്രശ്നം ഉണ്ടാക്കാനുള്ള താല്പര്യത്തിലല്ല ഈ ചോദ്യം ചോദിച്ചത്. ഈ വിചിത്ര ജീവിയെക്കുറിച്ച് അറിയാനുള്ള അവളുടെ നിഷ്കളങ്കമായ ആകാംക്ഷകൊണ്ടാണ് അവൾ ഇങ്ങനെ ചോദിച്ചത്. "മതിലിന് തീരെ വണ്ണമില്ല."

"എന്ത് എളുപ്പമുള്ള പ്രശ്നങ്ങളാണ് നീ ചോദിക്കുന്നത്." ഹംറ്റി ഡംറ്റി മുറുമുറുത്തു. "നിശ്ചയമായും ഞാൻ അങ്ങനെ വിചാരിക്കുന്നില്ല. എന്ത്കൊണ്ട്? ഞാൻ എപ്പോഴെങ്കിലും താഴെ വീഴുകയാണെങ്കിൽ അതിനുള്ള യാതൊരു സാദ്ധ്യതയുമില്ല. എങ്കിലും അങ്ങനെ സംഭവിച്ചാൽ..." ഇവിടെവെച്ച് അയാൾ ഗൗരവം നടിച്ച് ചുണ്ടുകൾ അടച്ചുവെച്ചു. അത് കണ്ടപ്പോൾ ആലീസിന് ചിരിക്കാതിരിക്കാൻ കഴിഞ്ഞില്ല.

"ഞാൻ വീഴുകയാണെങ്കിൽ..." അയാൾ സംസാരം തുടർന്നു. "രാജാവ് എനിക്ക് വാക്ക് തന്നിട്ടുണ്ട്. നീ ചിലപ്പോൾ വിളറിപ്പോകും. ഞാൻ ഇത് പറയുമെന്ന് നീ വിചാരിച്ചില്ല. വിചാരിച്ചോ? രാജാവ് സ്വന്തം നാക്ക് കൊണ്ട് എനിക്ക് വാക്ക് തന്നിട്ടുണ്ട്."

"തിരുമനസ്സിന്റെ എല്ലാ കുതിരകളെയും എല്ലാ പട്ടാളക്കാരെയും അയച്ചുതരാമെന്നല്ലേ." ഏറെക്കുറെ വിവേകപൂർവ്വമല്ലെന്നുതന്നെ പറയാവുന്നവിധത്തിൽ ആലീസ് ഇടയ്ക്ക് കയറിപ്പറഞ്ഞു.

"ഇത് വളരെ മോശമായിപ്പോയെന്ന് ഞാൻ ഉറക്കെ പ്രഖ്യാപിക്കുന്നു." പെട്ടെന്നുണ്ടായ വികാര വിക്ഷോഭത്തിൽ ഹംറ്റി ഡംറ്റി വിളിച്ച് കൂവി. "നീ വാതിലിന് പുറത്തു മരത്തിന്റെ പിന്നിലും പുകക്കുഴലിന്റെ കീഴിലും നിന്ന് ശ്രദ്ധിക്കുന്നുണ്ടായിരുന്നു. അല്ലെങ്കിൽ നിനക്കിത് അറിയാൻ കഴിയില്ലായിരുന്നു."

"ഞാൻ സത്യത്തിൽ ശ്രദ്ധിച്ചിട്ടില്ല." ആലീസ് സൗമ്യമായി പറഞ്ഞു. "ഇത് ഒരു പുസ്തകത്തിലുള്ളതാണ്."

"അത് ശരി! ഇത്തരം കാര്യങ്ങൾ അവൾ ഒരു പുസ്തകത്തിൽ എഴുതിയിരിക്കാം." ഹംറ്റി ഡംറ്റി കുറേക്കൂടി ശാന്തമായ സ്വരത്തിൽ പറഞ്ഞു. "അതിനാണ് നിങ്ങൾ ഇംഗ്ലണ്ടിന്റെ ചരിത്രം എന്ന് പറയുന്നത്. ഇപ്പോൾ എന്നെ ഒന്ന് നല്ലവണ്ണം നോക്കിക്കോളൂ. ഞാൻ ഒരു രാജാവുമായി സംസാരിച്ചവരിൽ ഒരുവനാണ്. മനസ്സിലായല്ലോ. ഇതുപോലെ മറ്റൊരാളെ നേരിട്ട് കാണാൻ നിനക്ക് മറ്റൊരു അവസരം ഒരുപക്ഷേ, ജീവിതത്തിൽ ഉണ്ടായെന്നുവരില്ല. എനിക്ക് അതിന്റെ അഹങ്കാരമില്ലെന്ന് നിനക്ക് മനസ്സിലാകാൻ വേണ്ടി, വേണമെങ്കിൽ നിനക്ക് എന്റെ കൈപിടിച്ച് കുലുക്കാം!" മുന്നോട്ടു കുനിഞ്ഞ് ആലീസിന് കൈകൊടുക്കുന്നതിനിടയിൽ അയാൾ ചെവിയിൽ തൊടുന്നതരത്തിൽ വാ പിളർന്ന് പല്ലിളിച്ചു. (കുനിയുന്നതിനിടയിൽ അയാൾ മതിലിൽ നിന്നും താഴെവീഴാൻ പോയതായിരുന്നു). കൈകൊടുക്കാൻ തുടങ്ങുമ്പോൾ അവൾ ജിജ്ഞാസയോടെ അയാളെ ശ്രദ്ധിച്ചുനോക്കി. അയാൾ കുറേക്കൂടി ചിരിക്കുകയാണെങ്കിൽ അയാളുടെ വായയുടെ രണ്ടറ്റവും

തലയ്ക്ക് പിന്നിൽപ്പോയി കൂട്ടിമുട്ടും. അവൾ വിചാരിച്ചു. "അപ്പോൾ അയാളുടെ തലയ്ക്ക് എന്ത് സംഭവിക്കുമെന്ന് എനിക്കറിയില്ല! അത് അടർന്ന് പോരുമെന്ന് ഞാൻ ഭയക്കുന്നു!"

"അതെ, അദ്ദേഹത്തിന്റെ എല്ലാ കുതിരകളും എല്ലാ പട്ടാളക്കാരും" ഹംറ്റി ഡംറ്റി സംസാരം തുടർന്നുകൊണ്ടിരുന്നു. ഒരു മിനിറ്റിനുള്ളിൽ അവർ എന്നെ പൊക്കിയെടുക്കും! എന്തായാലും ഈ സംഭാഷണം അല്പം കൂടുതൽ വേഗതയിലാണ് നടന്നുകൊണ്ടിരിക്കുന്നത്. നമുക്ക് ഒടുവിൽ പറഞ്ഞ അഭിപ്രായത്തിനുമുമ്പ് പറഞ്ഞ അഭിപ്രായത്തിലേക്ക് പോകാം."

"എനിക്കത് ഓർത്തെടുക്കാൻ കഴിയില്ലെന്ന് ഞാൻ ഭയക്കുന്നു." ആലീസ് അങ്ങേയറ്റം വിനയത്തോടെ പറഞ്ഞു.

"അങ്ങനെയാണെങ്കിൽ നമുക്ക് വീണ്ടും പുതിയതായി ആരംഭിക്കാം." ഹംറ്റി ഡംറ്റി പറഞ്ഞു. "വിഷയം തീരുമാനിക്കാനുള്ള അവസരം എനിക്കാണ്. (അത് ഒരു കളിയാണെന്നുള്ള രീതിയിലാണ് അയാൾ ഇതിനെപ്പറ്റി സംസാരിക്കുന്നത്. ആലീസ് വിചാരിച്ചു.) നിനക്ക് ഇവിടെ ഒരു ചോദ്യമുണ്ട്. നിനക്ക് എന്ത് പഴക്കം ഉണ്ടായിരുന്നെന്നാണ് നീ പറഞ്ഞത്?"

ആലീസ് ഒരു ചെറിയ കണക്കുകൂട്ടൽ നടത്തിയതിനുശേഷം പറഞ്ഞു. "ഏഴ് വർഷവും ആറ് മാസവും."

"തെറ്റ്!" ഹംറ്റി ഡംറ്റി കളിയിൽ വിജയിച്ചമട്ടിൽ ആർത്തുവിളിച്ചു. "ഇതുപോലെ ഉത്തരം നീ ഒരിക്കലും പറഞ്ഞിട്ടില്ല."

"നിനക്ക് എത്രവയസ്സുണ്ടെന്നാണ് ചോദിക്കുന്നതെന്ന് ഞാൻ വിചാരിച്ചു." ആലീസ് വിശദീകരിച്ചു.

"അതാണ് ഞാൻ ഉദ്ദേശിച്ചതെങ്കിൽ ഞാൻ അതുതന്നെ ചോദിക്കുമായിരുന്നു." ഹംറ്റി ഡംറ്റി പറഞ്ഞു.

ആലീസ് മറ്റൊരു തർക്കം ആരംഭിക്കാൻ ആഗ്രഹിച്ചിരുന്നില്ല. അതുകൊണ്ട് അവൾ പിന്നീട് സംസാരിച്ചില്ല.

"ഏഴ് വർഷവും ആറ് മാസവും" ഹംറ്റി ഡംറ്റി ആലോചനയോടെ ആവർത്തിച്ചു. "ഒരുതരം വൃത്തിയല്ലാത്ത പ്രായം. എന്റെ ഉപദേശം ചോദിക്കുകയാണെങ്കിൽ ഞാൻ ഏഴിൽ അവസാനിപ്പിക്കാൻ പറയുമായിരുന്നു. പക്ഷേ, ഇപ്പോൾ വളരെയധികം താമസിച്ചുപോയി."

"ഞാൻ വളരുന്നതിന് ഒരിക്കലും ഉപദേശം ചോദിക്കാറില്ല." ആലീസിന് ദേഷ്യം വന്നു.

"അഹംഭാവം കൂടുതലാണ്. അല്ലേ?" മറ്റേയാൾ അന്വേഷണം നടത്തി.

ഈ അഭിപ്രായം കേട്ടപ്പോൾ ആലീസിന് കൂടുതൽ ദേഷ്യം തോന്നി. "ഒരാൾക്ക് വളരാതിരിക്കാൻ കഴിയില്ലെന്നാണ് ഞാൻ ഉദ്ദേശിച്ചത്."

"ഒരാൾക്ക് ഒരുപക്ഷേ, കഴിയില്ലായിരിക്കാം." ഹംറ്റി ഡംറ്റി പറഞ്ഞു. പക്ഷേ, രണ്ടുപേർക്ക് കഴിയും. വേണ്ടരീതിയിൽ തുണ ലഭിച്ചിരുന്നെ

ങ്കിൽ നിനക്ക് ഏഴ് വയസ്സിൽ അവസാനിപ്പിച്ച് പോരാൻ പറ്റുമായിരുന്നു."

"നിങ്ങളുടെ ബെൽറ്റ് കാണാൻ എന്ത് ഭംഗിയാണ്." ആലീസ് പെട്ടെന്ന് അഭിപ്രായപ്പെട്ടു. (പ്രായം വിഷയമാക്കി അവർ ധാരാളം സംസാരിച്ചുകഴിഞ്ഞു. ആലീസ് വിചാരിച്ചു. വിഷയം തിരഞ്ഞെടുക്കുന്നത് ഊഴം അനുസരിച്ചാണെങ്കിൽ ഇപ്പോൾ തന്റെ ഊഴമാണ്). രണ്ടാമത്തെ ചിന്തയിൽ അവൾ സ്വയം തിരുത്തി. ഞാൻ ബെൽറ്റിനെപ്പറ്റിയായിരുന്നില്ല പറയേണ്ടത്. ടവ്വലിനെപ്പറ്റി ആയിരുന്നു. മനോഹരമായ ടവ്വൽ എന്നു പറയേണ്ടതായിരുന്നു. ഹംറ്റി ഡംറ്റിക്ക് ശരിക്കും രസക്കേടുള്ളതായി തോന്നി. ഈ വിഷയം തെരഞ്ഞെടുത്തത് ശരിയായില്ലെന്ന് അവൾക്കും തോന്നിത്തുടങ്ങി. അവൾ സ്വയം ആലോചിച്ചു. പക്ഷേ, അതിന് ഏതാണ് കഴുത്തെന്നും ഏതാണ് അരക്കെട്ടെന്നും എനിക്ക് തിരിച്ചറിയാൻ കഴിയണമായിരുന്നു.

ഒന്നു രണ്ടു മിനിറ്റ് സമയത്തേക്ക് ഹംറ്റി ഡംറ്റി സംസാരിച്ചില്ലെങ്കിലും അയാൾ കോപിച്ചിരിക്കുകയാണെന്നുള്ള കാര്യം വ്യക്തമായിരുന്നു. വീണ്ടും അയാൾ സംസാരിച്ച് തുടങ്ങിയപ്പോൾ അത് ആഴത്തിലുള്ള ഒരു മുറുമുറുക്കലായിരുന്നു.

"ഒരാൾക്ക് ബെൽറ്റും ടവ്വലും തമ്മിൽ തിരിച്ചറിയാൻ കഴിയില്ലെങ്കിൽ അത് അങ്ങേയറ്റം പ്രകോപനപരമായ കാര്യമാണ്."

"അത് എന്റെ ഒരു വലിയ അറിവില്ലായ്മയാണെന്ന് എനിക്ക് അറിയാം." ആലീസ് അങ്ങേയറ്റം വിനയത്തോടെ പറഞ്ഞതുകൊണ്ട് ഹംറ്റി ഡംറ്റിയുടെ മനസ്സലിഞ്ഞു.

"ഇതാണ് കുട്ടീ ടവ്വൽ. നീ പറഞ്ഞതുപോലെ ഇതും വളരെ മനോഹരമായ ഒരു വസ്തുവാണ്. ഇത് വെളുത്തരാജാവും രാജ്ഞിയും കൂടി എനിക്ക് തന്ന ഒരു സമ്മാനമാണ്."

"സത്യത്തിൽ അവർ തന്നതാണോ?" എന്തായാലും താൻ തെരഞ്ഞെടുത്ത വിഷയം നല്ലതാണെന്ന് ബോദ്ധ്യപ്പെട്ടതിന്റെ സമാധാന ത്തോടെ ആലീസ് ചോദിച്ചു.

"അവരാണ് എനിക്ക് ഇത് തന്നത്." കാലിന്മേൽ കാലെടുത്തുവെച്ച് കൈരണ്ടും മുട്ടിന് മുകളിൽ പിണച്ച് വെച്ചുകൊണ്ട് ആലോചനയോടെ ഹംറ്റി ഡംറ്റി പറഞ്ഞു. "അവർ അത് ഒരു ജനിക്കാത്ത ദിവസ സമ്മാന മായി എനിക്ക് തന്നതാണ്."

"ക്ഷമിക്കണം എനിക്കത് മനസ്സിലായില്ല." ആലീസ് അമ്പരപ്പോടെ പറഞ്ഞു.

"എനിക്ക് അതിൽ പരിഭവമില്ല." ഹംറ്റി ഡംറ്റി പറഞ്ഞു.

"ഒരു ജനിക്കാത്ത ദിവസ സമ്മാനം. എന്താണെന്ന് എനിക്ക് അറിയില്ല എന്നാണ് ഞാൻ ഉദ്ദേശിച്ചത്."

"നിശ്ചയമായും നിങ്ങളുടെ ജന്മദിനമല്ലാത്ത ഒരു ദിവസത്തിൽ തരുന്ന ഒരു സമ്മാനം."

ആലീസ് അല്പസമയം ആലോചിച്ചു. "എനിക്ക് കൂടുതൽ ഇഷ്ടം

ജന്മദിനസമ്മാനമാണ്." ഒടുവിൽ അവൾ പറഞ്ഞു.

"നീ പറയുന്നതെന്താണെന്ന് നിനക്ക് മനസ്സിലായിട്ടില്ല!" ഹംറ്റി ഡംറ്റി വിളിച്ചു പറഞ്ഞു. "ഒരു വർഷത്തിൽ എത്ര ദിവസമുണ്ട്?"

"മുന്നൂറ്റി അറുപത്തി അഞ്ച്." ആലീസ് പറഞ്ഞു.

"എന്നിട്ട് നിനക്ക് എത്ര ജന്മദിനമുണ്ട്."

"ഒന്ന്."

"മുന്നൂറ്റി അറുപത്തി അഞ്ചിൽ നിന്നും ഒന്ന് കുറച്ചാൽ ബാക്കി എത്രയുണ്ട്?"

"തീർച്ചയായും മുന്നൂറ്റി അറുപത്തി നാല്."

ഹംറ്റി ഡംറ്റിക്ക് സംശയം ഉള്ളതായി തോന്നി. "എനിക്ക് അത് കടലാസിൽ എഴുതിനോക്കണം." അയാൾ പറഞ്ഞു.

ആലീസിന് അവളുടെ ചെറിയബുക്ക് പുറത്തെടുത്ത് അയാൾക്കു വേണ്ടി കണക്കെഴുതുമ്പോൾ ചിരിക്കാതിരിക്കാൻ കഴിഞ്ഞില്ല.

365–
  1
———
364

ഹംറ്റി ഡംറ്റി ബുക്ക് കൈയിലെടുത്ത് ശ്രദ്ധിച്ച് നോക്കി. "ഇത് ശരിയായി ചെയ്തിട്ടുണ്ടെന്നാണ് എനിക്ക്--" അയാൾ സംസാരം ആരംഭിച്ചു.

ആലീസ് അയാളെ തടസ്സപ്പെടുത്തിക്കൊണ്ട് പറഞ്ഞു. "നിങ്ങൾ അത് തലതിരിച്ചാണ് പിടിച്ചിരിക്കുന്നത്."

അവൾ ബുക്ക് തിരിച്ച് വെച്ചുകൊടുക്കുന്നതിനിടയിൽ ഹംറ്റി ഡംറ്റി സന്തോഷത്തോടെ പറഞ്ഞു. "ഇത് അല്പം വിചിത്രമായി ഞാൻ വിചാരിച്ചു. എനിക്കും അത് ഉറപ്പായി. ഇത് ശരിയായി ചെയ്തിട്ടുണ്ടെന്ന് എനിക്ക് തോന്നുന്നു എന്ന് ഞാൻ പറയുന്ന സമയത്ത് ഇത് മുഴുവൻ വ്യക്തമായി വായിച്ച് നോക്കാൻ എനിക്ക് സമയം കിട്ടിയിരുന്നില്ല. എന്തായാലും ഇത് അനുസരിച്ച് ജനിക്കാത്ത ദിവസസമ്മാനം കിട്ടാൻ മുന്നൂറ്റി അറുപത്തിനാല് ദിവസങ്ങൾ ഉണ്ട്."

"നിശ്ചയമായും!" ആലീസ് പറഞ്ഞു.

"ജന്മദിനസമ്മാനത്തിന് നിനക്ക് കിട്ടുന്നത് ഒരു ദിവസം മാത്രമാണ്. അതാണ് ഇതിന്റെ മഹിമ!"

"മഹിമ! എന്ന വാക്കുകൊണ്ട് നിങ്ങൾ എന്താണ് ഉദ്ദേശിക്കുന്ന തെന്ന് എനിക്ക് മനസ്സിലായില്ല." ആലീസ് പറഞ്ഞു.

ഹംറ്റി ഡംറ്റി അവജ്ഞയോടെ ചിരിച്ചു. "തീർച്ചയായും നിനക്ക് മനസ്സിലാകില്ല. എങ്കിലും ഞാൻ നിന്നോട് പറയാം. നിനക്ക് ഒന്നാംതരം ഒരു തകർപ്പൻ തർക്കവിഷയം കിട്ടി എന്നാണ് ഞാൻ ഉദ്ദേശിച്ചത്."

"പക്ഷേ, മഹിമയ്ക്ക് തകർപ്പൻ തർക്കവിഷയം എന്ന് അർത്ഥമില്ല." ആലീസ് എതിർപ്പ് പ്രകടിപ്പിച്ചു.

ഹംറ്റി ഡംറ്റി ഏറക്കുറെ ശകാരിക്കുന്ന മട്ടിൽ പറഞ്ഞു. “ഞാൻ ഒരു വാക്ക് ഉപയോഗിക്കുമ്പോൾ അതിന്റെ അർത്ഥം ഞാൻ അതിന് തെരഞ്ഞെടുത്തു കൊടുക്കുന്ന അർത്ഥം തന്നെയാണ്. അതിനേക്കാൾ കൂടുതലുമില്ല, കുറവുമില്ല.”

“ചോദ്യം ഇതാണ്.” ആലീസ് പറഞ്ഞു. “നിങ്ങൾക്ക് പലപല അർത്ഥങ്ങൾക്ക് വാക്കുകളെക്കൊണ്ട് തയ്യാറെടുപ്പിക്കാൻ കഴിയുമോ?”

“ചോദ്യം ഇതാണ്.” ഹംറ്റി ഡംറ്റി പറഞ്ഞു. “ആരാണ് യജമാനൻ. വാക്കാണോ അർത്ഥമാണോ? അതാണ് കാര്യം.”

ആലീസ് അങ്ങേയറ്റം അമ്പരന്നുപോയതുകൊണ്ട് മറുപടിയൊന്നും പറഞ്ഞില്ല. അതുകൊണ്ട് ഒരു മിനിറ്റ് സമയം കഴിഞ്ഞ് ഹംറ്റി ഡംറ്റി വീണ്ടും സംസാരം തുടങ്ങി. ‘‘ചിലർക്ക് ചില പ്രകൃതങ്ങളുണ്ട്. പ്രത്യേകിച്ച് ക്രിയാപദങ്ങൾക്ക്. അവരാണ് ഏറ്റവും വലിയ അഹങ്കാരികൾ. നാമവിശേഷണങ്ങളെക്കൊണ്ട് നിങ്ങൾക്ക് എന്ത് വേണമെങ്കിലും ചെയ്യാം. പക്ഷേ, ക്രിയാപദങ്ങളെക്കൊണ്ട് പറ്റില്ല. എന്തായാലും എനിക്ക് ഇവരെ മുഴുവൻ നിലയ്ക്ക് നിർത്താൻ കഴിയും. അഭേദ്യമായി നിലയ്ക്ക് നിർത്താൻ കഴിയും. അതാണ് ഞാൻ പറഞ്ഞു വന്നത്”

ആലീസ് ചോദിച്ചു. “ദയവായി നിങ്ങൾ അതിന്റെ അർത്ഥം എനിക്ക് പറഞ്ഞു തരുമോ?”

“ഇപ്പോൾ നീ ഒരു ബുദ്ധിയുള്ള കുട്ടിയെപ്പോലെ സംസാരിക്കുന്നു.” വളരെയധികം സംതൃപ്തിയോടെ ഹംറ്റി ഡംറ്റി പറഞ്ഞു. “നിലയ്ക്ക് നിർത്തൽ എന്നതുകൊണ്ട് ഞാൻ ഉദ്ദേശിച്ചത് നമ്മൾ ആ വിഷയത്തെപ്പറ്റി ആവശ്യത്തിന് സംസാരിച്ച് കഴിഞ്ഞെന്നാണ്. ഇനിയിപ്പോൾ നിങ്ങൾ എന്താണ് ചെയ്യാൻ പോകുന്നതെന്ന് പറയുന്നതുകൊണ്ട് തകരാറില്ല. നിങ്ങളുടെ ബാക്കി ജീവിതം മുഴുവൻ ഇവിടെ വെച്ച് അവസാനിപ്പിക്കാൻ നിങ്ങൾ ഉദ്ദേശിക്കുന്നില്ലെന്നാണ് ഞാൻ ഉദ്ദേശിച്ചത്.”

ആലീസ് ചിന്തിച്ച് സംസാരിക്കുന്നമട്ടിൽ പറഞ്ഞു. “ഒരു വാക്കിന് കൊടുക്കുന്ന ഈ അർത്ഥംതന്നെ വളരെക്കൂടുതലാണ്.”

ഹംറ്റി ഡംറ്റി പറഞ്ഞു. “ഇതുപോലെ ഒരു വാക്കിനെക്കൊണ്ട് ഞാൻ കൂടുതൽ ജോലിചെയ്യിക്കുമ്പോൾ, ഞാൻ എപ്പോഴും അതിന് അധികം കൊടുക്കും.”

“ഓ!” ആലീസ് പറഞ്ഞു. പതറിപ്പോയിരുന്നതുകൊണ്ട് മറ്റെന്തെങ്കിലും അഭിപ്രായം പറയാൻ അവൾക്ക് കഴിഞ്ഞില്ല.

ഗൗരവത്തിൽ തലയാട്ടിക്കൊണ്ട് ഹംറ്റി ഡംറ്റി സംസാരം തുടർന്നു. “ങാ! ശനിയാഴ്ച രാത്രിയിൽ ശമ്പളം വാങ്ങാൻ വേണ്ടി അവർ എന്റെ ചുറ്റും കറങ്ങുന്നതു നീ കണ്ടുനോക്കണം.”

(വാക്കുകൾക്ക് ശമ്പളം എന്ത് വസ്തു ഉപയോഗിച്ചാണ് കൊടുക്കുന്നതെന്ന് ചോദിക്കുന്നതിൽ ആലീസ് വിജയിച്ചില്ല. അതുകൊണ്ട് എനിക്കത് നിങ്ങളോട് പറയാൻ കഴിയില്ലെന്ന് നിങ്ങൾക്ക് മനസ്സിലായല്ലോ)

‘‘വാക്കുകൾക്ക് വിശദീകരണം നല്കുന്നതിൽ സാർ വളരെ സമർത്ഥനാണെന്ന് തോന്നുന്നു.” ആലീസ് പറഞ്ഞു. “എന്റെ കൈയിൽ ചില കവിതകൾ ഉണ്ട്. അവ റ്റ്വീഡിൽഡീ ചൊല്ലിക്കേൾപ്പിച്ചതാണെന്നാണ് എനിക്ക് തോന്നുന്നത്.”

‘‘കവിതയെപ്പറ്റി പറഞ്ഞാൽ’’ അയാളുടെ വലിയ കൈകൾ ഉയർത്തിക്കൊണ്ട് ഹംറ്റി ഡംറ്റി പറഞ്ഞു. “മറ്റ് നാടൻപാട്ടുകൾ പോലെ എനിക്ക് കവിതയും ചൊല്ലാൻ കഴിയും. അതിലേക്ക് നമ്മൾ കടക്കുകയാണെങ്കിൽ....”

“അതിലേക്ക് കടക്കേണ്ട,” അയാളെ പാട്ട് തുടങ്ങുന്നതിൽനിന്നും അകറ്റിനിർത്താമെന്നുള്ള പ്രതീക്ഷയിൽ ആലീസ് ചാടിക്കയറി പറഞ്ഞു.

അവളുടെ അഭിപ്രായം ഗൗനിക്കാതെ അയാൾ സംസാരം തുടർന്നു. “ഞാൻ ആവർത്തിക്കാൻ പോകുന്ന വരികൾ നിങ്ങളുടെ നേരമ്പോക്കിന് വേണ്ടി മാത്രം എഴുതിയതാണ്.”

അങ്ങനെയാണെങ്കിൽ അതൊന്ന് കേൾക്കേണ്ടതുതന്നെയാണെന്ന് ആലീസിന് തോന്നി. അതുകൊണ്ട് അവൾ താഴെ ഇരുന്ന് ഏറക്കുറെ ദുഃഖത്തോടെ പറഞ്ഞു. “നിങ്ങളോട് നന്ദിയുണ്ട്.”

“മഞ്ഞുകാലത്ത് പാടങ്ങൾ വെളുത്തപ്പോൾ നിങ്ങളുടെ ആഹ്ലാദത്തിനായി ഞാനിത് പാടുന്നു. ഞാനിത് പാടുകയല്ല.” ഒരു വിശദീകരണം എന്ന നിലയിലേക്ക് അയാൾ കൂട്ടിച്ചേർത്തു.

“പാടുകയല്ലെന്ന് എനിക്ക് മനസ്സിലായി.” ആലീസ് പറഞ്ഞു.

“ഞാൻ പാടുകയാണോ പാടാതിരിക്കുകയാണോ എന്ന് നിനക്ക് മനസ്സിലാക്കാൻ കഴിയുന്നുണ്ടെങ്കിൽ നിനക്ക് മറ്റുള്ളവരേക്കാൾ സൂക്ഷ്മമായ കണ്ണുകളുണ്ട്.” ഹംറ്റി ഡംറ്റി നിശിതമായി അഭിപ്രായപ്പെട്ടു. ആലീസ് മറുപടി പറഞ്ഞില്ല.

“വസന്തത്തിൽ വനങ്ങൾ പച്ചയാകുമ്പോൾ
എന്റെ ഉദ്ദേശം ഞാൻ നിങ്ങളോട് പറയാം.”
“വളരെ നന്ദി,” ആലീസ് പറഞ്ഞു.

വേനലിൽ പകലിന് നീളം കൂടുമ്പോൾ
ഈ പാട്ട് ഒരുപക്ഷേ, നിങ്ങൾക്ക് മനസ്സിലാകും.
ശരല്ക്കാലത്ത് ഇലകൾ തവിട്ട് നിറമാകുമ്പോൾ
പേനയും മഷിയുമെടുത്ത് ഇത് എഴുതിവെക്കണം.

“അതുവരെ എനിക്ക് ഇത് ഓർമ്മയുണ്ടെങ്കിൽ ഞാൻ എഴുതും.” ആലീസ് പറഞ്ഞു.

നീ ഇങ്ങനെ അഭിപ്രായങ്ങൾ പറഞ്ഞുകൊണ്ടിരിക്കേണ്ട. ഹംറ്റി ഡംറ്റി പറഞ്ഞു.“അവ ബുദ്ധിപൂർവ്വം ഉള്ള അഭിപ്രായങ്ങളല്ല. കൂടാതെ അവ എന്നെ ചിന്താക്കുഴപ്പത്തിലാക്കുന്നുമുണ്ട്”

മത്സ്യങ്ങൾക്ക് ഞാനൊരു കത്തയച്ചു
എന്റെ ആഗ്രഹം ഞാൻ കത്തിൽ പറഞ്ഞു.
കടലിലെ കൊച്ചു മീനുകൾ
എനിക്ക് മറുപടി തിരിച്ചയച്ചു
കൊച്ചുമീനുകളുടെ ഉത്തരം ഇതാണ്
"ഞങ്ങൾക്ക് പറ്റില്ല സാർ, കാരണം—"

"എനിക്ക് വ്യക്തമായി മനസ്സിലാകുന്നില്ലെന്ന് ഞാൻ പേടിക്കുന്നു." ആലീസ് പറഞ്ഞു.

"മുന്നോട്ട് പോകുമ്പോൾ കൂടുതൽ എളുപ്പമാണ്." ഹംറ്റി ഡംറ്റി പറഞ്ഞു.

ഞാൻ വീണ്ടും അവർക്ക് എഴുതി.
അനുസരിക്കുന്നത് കൂടുതൽ നല്ലത്
മീനുകൾ പല്ലിളിച്ചുകൊണ്ട് പറഞ്ഞു.
എന്താണ് നിങ്ങൾക്ക് ഇത്രയും ദേഷ്യം
ഞാൻ ഒരു തവണ പറഞ്ഞു. രണ്ടാമതും പറഞ്ഞു.
അവർക്ക് ഉപദേശം സ്വീകാര്യമല്ല
ഞാനൊരു വലിയ ചരുവമെടുത്തു
എന്റെ പ്രവൃത്തിക്ക് യോജിച്ച പാത്രം
എന്റെ ഹൃദയം മിടിച്ച് തുള്ളി
ഞാൻ പമ്പിൽ നിന്ന് ചരുവം നിറച്ചു
അപ്പോൾ ആരോ വന്ന് പറഞ്ഞു.
ചെറിയ മത്സ്യങ്ങൾ ഉറങ്ങാൻ പോയി
ഞാൻ അവനോട് പറഞ്ഞു, തെളിച്ച് പറഞ്ഞു
അവരെ എല്ലാം നീ വിളിച്ചുണർത്തണം.
അത് ഞാൻ ഉറക്കെ വിളിച്ച് പറഞ്ഞു.
അവന്റെ ചെവിയിൽ അലറി പറഞ്ഞു.

ഈ വരികൾ ആവർത്തിക്കുമ്പോൾ ഹംറ്റി ഡംറ്റിയുടെ ശബ്ദം ഒരു നിലവിളിയോളം ഉയർന്നിരുന്നു. പേടിച്ച് വിറച്ചുകൊണ്ട് ആലീസ് വിചാരിച്ചു. "ഒരു കാര്യത്തിനും ഞാൻ ദൂതനാവില്ല!"

പക്ഷേ, അവൻ മുരടനും തണ്ടനുമായിരുന്നു
അവൻ പറഞ്ഞു ഇത്ര ഉറക്കെ അലറണ്ട
പക്ഷേ, അവൻ തണ്ടനും മുരടനുമായിരുന്നു.
അവൻ പറഞ്ഞു. ഞാൻ പോയി ഉണർത്താം, പക്ഷേ,
ഞാൻ ഒരു കോർക്ക് സ്ക്രൂ കൈയിലെടുത്തു
ഞാൻ സ്വയം അവരെ ഉണർത്താൻ തുനിഞ്ഞു
കതക് അടച്ചിട്ടിരിക്കുന്നത് കണ്ടപ്പോൾ
ഞാൻ വലിച്ചു ഇടിച്ചു ചവുട്ടി തള്ളി
കതക് പൂട്ടിയിട്ടിരിക്കുന്നതുകണ്ടപ്പോൾ

ഞാൻ കൈപ്പിടി പിടിച്ച് തിരിച്ചു, പക്ഷേ, വളരെനേരത്തേക്ക് ഒരു നിശ്ശബ്ദത ആയിരുന്നു.

"കഴിഞ്ഞോ," ആലീസ് മടിയോടെ ചോദിച്ചു. "കഴിഞ്ഞു." ഹംറ്റി ഡംറ്റി പറഞ്ഞു. "അപ്പോൾ പിന്നെക്കാണാം."

ഇത് ഏറക്കുറെ പെട്ടെന്നായിരുന്നു. അവൾ പോകണമെന്നുള്ള ഇത്രയും ശക്തമായ ഒരു സൂചനയ്ക്ക് ശേഷം അവിടെ ഇരിക്കുന്നത് ഒട്ടും മര്യാദയല്ലെന്ന് ആലീസ് വിചാരിച്ചു. അതുകൊണ്ട് അവൾ എഴുന്നേറ്റ് നിന്ന് കൈനീട്ടി കാണിച്ചു. "നമുക്ക് പിന്നെക്കാണാം." അവൾ കഴിയുന്നത്ര സന്തോഷത്തോടെ പറഞ്ഞു.

"നമ്മൾ വീണ്ടും കാണുകയാണെങ്കിൽ ഞാൻ നിന്നെ തിരിച്ചറിയില്ല. ഹസ്തദാനത്തിന് പകരം ഒരു വിരൽ മാത്രം നീട്ടിക്കാണിച്ചുകൊണ്ട് അസംതൃപ്തമായ സ്വരത്തിൽ ഹംറ്റി ഡംറ്റി പറഞ്ഞു. "നീ കാഴ്ചയിൽ കൃത്യം മറ്റുള്ളവരെപ്പോലെയാണ്."

"സാധാരണ മുഖം നോക്കിയാണ് ആളുകളെ തിരിച്ചറിയുന്നത്." ആലോചിച്ചതിന് ശേഷം ആലീസ് അഭിപ്രായപ്പെട്ടു.

"ഞാൻ ബുദ്ധിമുട്ടുന്നതും അതുകൊണ്ട് തന്നെയാണ്." ഹംറ്റി ഡംറ്റി പറഞ്ഞു. "നിന്റെ മുഖവും മറ്റുള്ളവരുടെ മുഖവും ഒരുപോലെയാണ്. ആ രണ്ട് കണ്ണുകളും അതിന്റെ നടുക്കായി മൂക്കും അടിയിലൊരു വായും (അയാൾ അന്തരീക്ഷത്തിൽ ഇവയുടെ സ്ഥാനങ്ങൾ വിരലുകൊണ്ട് അടയാളപ്പെടുത്തുന്നുണ്ടായിരുന്നു). ഉദാഹരണത്തിന് ഇപ്പോൾ നിന്റെ കണ്ണുകൾ മൂക്കിന്റെ ഒരു വശത്താണെന്ന് വിചാരിക്കുക. അല്ലെങ്കിൽ വായ് ഏറ്റവും മുകളിലാണെന്നിരിക്കട്ടെ -- അപ്പോൾ നിന്നെ തിരിച്ചറിയാൻ അത് കുറച്ചൊക്കെ സഹായമാകുമായിരുന്നു."

"അത് കാണാൻ വൃത്തികേടായിരിക്കും.'' ആലീസ് എതിർപ്പ് രേഖപ്പെടുത്തി. പക്ഷേ, ഹംറ്റി ഡംറ്റി കണ്ണടച്ച് പിടിച്ചുകൊണ്ട് പറഞ്ഞു. "അതിന് ശ്രമിക്കുന്നതുവരെ കാത്തിരിക്കുക."

അയാൾ വീണ്ടും സംസാരിക്കുമോ എന്ന് അറിയാൻ വേണ്ടി ആലീസ് ഒരു മിനിറ്റ് സമയം കാത്തുനിന്നു. പക്ഷേ, അയാൾ പിന്നീട് കണ്ണ് തുറക്കുകയോ അവളെ നോക്കുകയോ ഉണ്ടായില്ല. അവൾ ഒരിക്കൽ കൂടി പറഞ്ഞു. "പിന്നെ കാണാം." ഇതിനും മറുപടി കിട്ടാതായപ്പോൾ അവൾ സാവധാനം നടന്നുനീങ്ങി. പക്ഷേ, പോകുന്നതിനിടയിൽ അവൾക്ക് പറയാതിരിക്കാൻ കഴിഞ്ഞില്ല. ''ഞാൻ കണ്ടിട്ടുള്ള അസംതൃപ്തരിൽ വെച്ച് – അസംതൃപ്തിയിൽ വെച്ച്–" (ഇതുപോലെ നീളമുള്ള ഒരു വാക്ക് പറയാൻ പറ്റിയത് വലിയ ആശ്വാസമായെന്നമട്ടിൽ അവൾ അത് ആവർത്തിച്ചു). അവൾ ഒരിക്കലും ആ വാചകം പൂർത്തിയാക്കിയില്ല അതിനുമുമ്പ് ആ നിമിഷത്തിൽത്തന്നെ ഒരു വലിയ സ്ഫോടനധ്വനി ഒരറ്റംമുതൽ മറ്റേ അറ്റംവരെ കാടിനെ പിടിച്ച് കുലുക്കി.

7

സിംഹവും ഒറ്റക്കൊമ്പൻ വെള്ളക്കുതിരയും

അടുത്ത നിമിഷത്തിൽ കാട്ടിലൂടെ പട്ടാളക്കാർ ഓടിവരാൻ തുടങ്ങി. തുടക്കത്തിൽ ഒന്നോ രണ്ടോ പേർവീതം ഓടി വന്നിരുന്നത് പിന്നീട് പത്തും ഇരുപതുമായി മാറി. ഒടുവിൽ അവർ കൂട്ടംകൂട്ടമായി വന്നു. കാട് മൊത്തം അവരെക്കൊണ്ട് നിറഞ്ഞ് പോയിരിക്കുന്നതായി തോന്നി. അവർ തന്നെ തള്ളി താഴെയിട്ട് മുകളിലൂടെ ഓടിപ്പോകുമെന്നുള്ള ഭയംകൊണ്ട് അവർ കടന്നുപോകുന്നത് ആലീസ് ഒരു മരത്തിന്റെ പിറകിൽ ഒളിച്ച് നിന്ന് കണ്ടു.

ജീവിതത്തിലൊരിക്കലും പട്ടാളക്കാർ ഇതുപോലെ അടുക്കും ചിട്ടയുമില്ലാതെ കുഴഞ്ഞുമറിയുന്നത് താൻ കണ്ടിട്ടില്ലെന്ന് അവൾ ആലോചിക്കുന്നുണ്ടായിരുന്നു. അവർ എപ്പോഴും എന്തെങ്കിലും സാധനങ്ങളിൽ തട്ടി വീണുകൊണ്ടിരുന്നു. ഒരാൾ വീണു കഴിയുമ്പോൾ പലരും അയാളുടെ മുകളിൽ മറിഞ്ഞുവീണ് ഭൂമി മുഴുവൻ ചെറിയ മനുഷ്യക്കുന്നുകൾകൊണ്ട് നിറഞ്ഞു.

അതിനുശേഷം കുതിരകൾ വന്നു. നാല് കാലുകൾ ഉള്ളതുകൊണ്ട് കുതിരകൾ കാലാൾപ്പടയേക്കാൾ നല്ലരീതിയിൽ കാര്യംസാധിച്ചു. പക്ഷേ, ഇടയ്ക്കൊക്കെ അവരും കാലിടറി വീണു. എപ്പോഴെങ്കിലും ഒരു കുതിര കാലിടറി വീണാൽ ആ നിമിഷത്തിൽത്തന്നെ കുതിരപ്പുറത്തിരിക്കുന്നവനും താഴെ വീഴണമെന്ന് നിയമം ഉള്ളതുപോലെ തോന്നി. നിമിഷംതോറും കാര്യങ്ങൾ കൂടുതൽ വഷളായിക്കൊണ്ടിരുന്നു. കാട്ടിൽനിന്നും ഒരു തുറസ്സായസ്ഥലത്ത് എത്തിച്ചേരാൻ കഴിഞ്ഞതിൽ ആലീസിന് അങ്ങേയറ്റം സന്തോഷംതോന്നി. അവിടെ വെളുത്ത രാജാവ് നിലത്തിരുന്ന് തിരക്കിട്ട് നോട്ട് ബുക്കിൽ കുറിപ്പുകൾ എഴുതിക്കൊണ്ടിരിക്കുന്നത് അവൾ കണ്ടു.

ഞാൻ അവരെയെല്ലാം പറഞ്ഞയച്ചു. ആലീസിനെ കണ്ടപ്പോൾ രാജാവ് ആഹ്ലാദത്തോടെ വിളിച്ചു പറഞ്ഞു. "കുട്ടി കാട്ടിനുള്ളിലൂടെ വരുമ്പോൾ ഏതെങ്കിലും പട്ടാളക്കാരെ കാണാൻ ഇടയായോ?"

"ഞാൻ കണ്ടു." ആലീസ് പറഞ്ഞു. "ആയിരക്കണക്കിന് കണ്ടു കാണുമെന്നാണ് എനിക്ക് തോന്നുന്നത്."

"കൃത്യം എണ്ണം നാലായിരത്തി ഇരുന്നൂറ്റി ഏഴാണ്." രാജാവ് തന്റെ ബുക്ക് പരിശോധിച്ചതിന് ശേഷം പറഞ്ഞു. "രണ്ട് കുതിരകളെ കളിയിൽ ആവശ്യമുള്ളതുകൊണ്ട് എല്ലാ കുതിരകളേയും പറഞ്ഞയയ്ക്കാൻ എനിക്ക് കഴിഞ്ഞില്ല. രണ്ട് ദൂതന്മാരേയും ഞാൻ പറഞ്ഞയച്ചില്ല. അവർ രണ്ടും നഗരത്തിലേക്ക് പോയി. വഴിയിലേക്ക് നോക്കുമ്പോൾ നിനക്ക് അവരിൽ ആരെയെങ്കിലും കാണാൻ കഴിയുന്നുണ്ടെങ്കിൽ എന്നോട് പറയണം."

"ഞാൻ വഴിയിൽ ആരുമില്ലെന്ന് കാണുന്നു." ആലീസ് പറഞ്ഞു.

"എനിക്കും ഇത്തരം കണ്ണുകൾ വേണമെന്നാണ് എന്റെ ആഗ്രഹം." രാജാവ് കോപത്തോടെ പറഞ്ഞു. "എങ്കിൽ ആരുമില്ലെന്ന് എനിക്ക് കാണാൻ കഴിയുമായിരുന്നു. ഇത്രയും ദൂരത്തിൽ പോലും! ഈ വെളിച്ചത്തിൽ ആളുകളെ കാണുന്നതിന് എനിക്ക് ഇത്രമാത്രമേ ചെയ്യാൻ കഴിയുള്ളൂ."

ഇതെല്ലാം കൈപ്പത്തി കണ്ണിന് മുകളിൽ ചേർത്തുപിടിച്ച് വഴിയിലേക്ക് സൂക്ഷിച്ച് നോക്കിക്കൊണ്ടിരുന്ന ആലീസ് കേട്ടുകൊണ്ടിരുന്നു. "ഞാൻ ആരെയോ കാണുന്നുണ്ട്." ആലീസ് ഒടുവിൽ ഉറക്കെപ്പറഞ്ഞു. "പക്ഷേ, അയാൾ വളരെ പതുക്കെയാണ് വരുന്നത്. മാത്രമല്ല അയാളുടെ പെരുമാറ്റം വളരെ വിചിത്രമായിരിക്കുന്നു. (കാരണം ആ ദൂതൻ നടന്നുവരുന്നതിനിടയിൽ ഒരു കാട്ടുമാനിപ്പോലെ പുളഞ്ഞ് ചാടിക്കൊണ്ടിരുന്നു. വലിയ കൈ രണ്ടും അയാൾ ചിറകുകൾ പോലെ ഇരുവശങ്ങളിലേക്കും നിവർത്തിപ്പിടിച്ചിരുന്നു) അയാൾ ബ്രിട്ടനിൽ കുടിയേറിപ്പാർത്തവരുടെ വംശക്കാരനാണ്. അതെല്ലാം ആംഗ്ലോ സാക്സൺ പെരുമാറ്റ രീതികളാണ്. അയാൾക്ക് സന്തോഷമുള്ളപ്പോൾ മാത്രമാണ് അയാൾ ഇങ്ങനെ പെരുമാറുന്നത്. അയാളുടെ പേര് ഹെയ്ഗ എന്നാണ്."

"അയാൾ സന്തോഷത്തിലായതുകൊണ്ട് അയാൾക്ക് 'H' ഉള്ളത് എനിക്കും ഇഷ്ടമാണ്. അയാൾ കാഴ്ചയിൽ വെറുപ്പുണ്ടാക്കുന്നതു കൊണ്ട് അയാൾക്ക് 'H' (Hideous) ഉള്ളതിൽ ഞാൻ അയാളെ വെറുക്കുന്നു." ആലീസിന് സംഭാഷണം തുടങ്ങാതിരിക്കാൻ കഴിയില്ലായിരുന്നു. "ഞാൻ അയാൾക്ക് പന്നിയിറച്ചിയും വൈക്കോലും തിന്നാൻ കൊടുക്കും. അയാളുടെ പേര് ഹെയ്ഗ. അയാൾ ജീവിക്കുന്നത്...."

"അയാൾ ജീവിക്കുന്നത് ഒരു കുന്നിന്റെ മുകളിലാണ്." (രാജാവ് താൻ ഒരു കളിയിൽ പങ്കെടുക്കുകയാണെന്ന് തിരിച്ചറിയാതെ നിഷ്കളങ്കമായി പറഞ്ഞു. ഈ സമയത്ത് ആലീസ് 'H' ൽ തുടങ്ങുന്ന

ഒരു പട്ടണത്തിന്റെ പേര് കണ്ടെത്താൻ കഴിയാതെ സംശയിച്ച് നില്ക്കുകയായിരുന്നു). രാജാവ് പറഞ്ഞു. "മറ്റേ ദൂതന്റെ പേര് ഹാട്ട എന്നാണ്. എനിക്ക് പോകാനും വരാനും വേണ്ടി രണ്ട് ദൂതന്മാർ നിശ്ചയമായും വേണം. ഒരാൾ വരുന്നതിനും മറ്റയാൾ പോകുന്നതിനും. നിനക്ക് മനസ്സിലായില്ലേ?"

"ഞാൻ ക്ഷമ യാചിക്കുന്നു. എനിക്ക് മനസ്സിലായില്ല." ആലീസ് പറഞ്ഞു.

"യാചിക്കുന്നത് യോഗ്യതയല്ല." രാജാവ് പറഞ്ഞു.

"എനിക്ക് മനസ്സിലായില്ല എന്ന് മാത്രമാണ് ഞാൻ പറഞ്ഞത്." ആലീസ് പറഞ്ഞു "വരാൻ വേണ്ടി ഒരാളും പോകാൻ വേണ്ടി ഒരാളും എന്തിനാണ്?"

"ഞാൻ നിന്നോട് പറഞ്ഞില്ലേ?" രാജാവ് അക്ഷമയോടെ പറഞ്ഞു. "നിശ്ചയമായും എനിക്ക് രണ്ടുപേരുടെ ആവശ്യമുണ്ട്. ഒരാൾ കൊണ്ടു വരും. ഒരാൾ കൊണ്ടുപോകും."

ഈ സമയത്ത് ദൂതൻ വന്നുചേർന്നു. അയാൾക്ക് ശ്വാസതടസ്സം കൊണ്ട് ഒരു വാക്കുപോലും പുറത്തുപറയാൻ കഴിഞ്ഞില്ല. ആരു കണ്ടാലും ഭയം തോന്നുന്ന മുഖഭാവത്തോടെ ആംഗ്യം കാണിക്കാനുള്ള ശക്തിമാത്രമാണ് അപ്പോൾ അയാൾക്ക് ഉണ്ടായിരുന്നത്.

"നിങ്ങൾക്ക് 'H' ഉള്ളതുകൊണ്ട് ഈ പെൺകുട്ടിക്ക് നിങ്ങളെ ഇഷ്ടമാണ്" ദൂതന്റെ ശ്രദ്ധ തന്നിൽനിന്ന് അകറ്റാൻവേണ്ടി രാജാവ് പറഞ്ഞു. പക്ഷേ, അതുകൊണ്ട് യാതൊരു പ്രയോജനവും ഉണ്ടായില്ല. ആംഗ്ലോ സാക്സൺ പെരുമാറ്റ രീതികൾ നിമിഷംതോറും കൂടുതൽ അസാധാരണമായി മാറിക്കൊണ്ടിരുന്നു. ദൂതന്റെ വലിയ കണ്ണുകൾ ഇരുവശങ്ങളിലേക്കും സംഭ്രമത്തോടെ ഉരുണ്ടുകൊണ്ടിരുന്നു.

"നീ എന്നെ ഭയപ്പെടുത്തുന്നു." രാജാവ് പറഞ്ഞു. "എനിക്ക് തലകറങ്ങുന്നു. എനിക്ക് പന്നിയിറച്ചി പലഹാരം തരൂ."

ഇതുകേട്ടപ്പോൾ ആലീസിനെ അത്ഭുതപ്പെടുത്തിക്കൊണ്ട് ദൂതൻ അയാളുടെ കഴുത്തിൽ തൂക്കിയിരുന്ന സഞ്ചി തുറന്ന് ഒരു പന്നിയിറച്ചി പലഹാരമെടുത്ത് രാജാവിന് നല്കി. രാജാവ് ആർത്തിയോടെ അത് വാരിവിഴുങ്ങി.

"ഒരെണ്ണം കൂടി." രാജാവ് പറഞ്ഞു. "ഇപ്പോൾ വൈക്കോൽമാത്രമേ എന്റെ കൈയിൽ ബാക്കിയുള്ളൂ." സഞ്ചിക്കുള്ളിലേക്ക് സൂക്ഷിച്ച് നോക്കിക്കൊണ്ട് ദൂതൻ പറഞ്ഞു.

"വൈക്കോലെങ്കിൽ വൈക്കോൽ." തളർന്ന സ്വരത്തിൽ രാജാവ് പിറുപിറുത്തു.

വൈക്കോൽ രാജാവിനെ നല്ലവണ്ണം ഉന്മേഷവാനാക്കിയതിൽ ആലീസിന് സന്തോഷം തോന്നുണ്ടായിരുന്നു.

"നിങ്ങൾക്ക് തളർച്ച തോന്നുമ്പോൾ വൈക്കോൽ തിന്നുന്നതിന് തുല്യമായി മറ്റൊന്നുമില്ല." ആർത്തിയോടെ വൈക്കോൽ ചവച്ച്

തിന്നുന്നതിനിടയിൽ രാജാവ് അഭിപ്രായം പറഞ്ഞു.

"തണുത്തവെള്ളം നിങ്ങളുടെ തലവഴി ഒഴിക്കുന്നത് ഇതിനേക്കാൾ ഗുണം ചെയ്യുമെന്നാണ് ഞാൻ വിചാരിക്കുന്നത്."

"ഇതിലും ഗുണം ചെയ്യുന്നതൊന്നുമില്ലെന്നല്ല ഞാൻ പറഞ്ഞത്." രാജാവ് മറുപടി പറഞ്ഞു. "ഇതിന് തുല്യമായി മറ്റൊന്നുമില്ലെന്നാണ് ഞാൻ പറഞ്ഞത്." ഇത് നിഷേധിക്കാൻ ആലീസ് തയ്യാറായില്ല.

കുറച്ചുകൂടി വൈക്കോലിന് വേണ്ടി കൈ നീട്ടിക്കൊണ്ട് രാജാവ് സംസാരം തുടർന്നു. "വഴിയിൽ വെച്ച് നീ ആരെയാണ് കണ്ടുമുട്ടിയത്?" ദൂതൻ പറഞ്ഞു. "വഴിയിൽ ആരുമില്ലെന്ന് കണ്ടു."

"വളരെ ശരിയാണ്." രാജാവ് പറഞ്ഞു. 'ഈ പെൺകുട്ടിയും അയാളെ കണ്ടിരുന്നു. അപ്പോൾ നിശ്ചയമായും. ആരുമില്ലെന്ന്' നിന്നെക്കാൾ സാവധാനത്തിൽ നടക്കാൻ ഇടയില്ല"

"ഞാൻ എന്റെ പരമാവധി വേഗതയിലാണ് നടന്നത്. "ദൂതൻ വൈഷമ്യത്തോടെ പറഞ്ഞു." എന്നെക്കാൾ വേഗത്തിൽ മറ്റാരും നടക്കില്ലെന്ന് എനിക്ക് നല്ല വിശ്വാസമുണ്ട്."

"അയാൾക്ക് അത് കഴിഞ്ഞിട്ടില്ല." രാജാവ് പറഞ്ഞു. "കഴിഞ്ഞിരുന്നെങ്കിൽ അയാൾ ഇവിടെ ആദ്യം എത്തിച്ചേരുമായിരുന്നു. എന്തായാലും നിനക്ക് ഇപ്പോൾ ശ്വാസം വിടാൻ കഴിയുന്നുണ്ട്. പട്ടണത്തിൽവെച്ച് എന്തൊക്കെയാണ് സംഭവിച്ചതെന്ന് നിനക്ക് ഇപ്പോൾ ഞങ്ങളോട് പറയാനുള്ള അവസ്ഥയായിട്ടുണ്ട്."

"ഞാൻ അത് രഹസ്യമായി പറയാം." രണ്ട് കൈപ്പത്തിയും മടക്കി വാ യുടെ മുന്നിൽ ഒരു കൊമ്പ് വാദ്യത്തിന്റെ ആകൃതിയിൽ അടുപ്പിച്ച് വെച്ചതിനുശേഷം രാജാവിന്റെ ചെവിയുടെ അടുത്തേക്ക് കുനിഞ്ഞ് കൊണ്ട് ദൂതൻ പറഞ്ഞു. വാർത്തകൾ കേൾക്കാൻ ആലീസിനും ആഗ്രഹം ഉണ്ടായിരുന്നതുകൊണ്ട് അവൾക്ക് ഇതിൽ വിഷമംതോന്നി. എന്തായാലും രഹസ്യം പറയുന്നതിന് പകരം കഴിയുന്നത്ര ഉച്ചത്തിൽ അയാൾ അലറി. "അവർ വീണ്ടും തുടങ്ങിയിട്ടുണ്ട്."

"ഇതിന് നീ രഹസ്യം പറയുന്നെന്നാണോ പറയുന്നത്?" പാവം രാജാവ് മുകളിലേക്ക് ചാടിക്കൊണ്ട് വിറയലോടെ ഉറക്കെ വിളിച്ചു ചോദിച്ചു. "നീ വീണ്ടും ഇങ്ങനെ ചെയ്താൽ നിന്നെ ഞാൻ ചമ്മന്തിയാക്കും. എന്റെ തലയ്ക്കുള്ളിൽ അതൊരു ഭൂമികുലുക്കം ഉണ്ടാക്കി."

"അത് വളരെ ചെറിയ ഒരു ഭൂമികുലുക്കം ആയിരിക്കും." ആലീസ് ആലോചിച്ചു. ഒടുവിൽ അവൾ ധൈര്യപൂർവ്വം ചോദിച്ചു. "ആരാണ് വീണ്ടും തുടങ്ങിയിരിക്കുന്നത്."

"എന്താണ് സംശയം. നിശ്ചയമായും സിംഹവും ഒറ്റക്കൊമ്പൻ വെള്ളക്കുതിരയും തന്നെ–" രാജാവ് പറഞ്ഞു.

"അവർ കിരീടത്തിന് വേണ്ടിയാണോ യുദ്ധം ചെയ്യുന്നത്?"

"ഉറപ്പായും അതിനുവേണ്ടിത്തന്നെ." രാജാവ് പറഞ്ഞു. "ഏറ്റവും വലിയ തമാശ അത് ഇത്രയും കാലം എന്റെ കിരീടമായിരുന്നു

എന്നതാണ്. നമുക്ക് ഓടിച്ചെന്ന് അവരെ കാണാം." അവർ കുതിച്ച് പാഞ്ഞു. ഓടുന്നതിനിടയിൽ ആലീസ് ആ പഴയ പാട്ടിന്റെ വരികൾ ആവർത്തിച്ചു.

സിംഹവും ഒറ്റക്കൊമ്പൻ വെള്ളക്കുതിരയും കിരീടത്തിന് യുദ്ധം ചെയ്തു. സിംഹം പട്ടണത്തിലെല്ലാം ഒറ്റക്കൊമ്പനെ തറപറ്റിച്ചു. ചിലർ അവർക്ക് വെള്ള റൊട്ടികൊടുത്തു. ചിലർ അവർക്ക് തവിട്ട് റൊട്ടിയും. ചിലർ അവർക്ക് കേക്കു കൊടുത്തിട്ട് ചെണ്ട കൊട്ടി ഓടിച്ചുവിട്ടു.

"ജയിക്കുന്നവന് കിരീടം കിട്ടുമോ?" ഓട്ടം കൊണ്ട് ശ്വാസം കിട്ടാതെ കഴിയുന്നത്ര വ്യക്തമായി അവൾ ചോദിച്ചു.

"ഇല്ല" രാജാവ് പറഞ്ഞു. എന്തൊരു ആശയം.

കുറച്ച് കൂടിഓടിയതിനുശേഷം ആലീസ് കിതച്ചുകൊണ്ട് ചോദിച്ചു. "ഒരു മിനിറ്റ് സമയത്തേക്ക് ദയവായി ഓട്ടം നിർത്തിവെക്കാനുള്ള മനസ്സുണ്ടാകുമോ? ശ്വാസം വീണ്ടും ഒന്ന് നേരെയാകാൻ വേണ്ടിയാണ്."

"ഞാൻ അവശ്യത്തിന് മനസ്സുള്ളവനാണ്." രാജാവ് പറഞ്ഞു. "ആവശ്യത്തിനുള്ള ശക്തിയാണ്എനിക്ക് ഇല്ലാത്തത്. ഒരു മിനിറ്റ് സമയം കടന്നുപോകുന്നത് ഭയാനകമായ വേഗതയിലാണെന്ന് നീ മനസ്സിലാക്കണം."

ആലീസിന് സംസാരിക്കാനുള്ള ശ്വാസം പോലും ഉണ്ടായിരുന്നില്ല. അതുകൊണ്ട് ഒരു വലിയ തിക്കും തിരക്കും കാണുന്നതുവരെ അവർ ഓട്ടം തുടർന്നു. തിരക്കിന്റെ നടുക്ക് സിംഹവും ഒറ്റക്കൊമ്പൻ വെള്ളക്കുതിരയും തമ്മിൽ യുദ്ധം നടക്കുകയായിരുന്നു. അവർ പൂർണ്ണമായും പൊടിപടലത്തിനുള്ളിലായിരുന്നതുകൊണ്ട് ആദ്യമൊന്നും ആലീസിന് അവരെ തിരിച്ചറിയാൻ കഴിഞ്ഞില്ല. പക്ഷേ, പെട്ടെന്ന് തന്നെ കൊമ്പ് കാരണം അവൾക്ക് വെള്ളക്കുതിരയെ തിരിച്ചറിയാൻ പറ്റി.

ഒരു കൈയിൽ വെണ്ണ പുരട്ടിയ റൊട്ടിയും മറ്റേകൈയിൽ ഒരു കപ്പ് ചായയുമായി യുദ്ധം കണ്ടുകൊണ്ട് നിന്നിരുന്ന ഹാട്ട എന്ന് പേരുള്ള ദൂതന്റെ അടുത്തായി അവർ നിലയുറപ്പിച്ചു.

"അവൻ ജയിലിൽ നിന്ന് പുറത്ത് വന്നിട്ട് അധികസമയമായിട്ടില്ല. അവൻ അകത്തേക്ക് പോകുമ്പോൾ കൊടുത്ത ചായ ഇതുവരെ അവൻ കുടിച്ച് കഴിഞ്ഞില്ല." ഹെയ്ഗ ആലീസിന്റെ ചെവിയിൽ പറഞ്ഞു. "അതിനുള്ളിൽ അവർ കഴിക്കാൻ കക്കാത്തോടാണ് കൊടുക്കുന്നത്. അതുകൊണ്ട് അവന് നല്ല വിശപ്പും ദാഹവും കാണും." സ്നേഹപൂർവ്വം ഹാട്ടയുടെ കഴുത്തിൽ കൈചുറ്റിക്കൊണ്ട് അവൻ ചോദിച്ചു. "പ്രിയപ്പെട്ട കുട്ടീ, എന്തൊക്കെയുണ്ട് വിശേഷങ്ങൾ?"

ഹാട്ട നാലുചുറ്റും നോക്കിയതിന് ശേഷം തലകുലുക്കി. അതിനുശേഷം റൊട്ടിയും വെണ്ണയുമായി അവൻ മുന്നോട്ട് നീങ്ങി.

"പ്രിയപ്പെട്ട കുട്ടീ, നിനക്ക് ജയിലിൽ സന്തോഷമായിരുന്നോ?" ഹെയ്ഗ ചോദിച്ചു.

ഹാട്ട ചുറ്റുപാടും ഒരുതവണ വീണ്ടും കണ്ണോടിച്ചു. ഈ പ്രാവശ്യം

ഒന്നോ രണ്ടോ കണ്ണുനീർത്തുള്ളികൾ അവന്റെ കവിളിലൂടെ ഇറ്റുവീണു. പക്ഷേ, അവൻ ഒറ്റ വാക്ക് പോലും പുറത്ത് പറഞ്ഞില്ല.

"നിനക്ക് സംസാരിക്കാൻ കഴിയില്ലേ?" ഹെയ്ഗയുടെ ക്ഷമനശിച്ചിട്ട് അയാൾ ഉറക്കെ വിളിച്ചുകൂവി. പക്ഷേ, ഹാട്ട റൊട്ടിക്കഷണം ചവച്ചരച്ച് തിന്നതിനുശേഷം കുറച്ചുകൂടി ചായ കുടിച്ചു. അയാൾ മറുപടി പറഞ്ഞില്ല.

"നീ സംസാരിക്കുകയില്ലേ?" രാജാവ് വിളിച്ച് കൂവി. "അവരുടെ യുദ്ധം എങ്ങനെയുണ്ട്?"

ഹാട്ട ഒരു വലിയകഷണം റൊട്ടി വളരെ പാടുപെട്ട് വിഴുങ്ങി. "അവർ നന്നായി പുരോഗമിക്കുന്നു" അയാൾ അടഞ്ഞ ശബ്ദത്തിൽ പറഞ്ഞു. "എൺപത്തേഴ് പ്രാവശ്യം വീതം ഓരോരുത്തരും വീണു കഴിഞ്ഞു."

"അപ്പോൾ അവർ വെളുത്ത റൊട്ടിയും തവിട്ട് റൊട്ടിയും ഉടൻതന്നെ കൊണ്ടുവരുമെന്നാണ് എന്റെ വിശ്വാസം." ആലീസ് അഭിപ്രായം പറയാനുള്ള ധൈര്യം കാണിച്ചു.

"ഇപ്പോൾ അവർക്കുവേണ്ടി അത് സൂക്ഷിച്ചുവെച്ചിട്ടുണ്ട്." ഹാട്ട പറഞ്ഞു. "അതിന്റെ ഒരു കഷണമാണ് ഞാൻ ഇപ്പോൾ തിന്നുകൊണ്ടിരിക്കുന്നത്."

ആ സമയത്ത് യുദ്ധത്തിന് ഒരു താല്ക്കാലിക വിരാമം ഉണ്ടായി. സിംഹവും ഒറ്റക്കൊമ്പൻ വെള്ളക്കുതിരയും കിതച്ചുകൊണ്ട് വിശ്രമിക്കാൻ വേണ്ടി ഇരുന്നു. രാജാവ് വിളിച്ചുപറഞ്ഞു. "ലഘുഭക്ഷണത്തിനും വിശ്രമത്തിനും വേണ്ടി പത്ത് മിനിറ്റ് അനുവദിച്ചിരിക്കുന്നു." വട്ടത്തിലുള്ള തളികകളിൽ വെള്ളറൊട്ടിയും തവിട്ടുറൊട്ടിയും ചുമന്നുകൊണ്ടു വരുന്ന ജോലി ഉടൻതന്നെ ഹെയ്ഗയും ഹാട്ടയും ഏറ്റെടുത്തു. ആലീസ് ഒരു കഷണമെടുത്ത് രുചിച്ചുനോക്കി. പക്ഷേ, അത് ഉണങ്ങി വരണ്ട റൊട്ടി ആയിരുന്നു.

"ഇന്ന് അവർ വീണ്ടും യുദ്ധം ചെയ്യുമെന്ന് ഞാൻ വിചാരിക്കുന്നില്ല." രാജാവ് ഹാട്ടയോട് പറഞ്ഞു. "നീ പോയി ചെണ്ടകൊട്ട് ആരംഭിക്കാൻ ആജ്ഞകൊടുക്കൂ." ഹാട്ട ഒരു പച്ചക്കുതിരയെപ്പോലെ ചാടിച്ചാടി മുന്നോട്ടു കുതിച്ചു.

ഒന്ന് രണ്ട് മിനിറ്റ് നേരം ആലീസ് അവൻ ചാടിച്ചാടി പോകുന്നതും നോക്കി നിശ്ശബ്ദയായിനിന്നു. പെട്ടെന്ന് അവൾക്ക് ഉന്മേഷം വന്നു. താല്പര്യത്തോടെ വിരൽ ചൂണ്ടിക്കൊണ്ട് അവൾ വിളിച്ചു പറഞ്ഞു. "നോക്കൂ! നോക്കൂ! വെളുത്ത രാജ്ഞി പറമ്പിലൂടെ ഓടി വരുന്നു. ദൂരെ കാണുന്ന കാട്ടിൽനിന്നും അവർ പറന്നാണ് വരുന്നത്– ഈ രാജ്ഞിമാർ എന്ത് വേഗത്തിലാണ് ഓടുന്നത്?"

"അവളുടെ പിന്നിൽ ആരോ ശത്രുക്കളുണ്ട്. ഒട്ടും സംശയം വേണ്ട," ചുറ്റുപാടും നോക്കാൻ പോലും തയ്യാറാവാതെ രാജാവ് പറഞ്ഞു. "ആ കാട് മുഴുവൻ ശത്രുക്കളെക്കൊണ്ട് നിറഞ്ഞിരിക്കുകയാണ്."

രാജാവ് അങ്ങേയറ്റം ശാന്തതയോടെ ഈ കാര്യം സ്വീകരിക്കുന്നതു

കണ്ട് ആലീസ് അത്ഭുതപ്പെട്ടു. അവൾ ചോദിച്ചു. "തിരുമനസ്സ് ഓടിച്ചെന്ന് രാജ്ഞിയെ സഹായിക്കുന്നില്ലേ?"

"പ്രയോജനമില്ല! പ്രയോജനമില്ല!" രാജാവ് പറഞ്ഞു. അവൾ അങ്ങേയറ്റം ഭയാനകമായ വേഗതയിലാണ് ഓടുന്നത്. "പക്ഷേ, ഞാൻ അവളെപ്പറ്റി ഒരു കുറിപ്പ് തയ്യാറാക്കാം— അവൾ വളരെ നല്ല ഒരു ജീവിയാണ്." ചെറിയ ബുക്ക് തുറക്കുന്നതിനിടയിൽ രാജാവ് ചോദിച്ചു. "ജീവിയാണോ ജന്തുവാണോ ശരിയായ വാക്ക്?"

ഈ നിമിഷത്തിൽ പോക്കറ്റിൽ കൈയിട്ടുകൊണ്ട് ഒറ്റക്കൊമ്പൻ വെള്ളക്കുതിര അവരുടെ അടുത്തുകൂടി നടന്നുപോയി. "ഈ പ്രാവശ്യം എന്റെ ഭാഗം ഒന്നാംതരമായിരുന്നു." കടന്നുപോകുന്നതിനിടയിൽ രാജാവിനെ നോക്കിക്കൊണ്ട് ഒറ്റക്കൊമ്പൻ വെള്ളക്കുതിര പറഞ്ഞു.

രാജാവ് അല്പം സങ്കോചത്തോടെ മറുപടി പറഞ്ഞു. "ചെറിയ തെറ്റ് പറ്റി. നീ നിന്റെ കൊമ്പുകൊണ്ട് അവനെ കുത്തരുതായിരുന്നു. ശരിയല്ലേ?"

"ഞാൻ അവനെ മുറിവേല്പിച്ചിട്ടില്ല." ഒറ്റക്കൊമ്പൻ അശ്രദ്ധമായി പറഞ്ഞു. അവൻ നടന്ന് പോകുന്നതിനിടയിൽ അവന്റെ കണ്ണുകൾ ആലീസിന്റെ മുകളിൽ വീഴാൻ ഇടയായി. ഉടൻതന്നെ അങ്ങേയറ്റത്തെ വെറുപ്പോടെ അവൻ തിരിഞ്ഞുനിന്ന് കുറച്ച് സമയം ആലീസിനെത്തന്നെ നോക്കിക്കൊണ്ട് നിന്നു.

"ഇത് എന്താണ്?" ഒടുവിൽ അവൻ ചോദിച്ചു.

ആലീസിനെ ആംഗ്ലോ സാക്സൺ രീതിയിൽ പരിചയപ്പെടുത്താൻ വേണ്ടി കൈ രണ്ടും വിടർത്തിക്കൊണ്ട് ഹെയ്ഗ ആലീസിന്റെ മുന്നിലേക്ക് നീങ്ങിനിന്നുകൊണ്ട് പറഞ്ഞു. "ഇത് ഒരു കുട്ടിയാണ്! ഞങ്ങൾ ഇതിനെ ഇന്ന് കണ്ടെത്തിയതാണ്."

"ഇവരൊക്കെ കെട്ടുകഥകളിലെ വിചിത്ര മൃഗങ്ങളാണെന്നാണ് ഞാൻ വിചാരിച്ചിരുന്നത്!" ഒറ്റക്കൊമ്പൻ വെള്ളക്കുതിര പറഞ്ഞു. "ഇതിന് ജീവനുള്ളതാണോ?"

"ഇതിന് സംസാരിക്കാൻ കഴിയും." ഹെയ്ഗ പറഞ്ഞു.

സ്വപ്നത്തിലെന്നപോലെ ആലീസിനെ നോക്കിക്കൊണ്ട് ഒറ്റക്കൊമ്പൻ പറഞ്ഞു. "കുട്ടീ, സംസാരിക്കൂ."

സംസാരിക്കാൻ തുടങ്ങുന്നതിനിടയിൽ ചുണ്ടുകൾ ചുരുണ്ട് കയറി ഒരു പുഞ്ചിരിയായി മാറാതിരിക്കാൻ ആലീസ് പരിശ്രമിച്ച് നോക്കിയിട്ടും സാധിച്ചില്ല. "ഒറ്റക്കൊമ്പൻ വെള്ളക്കുതിരയും കെട്ടുകഥകളിലെ ഒരു വിചിത്രമൃഗമാണെന്നാണ് ഞാൻ എല്ലാക്കാലത്തും വിശ്വസിച്ചിരുന്നത്. ജീവനോടെ ഒരെണ്ണത്തിനെ ഇതിന് മുമ്പ് ഒരിക്കലും ഞാൻ കണ്ടിട്ടില്ല."

"ശരി, ഇപ്പോൾ നമ്മൾ പരസ്പരം കണ്ടുകഴിഞ്ഞിരിക്കുന്നു." ഒറ്റക്കൊമ്പൻ വെള്ളക്കുതിര പറഞ്ഞു. "നീ എന്നെ വിശ്വസിച്ചാൽ ഞാൻ നിന്നേയും വിശ്വസിക്കാം. അതല്ലേ ഒരു വിലപേശൽ?"

"ശരി, നിന്റെ ഇഷ്ടം പോലെ," ആലീസ് പറഞ്ഞു.

“ഒരു പ്ലം കേക്ക് എടുത്തുകൊണ്ട് വരൂ.” അവളുടെ മുഖത്ത് നിന്ന് നോട്ടം മാറ്റി രാജാവിനെ നോക്കിക്കൊണ്ട് ഒറ്റക്കൊമ്പൻ പറഞ്ഞു. “എനിക്ക് നിങ്ങളുടെ തവിട്ട് റൊട്ടി വേണ്ട!”

“നിശ്ചയമായും നിശ്ചയമായും.” രാജാവ് പിറുപിറുത്തുകൊണ്ട് ഹെയ്ഗയെ നോക്കി ആംഗ്യം കാണിച്ചു. “സഞ്ചി തുറക്കൂ!” രാജാവ് ശബ്ദം താഴ്ത്തിപ്പറഞ്ഞു. “പെട്ടെന്ന്! അതല്ല— നിറയെ വൈക്കോൽ നിറച്ച അറ തുറക്കൂ.”

ഹെയ്ഗ സഞ്ചിയിൽനിന്നും ഒരു വലിയ കേക്ക് പുറത്തെടുത്ത് പിടിക്കാൻ വേണ്ടി ആലീസിനെ ഏല്പിച്ചു. അതിനുശേഷം അവൻ ഒരു പ്ലേറ്റും കത്തിയും പുറത്തെടുത്തു. ഇവയെല്ലാം ആ സഞ്ചിക്കുള്ളിൽ എങ്ങനെ വന്നെന്ന് ആലീസിന് ഊഹിക്കാൻ കഴിഞ്ഞില്ല. ഇത് ഒരു മാന്ത്രികവിദ്യ പോലെയാണെന്ന് ആലീസ് വിചാരിച്ചു.

ഇതൊക്കെ സംഭവിച്ചുകൊണ്ടിരിക്കുമ്പോൾ സിംഹം അവരോടൊപ്പം ചേർന്നു. അവൻ ക്ഷീണംകൊണ്ട് ഉറക്കം തൂങ്ങുകയാണെന്ന് തോന്നി. അവന്റെ കണ്ണുകൾ പകുതി അടഞ്ഞിരുന്നു. “ഇത് എന്താണ്?” ആലീസിനെ മടിയോടെ നോക്കിക്കൊണ്ട് ഒരു വലിയ മണിയുടെ മുഴക്കം പോലെയുള്ള തുറന്ന ശബ്ദത്തിൽ സിംഹം ചോദിച്ചു.

“ങാ, ഇത് എന്താണെന്ന് ഇപ്പോൾ പറയാമോ?” ഒറ്റക്കൊമ്പൻ വെള്ളക്കുതിര ആകാംക്ഷയോടെ വിളിച്ചുകൂവി. “നീ ഒരിക്കലും ഊഹിക്കില്ല! എനിക്കും പറ്റിയില്ല.”

“ഇത് കെട്ടുകഥകളിലെ ഒരു വിചിത്രമൃഗമാണ്.” ആലീസിന് മറുപടി പറയാൻ കഴിയുന്നതിന് മുമ്പ് ഒറ്റക്കൊമ്പൻ വിളിച്ച് പറഞ്ഞു.

“അപ്പോൾ, കെട്ടുകഥകളിലെ വിചിത്രമൃഗം പ്ലം കേക്ക് താഴെ വെക്കൂ.” താടിക്ക് കൈകൊടുത്ത് കമഴ്ന്ന് കിടന്നുകൊണ്ട് സിംഹം പറഞ്ഞു. “നിങ്ങൾ രണ്ടുപേരും താഴെ ഇരിക്കൂ! (രാജാവിനേയും ഒറ്റക്കൊമ്പനേയും ഉദ്ദേശിച്ച്) കേക്ക് വെച്ചുള്ളകളി; അറിയില്ലേ?”

രണ്ട് വലിയ ജന്തുക്കളുടെ ഇടയിൽ ഇരിക്കേണ്ടി വന്നതിൽ രാജാവ് ഒറ്റനോട്ടത്തിൽത്തന്നെ അസ്വസ്ഥനായിരുന്നു. പക്ഷേ, രാജാവിനിരിക്കാൻ മറ്റ് സ്ഥലങ്ങളൊന്നും ഉണ്ടായിരുന്നില്ല.

ഇപ്പോൾ കിരീടത്തിനുവേണ്ടി നമ്മൾ എത്ര ഭയങ്കര യുദ്ധമാണ് ചെയ്യാൻ പോകുന്നത്. വിറച്ചുകൊണ്ടിരുന്ന പാവം രാജാവിന്റെ തലയിൽ നിന്നും തെറിച്ച് വീഴാൻ ഇടയുണ്ടെന്ന് തോന്നിപ്പിക്കുന്ന കിരീടത്തിലേക്ക് ഒളികണ്ണിട്ട് നോക്കിക്കൊണ്ട് ഒറ്റക്കൊമ്പൻ പറഞ്ഞു.

“ഞാൻ എളുപ്പത്തിൽ ജയിക്കും.” സിംഹം പറഞ്ഞു.

“എനിക്ക് അതിൽ വിശ്വാസമില്ല.” ഒറ്റക്കൊമ്പൻ വെള്ളക്കുതിര പറഞ്ഞു.

“എന്തുകൊണ്ട്? നിന്നെ ഞാൻ പട്ടണം മുഴുവൻ ഓടിച്ചിട്ട് തോല്പിച്ചതല്ലേ?” സംസാരിക്കുന്നതിനിടയിൽ പകുതി എഴുന്നേറ്റുകൊണ്ട് സിംഹം കോപത്തോടെ ചോദിച്ചു.

വഴക്ക് തടയാൻവേണ്ടി ഇവിടെ വെച്ച് രാജാവ് ഇടപെട്ടു. രാജാവിന്റെ ശബ്ദം വിറയ്ക്കുന്നുണ്ടായിരുന്നു. "പട്ടണം മുഴുവൻ ഓടിയെന്നോ?" അദ്ദേഹം പറഞ്ഞു. "അത് ഒരുപാട് ദൂരം ഉണ്ടല്ലോ? നിങ്ങൾ പഴയ പാലം വഴിയാണോ പോയത്? അതോ ചന്ത വഴിക്കോ? പഴയ പാലത്തിലൂടെ പോകുമ്പോഴാണ് പട്ടണം മുഴുവൻ കാണാൻ കഴിയുന്നത്."

സിംഹം വീണ്ടും കിടക്കുന്നതിനിടയിൽ മുരണ്ടു. "എനിക്ക് അറിയില്ല. ഭയങ്കര പൊടിയായിരുന്നതുകൊണ്ട് ഒന്നും കാണാൻ കഴിഞ്ഞില്ല. കെട്ടുകഥകളിലെ വിചിത്രമൃഗം ഏത് സമയത്താണ് കേക്ക് മുറിക്കാൻ പോകുന്നത്?"

ആലീസ് ഒരു ചെറിയ അരുവിയുടെ കരയിലായി വലിയ പാത്രവും മടിയിൽവെച്ച് ഇരിക്കുകയായിരുന്നു. അവൾ ചുറുചുറുക്കോടെ കത്തി കൊണ്ട് കേക്കിൽവരഞ്ഞുകൊണ്ടിരുന്നു. "ഇത് കൊതിപ്പിക്കുന്ന കേക്കാണ്." സിംഹത്തിനുള്ള മറുപടിയായി ആലീസ് പറഞ്ഞു. (ഈ സമയംകൊണ്ട് കെട്ടുകഥകളിലെ വിചിത്രമൃഗം എന്നുള്ള പേരുമായി അവൾ പരിചയിച്ചു കഴിഞ്ഞിരുന്നു.) "ഞാൻ ധാരാളം കഷണങ്ങൾ ഇതിനോടകം മുറിച്ചുകഴിഞ്ഞു. പക്ഷേ, അവയെല്ലാം ഉടൻ തന്നെ വീണ്ടും ഒട്ടിച്ചേരും."

"കാഴ്ചക്കണ്ണാടിയിലെ കേക്കുകൾ കൈകാര്യം ചെയ്യേണ്ടത് എങ്ങനെയാണെന്ന് നിനക്ക് അറിയില്ല." ഒറ്റക്കൊമ്പൻ വെള്ളക്കുതിര അഭിപ്രായം പറഞ്ഞു.

ഇത് വിഡ്ഢിത്തം ആണെന്ന് തോന്നി. എന്തായാലും ആലീസ് അനുസരണയോടെ എഴുന്നേറ്റുനിന്ന് കേക്കും കൈയിലെടുത്ത് വട്ടം കറങ്ങി. അവൾ വട്ടം കറങ്ങുന്നതിനിടയിൽ കേക്ക് മൂന്നു കഷണങ്ങളായി സ്വയം മുറിഞ്ഞു. "ഇപ്പോൾ അത് മുറിഞ്ഞു." ഒഴിഞ്ഞ പാത്രവുമായി പഴയ സ്ഥലത്തേക്ക് അവൾ തിരിച്ച് വരുമ്പോൾ സിംഹം പറഞ്ഞു.

കത്തി കൈയിൽ പിടിച്ചുകൊണ്ട് എന്ത് ചെയ്യണമെന്നറിയാതെ ആലീസ് അവളുടെ സ്ഥാനത്ത് തിരിച്ചെത്തിയപ്പോൾ എന്ത് പറഞ്ഞ് തുടങ്ങണമെന്നുള്ള പരിഭ്രമത്തിൽ ഒറ്റക്കൊമ്പൻ പറഞ്ഞു. "ഇത് ശരിയായില്ലെന്ന് ഞാൻ പറയും. കെട്ടുകഥകളിലെ വിചിത്രമൃഗം എനിക്ക് തന്നതിന്റെ ഇരട്ടി സിംഹത്തിന് കൊടുത്തു."

"എന്തായാലും അവൾ അവൾക്ക് വേണ്ടി ഒന്നും കരുതിവെച്ചിട്ടില്ല." സിംഹം പറഞ്ഞു. "വിചിത്രമൃഗത്തിന് പ്ലംകേക്ക് ഇഷ്ടമാണോ?"

ആലീസിന് മറുപടി പറയാൻ കഴിയുന്നതിനുമുമ്പ് ചെണ്ടകൊട്ട് തുടങ്ങി.

എവിടെനിന്നാണ് ശബ്ദം മുഴങ്ങുന്നതെന്ന് അവൾക്ക് തിരിച്ചറിയാൻ കഴിഞ്ഞില്ല. അന്തരീക്ഷം ചെണ്ടയുടെ മുഴക്കംകൊണ്ട് നിറഞ്ഞ് പോയതായി തോന്നി. ഒടുവിൽ അവളുടെ ചെവി പൊട്ടിപ്പോയെന്ന് അവൾക്ക് തോന്നുന്നതുവരെ ആ മുഴക്കം അവളുടെ തലയ്ക്കുള്ളിൽ

കിലുങ്ങിക്കൊണ്ടിരുന്നു. അവൾ ഭയത്തോടെ ചാടി എഴുന്നേറ്റ് ചെറിയ അരുവി മുറിച്ചുകടന്ന് ഓടുന്നതിനിടയിൽ സിംഹവും ഒറ്റക്കൊമ്പൻ വെള്ളക്കുതിരയും ഇരുന്നിടത്തുനിന്ന് എഴുന്നേല്ക്കുന്നത് കാണാനുള്ള സമയവും മാത്രമേ അവൾക്ക് ലഭിച്ചുള്ളൂ. അവൾ മുട്ടുകുത്തി വീഴുന്നതിന് മുമ്പ് അവരുടെ ഭക്ഷണം തടസ്സപ്പെട്ടതിന്റെ ദേഷ്യം അവരുടെ മുഖത്ത് തിളങ്ങുന്നത് അവൾ കണ്ടു. അതിഭയങ്കരമായ മുഴക്കം തടുത്ത് നിർത്താൻ വേണ്ടി പ്രയോജനമുണ്ടായില്ലെങ്കിലും രണ്ട് കൈകളും കൊണ്ട് ആലീസ് ചെവി രണ്ടും പൊത്തിപ്പിടിച്ചു.

"ഇതുകൊണ്ട് അവരെ നഗരത്തിൽനിന്ന് ചെണ്ടകൊട്ടി പായിക്കാൻ കഴിഞ്ഞില്ലെങ്കിൽ ഒന്നിനും ഒരിക്കലും പിന്നീട് അതിന് കഴിഞ്ഞെന്ന് വരില്ല." അവൾ സ്വയം വിചാരിച്ചു.

8

"ഇത് എന്റെ സ്വന്തം കണ്ടുപിടിത്തമാണ്"

കുറച്ച് സമയത്തിനുശേഷം ആ മുഴക്കം ക്രമേണ കുറഞ്ഞ് ഒടുവിൽ പൂർണ്ണ നിശ്ശബ്ദതയായി മാറി. അതിനുശേഷം ആലീസ് അല്പം അമ്പരപ്പോടെ തലയുയർത്തി. ആരേയും അപ്പോൾ കാണാനുണ്ടായിരുന്നില്ല. സിംഹവും ഒറ്റക്കൊമ്പൻ വെള്ളക്കുതിരയും ദൂതന്മാരും എല്ലാം തന്നെ അവൾ സ്വപ്നംകണ്ട കാര്യങ്ങളാണെന്നാണ് ആദ്യം ആലീസിന് തോന്നിയത്. എന്തായാലും അവൾ കേക്ക് മുറിക്കാൻ നോക്കിയ വലിയപാത്രം അവളുടെ കാൽക്കൽ കിടക്കുന്നുണ്ടായിരുന്നു. "അപ്പോൾ, ഞാൻ സ്വപ്നം കാണുകയായിരുന്നില്ല." അവൾ സ്വയം പറഞ്ഞു. "അല്ലാത്തപക്ഷം ഞങ്ങൾ എല്ലാവരും ഒരേ സ്വപ്നത്തിന്റെ ഭാഗമാണെങ്കിൽ അത് എന്റെ മാത്രം സ്വപ്നമായിരിക്കണമെന്നാണ് ഞാൻ ആഗ്രഹിക്കുന്നത്. ചുവന്ന രാജാവിന്റെ സ്വപ്നമാകാൻ പാടില്ല. മറ്റൊരാളുടെ സ്വപ്നത്തിന്റെ ഭാഗമാകാൻ എനിക്ക് ഇഷ്ടമല്ല." അവൾ പരാതിയുടെ സ്വരത്തിൽ സംസാരം തുടർന്നു. "അവനെ പോയി ഉണർത്തിയതിനുശേഷം എന്ത് സംഭവിക്കുമെന്ന് കാണാൻ എനിക്ക് ആഗ്രഹമുണ്ട്."

ഈ സമയത്ത് "ഹോയ്! ഹോയ്! നില്ക്കൂ!" എന്നുള്ള അലർച്ച കൊണ്ട് ആലീസിന്റെ ആലോചനകൾക്ക് തടസ്സം നേരിട്ടു. അപ്പോൾത്തന്നെ കടും ചുവപ്പ് നിറമുള്ള പടച്ചട്ടയണിഞ്ഞ ഒരു കുതിരപ്പടയാളി ഒരു വലിയ ഗദയും ചുഴറ്റിക്കൊണ്ട് അവളുടെ അടുത്തേക്ക് കുതിരപ്പുറത്ത് കുതിച്ചെത്തി. അടുത്തെത്തിയതും കുതിര പെട്ടെന്ന് നിന്നു. "നീ എന്റെ തടവുകാരിയാണ്" കുതിരപ്പുറത്തുനിന്ന് ചാടിയിറങ്ങുന്നതിനിടയിൽ യോദ്ധാവ് വിളിച്ച് കൂവി.

നേരത്തേതന്നെ പരിഭ്രമിച്ചു പോയിരുന്ന ആലീസ് അയാൾ കാരണം കൂടുതൽ പരിഭ്രമത്തിലായി. അയാൾ വീണ്ടും കുതിരപ്പുറത്തു കയറുന്നത് ജിജ്ഞാസയോടെ അവൾ നോക്കിക്കൊണ്ട് നിന്നു.

ജീനിപ്പുറത്ത് സ്വസ്ഥമായി ഇരുന്ന് കഴിഞ്ഞപ്പോൾ അയാൾ ഒരിക്കൽ കൂടി വിളിച്ച് കൂവാൻ തുടങ്ങി. "നീ എന്റെ ...." പക്ഷേ, ഇവിടെവെച്ച് മറ്റൊരു ശബ്ദം ഇടയ്ക്ക് കയറി "ഹോയ്! ഹോയ്! നില്ക്കൂ!" പുതിയ ശത്രുവിനെ കാണാൻ വേണ്ടി ആലീസ് ചുറ്റുപാടും നോക്കി.

ഇത്തവണ അതൊരു വെളുത്ത കുതിരപ്പടയാളിയായിരുന്നു. അയാളും ആലീസിന്റെ അടുത്ത് വന്നതിന് ശേഷം ചുവന്ന കുതിരപ്പടയാളി ചെയ്തതുപോലെ കുതിരപ്പുറത്തുനിന്ന് ചാടിയിറങ്ങി. അതിനു ശേഷം അയാൾ വീണ്ടും കുതിരപ്പുറത്ത് കയറി. രണ്ട് പടയാളികളും കുറച്ച് സമയത്തേക്ക് ഒന്നും സംസാരിക്കാതെ കുതിരപ്പുറത്തിരുന്നു കൊണ്ട് പരസ്പരം നോക്കി. ആലീസ് സംഭ്രമത്തോടെ അവരെ മാറിമാറി നോക്കി.

"ഇവൾ എന്റെ തടവുകാരിയാണ്." ഒടുവിൽ ചുവന്ന കുതിരപ്പടയാളി പറഞ്ഞു.

"അതെ, പക്ഷേ, അപ്പോൾ ഞാൻ വന്ന് അവളെ രക്ഷപ്പെടുത്തി." വെളുത്ത കുതിരപ്പടയാളി മറുപടി പറഞ്ഞു.

"ശരി, നമുക്ക് അപ്പോൾ അവൾക്ക് വേണ്ടി യുദ്ധം ചെയ്യേണ്ടി വരും." ചുവന്ന കുതിരപ്പടയാളി അയാളുടെ ഇരുമ്പുതൊപ്പി പൊക്കിയെടുത്ത് വീണ്ടും തലയിൽ വെക്കുന്നതിനിടയിൽ പറഞ്ഞു. (കുതിരയുടെ മുഖത്തിന്റെ ആകൃതിയിലുള്ള ഇരുമ്പുതൊപ്പി ജീനിയിൽ കൊളുത്തിയിട്ടിരിക്കുകയായിരുന്നു)

"നിശ്ചയമായും നിങ്ങൾ യുദ്ധത്തിന്റെ നിയമങ്ങൾ പാലിക്കുമല്ലോ?" അയാളുടെ ഇരുമ്പ് തൊപ്പി തലയിൽ വെച്ചുകൊണ്ട് വെളുത്ത കുതിരപ്പടയാളി അഭിപ്രായം ചോദിച്ചു.

"ഞാൻ എപ്പോഴും യുദ്ധത്തിന്റെ നിയമങ്ങൾ പാലിക്കാറുണ്ട്." ചുവന്ന കുതിരപ്പടയാളി പറഞ്ഞു. എന്നിട്ട് അവർ കോപത്തോടെ പരസ്പരം അടികൂടാൻ തുടങ്ങി. അടിയിൽനിന്ന് ഒഴിഞ്ഞ് നില്ക്കാൻ വേണ്ടി ആലീസ് ഒരു മരത്തിന്റെ പിന്നിലേക്ക് മാറിനിന്നു.

"യുദ്ധത്തിന്റെ നിയമങ്ങൾ എന്തൊക്കെയാണെന്ന് എനിക്ക് ഇപ്പോൾ അത്ഭുതം തോന്നുന്നു." മറഞ്ഞ് നില്ക്കുന്ന സ്ഥലത്തുനിന്ന് എത്തിനോക്കി യുദ്ധം കണ്ടുകൊണ്ട് ആലീസ് സ്വയം പറഞ്ഞു. "ഒരു നിയമം ഒരു കുതിരപ്പടയാളി മറ്റേയാളെ അടിക്കുകയാണെങ്കിൽ അടികൊണ്ടയാൾ മറ്റേയാളെ കുതിരപ്പുറത്തുനിന്ന് താഴെ അടിച്ചിടണമെന്നും ഒരുപക്ഷേ, അയാൾ അടികൊള്ളാതെ രക്ഷപ്പെടുകയാണെങ്കിൽ അയാൾ സ്വയം താഴെ ഇറങ്ങണമെന്നും ആണെന്ന് തോന്നുന്നു. മറ്റൊരു നിയമം യുദ്ധം ചെയ്യുമ്പോൾ ഗദപിടിക്കാൻ അവർ രണ്ട് കൈയും ഉപയോഗിച്ചിരിക്കണമെന്നാണ് -- ഉരുണ്ടുവീഴുമ്പോൾ അവർ എത്രവലിയ ശബ്ദമാണ് ഉണ്ടാക്കുന്നത്. കുതിരകൾ എത്രമാത്രം നിശ്ശബ്ദരാണ്. കുതിരകൾ അവരുടെ പുറത്ത് കയറാനും ഇറങ്ങാനും പടയാളികളെ അനുവദിക്കുന്നത് കണ്ടാൽ അവർ മേശകളാണെന്ന് തോന്നിപ്പോകും."

ആലീസ് ശ്രദ്ധിക്കാതെ പോയ യുദ്ധത്തിന്റെ മറ്റൊരു നിയമം എപ്പോഴും അവർ വീഴുന്നത് തലകുത്തിത്തന്നെ ആയിരിക്കണം എന്ന നിർബ്ബന്ധമാണെന്ന് തോന്നുന്നു. ഈ രീതിയിൽ അവർ രണ്ടുപേരും അടുത്തടുത്തായി തല കുത്തി വീണുകഴിഞ്ഞപ്പോൾ യുദ്ധം അവസാനിച്ചു. വീണ്ടും അവർ എഴുന്നേറ്റപ്പോൾ അവർ പരസ്പരം കൈപിടിച്ച് കുലുക്കി. അതിനുശേഷം ചുവന്ന കുതിരപ്പടയാളി കുതിരപ്പുറത്ത് കയറി കുതിച്ച് പാഞ്ഞു.

"അത് ഒരു തിളക്കമുള്ള വിജയം ആയിരുന്നില്ലേ?" കിതച്ചുകൊണ്ട് നടന്നുവരുന്നതിനിടയിൽ വെളുത്ത കുതിരപ്പടയാളി ചോദിച്ചു.

"എനിക്ക് അറിയില്ല," ആലീസ് സംശയം പറഞ്ഞു. "എനിക്ക് ആരുടേയും തടവുകാരിയാകാൻ ആഗ്രഹമില്ല. എനിക്ക് രാജ്ഞിയാവാനാണ് ആഗ്രഹം."

"അടുത്ത അരുവി കുറുകെകടന്ന് കഴിയുമ്പോൾ നീ രാജ്ഞിയാകും." വെളുത്ത കുതിരപ്പടയാളി പറഞ്ഞു. "ഞാൻ നിന്നെ കാട് അവസാനിക്കുന്നതുവരെ സുരക്ഷിതയായി കൊണ്ടുവിടാം— അതിനുശേഷം എനിക്ക് തിരിച്ച് ചെല്ലണമെന്ന് നിനക്ക് അറിവുള്ളതാണ്. എന്റെ നീക്കം അവസാനിക്കുന്നത് അവിടെയാണ്."

"നിങ്ങളോട് നന്ദിയുണ്ട്." ആലീസ് പറഞ്ഞു. "ഞാൻ നിങ്ങളുടെ ഇരുമ്പ് തൊപ്പി ഊരിമാറ്റാൻ സഹായിക്കട്ടെ." അയാൾക്ക് അത് ഒറ്റയ്ക്ക് സാധിക്കില്ലെന്ന് വ്യക്തമായിരുന്നു. എന്തായാലും ഒടുവിൽ അയാളെ അതിൽനിന്നും തട്ടിക്കുടഞ്ഞ് പുറത്തെടുക്കാൻ അവൾ സഹായിച്ചു.

"ഇപ്പോൾ കൂടുതൽ എളുപ്പത്തിൽ ശ്വാസം വിടാൻ കഴിയും." അയാളുടെ സൗമ്യമായ മുഖം ആലീസിന്റെ നേർക്ക് തിരിക്കുന്നതിനിടയിൽ തന്റെ പരുക്കൻ തലമുടി പിന്നോട്ട് മാടിയൊതുക്കിക്കൊണ്ട് അയാൾ പറഞ്ഞു. ഇത്രയും ശക്തനായ ഒരു പോരാളിയെ ജീവിതത്തിലൊരിക്കലും നേരിട്ട് കണ്ടിട്ടില്ലെന്ന് അവൾ മനസ്സിൽ വിചാരിച്ചു.

അയാൾ തകരംകൊണ്ടുള്ള ശരീരത്തിനിണങ്ങാത്ത ഒരു പടച്ചട്ടയാണ് അണിഞ്ഞിരുന്നത്. വളരെ വിചിത്രമായ ആകൃതിയിലുള്ള ഒരു ചെറിയ പെട്ടി തലകീഴായി അയാളുടെ പുറത്ത് അടപ്പ് തുറന്ന അവസ്ഥയിൽ തൂക്കിയിട്ടിരുന്നു. ആലീസ് ജിജ്ഞാസയോടെ പെട്ടിയിലേക്ക് നോക്കി.

"നിനക്ക് എന്റെ പെട്ടി ഇഷ്ടപ്പെട്ടെന്ന് തോന്നുന്നുണ്ട്." കുതിരപ്പടയാളി സ്നേഹത്തോടെ ചോദിച്ചു. "അത് വേഷവും ഭക്ഷണവും സൂക്ഷിച്ച് വെക്കാനുള്ള എന്റെ സ്വന്തം കണ്ടുപിടിത്തമാണ്. ഞാൻ അത് തലകീഴായി തൂക്കിയിരിക്കുന്നത് നീ കണ്ടില്ലേ? അതുകൊണ്ട് അതിനുള്ളിൽ മഴവെള്ളം കയറില്ല."

"പക്ഷേ, സാധനങ്ങളെല്ലാം പുറത്ത് പോകും." ആലീസ് അഭിപ്രായപ്പെട്ടു. "അതിന്റെ അടപ്പ് തുറന്നിരിക്കുന്നത് കണ്ടില്ലേ?"

"ഞാൻ അത് അറിഞ്ഞിട്ടില്ല." കുതിരപ്പടയാളി പറഞ്ഞു. ഒരു നീരസത്തിന്റെ നിഴൽ അയാളുടെ മുഖത്തുകൂടി കടന്നുപോയി.

“അപ്പോൾ സാധനങ്ങളെല്ലാം താഴെ വീണുകാണും. അതൊന്നും ഇല്ലെങ്കിൽ പെട്ടികൊണ്ട് യാതൊരു പ്രയോജനവും ഇല്ല.” സംസാരിക്കുന്നതിനിടയിൽ അയാൾ പെട്ടി അഴിച്ചെടുത്ത് കുറ്റിക്കാട്ടിലേക്ക് എറിയാൻ തുടങ്ങുമ്പോൾ പെട്ടെന്ന് എന്തോ ഓർത്തിട്ടെന്നപോലെ അയാൾ പെട്ടി ഒരു മരത്തിൽ ശ്രദ്ധയോടെ കെട്ടിത്തൂക്കിയിട്ടു. “ഞാൻ എന്തിനാണ് ഇങ്ങനെ ചെയ്തതെന്ന് നിനക്ക് ഊഹിക്കാൻ കഴിയുന്നുണ്ടോ?” അയാൾ ആലീസിനോട് ചോദിച്ചു.

ഊഹിക്കാൻ കഴിയുന്നില്ലെന്ന് ആലീസ് തലകുലുക്കിക്കാണിച്ചു.

“ഏതെങ്കിലും തേനീച്ചകൾ ഇതിനുള്ളിൽ കൂടുണ്ടാക്കുമെന്ന് എനിക്ക് പ്രതീക്ഷയുണ്ട്. അപ്പോൾ എനിക്ക് തേനെടുക്കാൻ കഴിയും.”

“പക്ഷേ, നിങ്ങളുടെ ജീനിയിൽ തേനീച്ചക്കൂടുപോലെ എന്തോ ഒന്ന് കെട്ടിത്തൂക്കിയിട്ടുണ്ടല്ലോ.” ആലീസ് പറഞ്ഞു.

“ഉണ്ട്. അത് ഒന്നാംതരം ഒരു തേനീച്ചക്കൂടാണ്.” കുതിരപ്പടയാളി അസംതൃപ്തിയോടെ പറഞ്ഞു. “പക്ഷേ, ഒരു തേനീച്ചപോലും ഇതുവരെ അതിന്റെ അടുത്തെത്തിയിട്ടില്ല. മറ്റേ സാധനം ഒരു എലിക്കെണിയാണ്. എലികാരണം തേനീച്ചകൾ വരുന്നില്ലെന്നാണ് എന്റെ വിശ്വാസം. അതോ തേനീച്ചകൾ കാരണം എലി വരാതിരിക്കുന്നതാണോ?ഏതാണെന്ന് എനിക്ക് അറിയില്ല.”

“എലിക്കെണി എന്തിനാണെന്ന് ഞാൻ അത്ഭുതപ്പെടുകയായിരുന്നു.” ആലീസ് പറഞ്ഞു. “കുതിരപ്പുറത്ത് എലിയുണ്ടാവാനുള്ള സാദ്ധ്യത വളരെ കുറവാണ്.”

“ഒരുപക്ഷേ, സാദ്ധ്യത കുറവായിരിക്കാം.” കുതിരപ്പടയാളി പറഞ്ഞു. “പക്ഷേ, അവ വരുകയാണെങ്കിൽ എല്ലാംകൂടി കുതിരപ്പുറത്ത് കിടന്ന് ഓടുന്നതിൽ എനിക്ക് താല്പര്യമില്ല.”

ഒരു ഇടവേളയ്ക്ക് ശേഷം അയാൾ സംസാരം തുടർന്നു. “എല്ലാം മുൻകൂട്ടിത്തന്നെ സജ്ജീകരിക്കുന്നത് ഏറ്റവും നല്ല കാര്യമാണ്. കുതിരയുടെ കാലിന് ചുറ്റും കാൽമുട്ടുകൾ അണിയിച്ചിരിക്കുന്നതിന്റെ കാരണം അതാണ്.”

“പക്ഷേ, അവ അണിഞ്ഞതുകൊണ്ടുള്ള പ്രയോജനം എന്താണ്?” ആലീസ് ജിജ്ഞാസയോടെ ചോദിച്ചു.

“സ്രാവുകളുടെ കടിയിൽനിന്ന് രക്ഷപ്പെടാൻ” കുതിരപ്പടയാളി മറുപടി പറഞ്ഞു. “അതും എന്റെ സ്വന്തം കണ്ടുപിടിത്തമാണ്. ഇപ്പോൾ എന്നെ മുകളിൽ കയറാൻ സഹായിക്കൂ. ഞാൻ നിന്റെ കൂടെ കാട് അവസാനിക്കുന്നതുവരെ വരാം— ആ പാത്രം എന്തിനുള്ളതാണ്?”

“അത് പ്ലം കേക്കിനു വേണ്ടിയാണ്.” ആലീസ് പറഞ്ഞു.

“നമുക്ക് അതുകൂടി കൈയിലെടുക്കാം.” കുതിരപ്പടയാളി പറഞ്ഞു. “നമുക്ക് പ്ലംകേക്ക് കിട്ടുകയാണെങ്കിൽ അതുകൊണ്ട് പ്രയോജനമുണ്ട്. ഇത് സഞ്ചിക്കുള്ളിൽ വെക്കാൻ എന്നെ സഹായിക്കൂ.” ആലീസ് ശ്രദ്ധാപൂർവ്വം സഞ്ചി തുറന്ന് പിടിച്ചിരുന്നെങ്കിലും പാത്രം സഞ്ചിക്കുള്ളിൽ കടത്താൻ കുതിരപ്പടയാളിക്ക് വശമില്ലാത്തതുകൊണ്ട് ഇതിനു

വേണ്ടി ധാരാളം സമയം വേണ്ടിവന്നു. അതിനുള്ള ശ്രമത്തിനിടയിൽ ആദ്യം രണ്ട് മൂന്ന് പ്രാവശ്യം അയാൾ തന്നെ സ്വയം താഴെവീണു. ഒടുവിൽ അത് സഞ്ചിക്കുള്ളിലാക്കിക്കഴിഞ്ഞപ്പോൾ അയാൾ പറഞ്ഞു. "ഇതിനുള്ളിൽ തിരുകിക്കയറ്റാൻ സ്ഥലമില്ല. ഇത് നിറയെ മെഴുകുതിരിക്കാലുകൾ കുത്തിനിറച്ചിരിക്കുകയാണ്. പല പല സാധനങ്ങളും തൂക്കിയിട്ടിരുന്ന ജീനിയിലേക്ക് അയാൾ ഇതുകൂടി തൂക്കിയിട്ടു."

"നീ തലമുടി ശരിക്ക് കെട്ടിവെച്ചിട്ടുണ്ടെന്ന് ഞാൻ വിചാരിക്കുന്നു." അവർ യാത്ര തുടങ്ങുമ്പോൾ അയാൾ ചോദിച്ചു.

"സാധാരണപോലെ കെട്ടിവെച്ചിട്ടുണ്ട്." ആലീസ് ചിരിച്ചുകൊണ്ട് പറഞ്ഞു.

"അത് പോരാതെ വരും." അയാൾ ആകാംക്ഷയോടെ പറഞ്ഞു. "ഇവിടുത്തെ കാറ്റ് ഭയങ്കര കടുപ്പമാണ്. അത് സൂപ്പിന്റെ കടുപ്പംപോലെ കടുപ്പമാണ്"

"തലമുടി പറക്കാതിരിക്കാൻ നിങ്ങൾ എന്തെങ്കിലും പദ്ധതി കണ്ടുപിടിച്ചിട്ടുണ്ടോ?" ആലീസ് അന്വേഷിച്ചു.

"ഇതുവരെ ഇല്ല,." കുതിരപ്പടയാളി പറഞ്ഞു. "പക്ഷേ, തലമുടി താഴെ വീഴാതിരിക്കാനുള്ള ഒരു പദ്ധതി എന്റെ കൈവശം ഉണ്ട്."

"അത് കേൾക്കാൻ എനിക്ക് വളരെ അധികം താല്പര്യമുണ്ട്."

"ആദ്യമായി നേരെ നില്ക്കുന്ന ഒരു വടി എടുക്കുക." കുതിരപ്പടയാളി പറഞ്ഞു. "എന്നിട്ട് നിങ്ങളുടെ തലമുടി എടുത്ത് വള്ളിച്ചെടികൾ മരത്തിൽ പടരുന്നതുപോലെ ആ വടിയിൽ പടർത്തിവിടണം. തലമുടി കൊഴിഞ്ഞുവീഴുന്നതിന്റെ കാരണം അത് തൂങ്ങിക്കിടക്കുന്നതാണ്. സാധനങ്ങൾ ഒരിക്കലും മുകളിലേക്ക് വീഴില്ലെന്ന് നിനക്ക് അറിയില്ലേ? ഇത് എന്റെ സ്വന്തം കണ്ടുപിടിത്തത്തിൽ അധിഷ്ഠിതമായി ഒരു പദ്ധതിയാണ്. നിനക്ക് ഇഷ്ടമുണ്ടെങ്കിൽ ഇതൊന്ന് പരീക്ഷിച്ച് നോക്കാം."

ഇത് ഒരു സുഖമുള്ള പദ്ധതിയായി തോന്നുന്നില്ലെന്ന് ആലീസ് വിചാരിച്ചു. ഈ ആശയം മനസ്സിലിട്ടുരുട്ടിക്കൊണ്ട് ആലീസ് കുറച്ച് സമയം നിശ്ശബ്ദയായി നടന്നു. ഇടയ്ക്കിടയ്ക്ക് ഒരു നല്ല കുതിര സവാരിക്കാരനല്ലാത്ത പടയാളിയെ സഹായിക്കാൻ വേണ്ടി അവൾ നടത്തം നിർത്തുണ്ടായിരുന്നു.

കുതിര നില്ക്കാൻ തുടങ്ങുമ്പോൾ അയാൾ മുന്നിലേക്ക് വീണു. (ഇത് കുതിര എപ്പോഴും ആവർത്തിച്ചുകൊണ്ടിരുന്നു.) അത് വീണ്ടും മുന്നോട്ട് നീങ്ങാൻ തുടങ്ങുമ്പോൾ അയാൾ പിന്നോട്ട് വീണു. (ഇത് സാധാരണ വളരെ പെട്ടെന്നാണ് കുതിര പ്രാവർത്തികമാക്കിയത്) മുറയ്ക്ക് വശങ്ങളിലേക്ക് ചരിഞ്ഞ് വീഴുന്ന ഒരു ശീലം ഒഴിച്ച് നിർത്തിയാൽ ബാക്കി സമയമെല്ലാം അയാൾ ശരിയായ രീതിയിൽ സവാരി ചെയ്തു. കൂടുതലും അയാൾ ചരിഞ്ഞു വീണത് ആലീസ് നടന്നുകൊണ്ടിരുന്ന വശത്തേക്കാണ്. പെട്ടെന്നുതന്നെ കുതിരയുടെ തൊട്ടടുത്ത് കൂടി സഞ്ചരിക്കുന്നത് ഏറ്റവും നല്ല ഒരു പദ്ധതിയല്ലെന്ന്

ആലീസ് തിരിച്ചറിഞ്ഞു.

അഞ്ചാമത്തെ വീഴ്ചയിൽ നിന്ന് വീണ്ടും കുതിരപ്പുറത്ത് കയറാൻ ആലീസ് അയാളെ സഹായിക്കുമ്പോൾ അവൾ ഇത്രയും പറയാനുള്ള ധൈര്യം കാണിച്ചു. "കുതിരസവാരിയിൽ നിങ്ങൾക്ക് നല്ല പരിശീലനം ലഭിച്ചിട്ടില്ലെന്ന് ഞാൻ സംശയിക്കുന്നു."

ഈ അഭിപ്രായപ്രകടനത്തിൽ കുതിരപ്പടയാളി വിസ്മയിച്ച് പോയതായി തോന്നി. അയാളുടെ മുഖത്ത് ചെറിയതോതിൽ രസക്കേട് കാണാനുണ്ടായിരുന്നു. മറുവശത്തേക്ക് മറിഞ്ഞ് വീഴാതിരിക്കാൻ വേണ്ടി ഒരു കൈകൊണ്ട് ആലീസിന്റെ തലമുടിയിൽ ചുറ്റിപ്പിടിച്ചുകൊണ്ട് കുതിരപ്പുറത്തേക്ക് അള്ളിപ്പിടിച്ച് കയറുന്നതിനിടയിൽ കുതിരപ്പടയാളി ചോദിച്ചു. "നീ എന്തുകൊണ്ടാണ് ഇങ്ങനെ പറഞ്ഞത്?"

"കാരണം ധാരാളം പരിശീലനം കിട്ടിക്കഴിയുമ്പോൾ ആളുകൾ ഇതുപോലെ ധാരാളം തവണ വീഴാറില്ല."

"എനിക്ക് ധാരാളം പരിശീലനം കിട്ടിയിട്ടുണ്ട്." കുതിരപ്പടയാളി ഗൗരവത്തിൽ പറഞ്ഞു. "ധാരാളം പരിശീലനം."

"നിശ്ചയമായും കിട്ടിയിട്ടുണ്ടാവും." ഇതിനേക്കാൾ നല്ല രീതിയിൽ എന്തെങ്കിലും പറയുന്നതിനെപ്പറ്റി ആലീസിന് ആലോചിക്കാൻ കഴിഞ്ഞില്ല. അതിനുശേഷം കുറച്ച് ദൂരം അവർ ഒന്നും സംസാരിക്കാതെ നടന്നു. കുതിരപ്പടയാളി സ്വയം പിറുപിറുത്തുകൊണ്ട് കണ്ണടച്ച് പിടിച്ചിരുന്നു. ആലീസ് അടുത്ത വീഴ്ച എപ്പോഴാണെന്ന ആകാംക്ഷ യോടെ ശ്രദ്ധിച്ചുകൊണ്ടാണ് മുന്നോട്ട് നീങ്ങിയത്.

കുതിരപ്പടയാളി പെട്ടെന്ന് വലത് കൈ വീശിക്കൊണ്ട് ഉറക്കെപ്പറ യാൻ ആരംഭിച്ചു. "കുതിരസവാരി എന്ന മഹാകലയിൽ സൂക്ഷിക്കേ ണ്ടത്—" ഇവിടെവെച്ച് കൃത്യമായി ആലീസിന്റെ മുന്നിലേക്ക് കുതിരപ്പട യാളി തലകുത്തി വീണത് കാരണം തുടങ്ങിയ വേഗതയിൽത്തന്നെ അയാൾ പറഞ്ഞുകൊണ്ടിരുന്ന വാചകം പെട്ടെന്ന് അവസാനിച്ചു. ഈ പ്രാവശ്യം അവൾ ശരിക്കും ഭയന്നുപോയി. ആയാളെ പൊക്കിയെടുക്കുന്ന തിനിടയിൽ ആകാംക്ഷയോടെ അവൾ പറഞ്ഞു. "എല്ലുകൾ ഒന്നും ഒടിഞ്ഞിട്ടില്ലെന്ന് ഞാൻ വിശ്വസിക്കുന്നു."

"പറയാനും മാത്രമൊന്നും ഇല്ല." അവയിൽ രണ്ടോ മൂന്നോ എണ്ണം ഒടിഞ്ഞാലും തനിക്ക് അത് ഒരു പ്രശ്നമല്ലെന്ന മട്ടിൽ കുതിരപ്പടയാളി പറഞ്ഞു. "ഞാൻ പറഞ്ഞുവന്നത് കുതിരസവാരി എന്ന മഹാകലയിൽ സൂക്ഷിക്കേണ്ടത് നിങ്ങളുടെ സമതുലിതാവസ്ഥയാണ്. ഇതുപോലെ—"

ഇതും പറഞ്ഞ് അയാൾ കടിഞ്ഞാണിലെ പിടിവിട്ടു. താൻ ഉദ്ദേശിച്ച കാര്യം ആലീസിനെ കാണിച്ച് കൊടുക്കാൻ വേണ്ടി രണ്ടുകൈയും വിടർത്തിപ്പിടിച്ചു. ഈ പ്രാവശ്യം കുതിരയുടെ പിൻകാലുകൾക്ക് മുന്നിൽ അയാൾ നടുവടിച്ച് മലർന്നാണ് വീണത്.

"ധാരാളം പരിശീലനം!" ആലീസ് കുതിരപ്പടയാളിയെ വീണ്ടും പിടിച്ച് എഴുന്നേല്പിച്ചു നിർത്തുന്നതിനിടയിൽ അയാൾ ആവർത്തിച്ചു കൊണ്ടിരുന്നു. "ധാരാളം പരിശീലനം!"

"ഇത് അങ്ങേയറ്റം വിഡ്ഢിത്തമാണ്!" മുഴുവൻ ക്ഷമയും നശിച്ച് ആലീസ് വിളിച്ചു കൂവി. "നിങ്ങൾക്ക് ചാട് വെച്ച ഒരു തടിക്കുതിര ആയിരുന്നു വേണ്ടിയിരുന്നത്." "അത്തരം കുതിര തടസ്സമില്ലാതെ ഓടുമോ?" വീണ്ടും കുതിരപ്പുറത്തുനിന്നു മറിഞ്ഞുവീഴാതിരിക്കാൻ വേണ്ടി കുതിരയുടെ കഴുത്തിൽ കെട്ടിപ്പിടിച്ചുകൊണ്ട് അതീവ താല്പര്യത്തോടെ കുതിരപ്പടയാളി ചോദിച്ചു.

"ജീവനുള്ള കുതിരയേക്കാൾ തടസ്സമില്ലാതെ ഓടും." തടുത്ത് നിർത്താൻ ശ്രമിച്ചിട്ടും വിജയിക്കാതെ പുറത്ത് ചാടിയ ചിരിയുടെ അകമ്പടിയോടെ ആലീസ് പറഞ്ഞു.

"ഞാൻ അത്തരം ഒരെണ്ണം സംഘടിപ്പിക്കും." കുതിരപ്പടയാളി ആലോചനയോടെ സ്വയം പറഞ്ഞു. "ഒന്ന് അല്ലെങ്കിൽ രണ്ട് അല്ലെങ്കിൽ ധാരാളം."

ഇതിനുശേഷം കുറച്ച് സമയത്തേക്ക് നിശ്ശബ്ദതയായിരുന്നു. പിന്നീട് കുതിരപ്പടയാളി സംസാരം തുടർന്നു. "കാര്യങ്ങൾ കണ്ടുപിടിക്കുന്നതിൽ ഞാൻ വളരെ സമർത്ഥനാണ്. ഇപ്പോൾത്തന്നെ കഴിഞ്ഞ പ്രാവശ്യം എന്നെ പൊക്കിയെടുക്കുമ്പോൾ, ഞാൻ ആലോചനയിൽ മുഴുകിയിരുന്നത് നീ ശ്രദ്ധിച്ചിട്ടില്ലെന്നാണ് എനിക്ക് തോന്നുന്നത്."

"നിങ്ങൾ അല്പം ഗൗരവത്തിലായിരുന്നു." ആലീസ് പറഞ്ഞു.

"ശരിയാണ്. ആ സമയത്ത് ഞാൻ ഒരു ഗേറ്റിന് മുകളിലൂടെ കടക്കുന്നതിനുള്ള ഒരു വഴി കണ്ടുപിടിക്കുകയായിരുന്നു. നിനക്ക് അത് കേൾക്കാൻ ഇഷ്ടമുണ്ടോ?"

"നിശ്ചയമായും" ആലീസ് വിനയപൂർവ്വം മറുപടി പറഞ്ഞു.

"ഞാൻ അതിനെപ്പറ്റി ആലോചിക്കാൻ ഇടയായത് എങ്ങനെയാണെന്ന് നിന്നോട് പറയാം." കുതിരപ്പടയാളി പറഞ്ഞു. "തല മുൻകൂട്ടിത്തന്നെ ഗേറ്റിന് മുകളിലാണെന്നും കാലിന്റെ കാര്യത്തിൽ മാത്രമാണ് ബുദ്ധിമുട്ട് അനുഭവപ്പെടുന്നതെന്നും ഞാൻ എന്നോടുതന്നെ പറഞ്ഞു. ഇപ്പോൾ, ആദ്യം തന്നെ ഞാൻ എന്റെ തല ഗേറ്റിന്റെ മുകളിൽ വെക്കുന്നു. അപ്പോൾ തല ആവശ്യത്തിനുള്ള പൊക്കത്തിലാണ്. പിന്നീട് ഞാൻ അവിടെ തലകുത്തിനില്ക്കുന്നു. അപ്പോൾ കാലും ആവശ്യത്തിന് പൊക്കത്തിലായിരിക്കുന്നു. അപ്പോൾ ഞാൻ മുകളിലെത്തിക്കഴിഞ്ഞു. നിനക്ക് മനസ്സിലായല്ലോ."

"മനസ്സിലായി. ഇത് ചെയ്തുകഴിയുമ്പോൾ നിങ്ങൾ നിശ്ചയമായും മുകളിലെത്തിയിരിക്കും എന്നാണ് എനിക്ക് തോന്നുന്നത്." ആലോചിച്ചതിന് ശേഷം ആലീസ് പറഞ്ഞു. "പക്ഷേ, ഇത് ബുദ്ധിമുട്ടായിരിക്കും എന്ന് നിങ്ങൾക്ക് തോന്നുന്നില്ലേ."

"ഞാൻ ഇതുവരെ ഈ കാര്യം ശ്രമിച്ചു നോക്കിയിട്ടില്ല." കുതിരപ്പടയാളി ഗൗരവത്തിൽ പറഞ്ഞു, "അതുകൊണ്ട് ഉറപ്പിച്ച് പറയാൻ എനിക്ക് കഴിയുന്നില്ല. പക്ഷേ, അല്പം ബുദ്ധിമുട്ടാണെന്നുള്ള ഭയം എനിക്ക് ഉണ്ട്."

ഈ കാര്യം ആലോചിച്ച് അയാൾ വിഷമിക്കുന്നതായി തോന്നിയത്

കൊണ്ട് ആലീസ് ഉടൻതന്നെ വിഷയം മാറ്റി. അവൾ ഉത്സാഹത്തോടെ പറഞ്ഞു. "നിങ്ങളുടെ ഇരുമ്പു തൊപ്പി അങ്ങേയറ്റം അസാധാരണമാണ്. ഇതും നിങ്ങളുടെ കണ്ടുപിടിത്തമാണോ?"

ജീനിയിൽ തൂക്കിയിട്ടിരുന്ന ഇരുമ്പു തൊപ്പിയിലേക്ക് കുതിരപ്പട യാളി അഭിമാനത്തോടെ നോക്കി. "അതെ," അയാൾ പറഞ്ഞു. "പക്ഷേ, ഞാൻ ഇതിലും നല്ല ഒരെണ്ണമാണ് കണ്ടുപിടിച്ചത്. അത് ഞാൻ ഉപയോഗിച്ചിരുന്ന കാലത്ത് ഞാൻ കുതിരപ്പുറത്തുനിന്ന് വീണുകൊണ്ടി രിക്കുമ്പോൾ അത് നേരിട്ട് തറയിൽ വീഴും. അതുകൊണ്ട് എനിക്ക് മാത്രമായി വീഴാനുള്ള ദൂരം കുറയും. മനസ്സിലായില്ലേ? പക്ഷേ, നിശ്ചയ മായും അപ്പോൾ അതിനുള്ളിലേക്ക് വീഴാനുള്ള അപകട സാദ്ധ്യത ഉണ്ട്. ഒരിക്കൽ എനിക്ക് അങ്ങനെ സംഭവിച്ചിരുന്നു. അതിലും മോശമായ കാര്യം അതിൽനിന്ന് എനിക്ക് പുറത്ത് വരാൻ കഴിയുന്നതിനുമുമ്പ് മറ്റേ വെളുത്ത കുതിരപ്പടയാളി ആ തൊപ്പിയെടുത്ത് തലയിൽ വെച്ചു. അത് അയാളുടെ തൊപ്പിയാണെന്നാണ് അയാൾ വിചാരിച്ചത്."

തൊപ്പിയെപ്പറ്റിയുള്ള കുതിരപ്പടയാളിയുടെ ബഹുമാനം കണ്ട പ്പോൾ ആലീസ് ചിരിക്കാൻ ധൈര്യപ്പെട്ടില്ല. "നിങ്ങൾ അയാളെ വേദനിപ്പിച്ച് കാണുമെന്നാണ് എനിക്ക് തോന്നുന്നത്."

"നിശ്ചയമായും എനിക്ക് അയാളെ തൊഴിക്കേണ്ടിവന്നു. കുതിരപ്പട യാളി അങ്ങേയറ്റം ഗൗരവത്തിൽ പറഞ്ഞു. അപ്പോൾ അയാൾ വീണ്ടും തൊപ്പി ഊരി" പക്ഷേ, എന്നെ പുറത്തെടുക്കാൻ മണിക്കൂറുകൾ വേണ്ടിവന്നു. എനിക്ക് മിന്നലിന്റെ വേഗതയാണ്. അറിയാമല്ലോ"

"പക്ഷേ, അത് മറ്റൊരുതരം വേഗതയാണ്." ആലീസ് തർക്കിച്ചു.

കുതിരപ്പടയാളി തലകുലുക്കി. "എല്ലാത്തരം വേഗതകളും ഒത്തുചേർന്ന് എന്റെ കൈവശം ഉണ്ടായിരുന്നത് ഇത്രയും വേഗതയായി രുന്നെന്ന് ഞാൻ നിനക്ക് ഉറപ്പ് തരുന്നു." ഇത് പറയുമ്പോൾ ഏതോ വികാരവിക്ഷോഭത്താൽ അയാൾ കൈകൾ ഉയർത്തുകയും കോപ ത്തോടെ ജീനിയിൽനിന്നും ഒരു ആഴമുള്ള കുഴിയിലേക്ക് തലകുത്തി ഉരുണ്ടുവീഴുകയുംചെയ്തു.

അയാളെ നോക്കാൻ വേണ്ടി ആലീസ് കുഴിയുടെ അരികിലേക്ക് ഓടി. കുറച്ച് സമയമായി അയാൾ കുതിരപ്പുറത്ത് പിടിച്ചിരുന്നതുകൊണ്ട് ഈ പ്രാവശ്യത്തെ വീഴ്ചയിൽ ആലീസ് ഞെട്ടിപ്പോയിരുന്നു. ഈ പ്രാവശ്യം അയാൾക്ക് ക്ഷതം പറ്റിയിട്ടുണ്ടാകുമെന്ന് അവൾ ഭയന്നു. എന്തായാലും കുഴിയിൽനിന്ന് പുറത്തേക്ക് അയാളുടെ കാല്പാദങ്ങൾ മാത്രമാണ് അവൾക്ക് കാണാൻ കഴിഞ്ഞിരുന്നതെങ്കിലും വളരെ അസാധാരണമായ ശബ്ദത്തിലുള്ള അയാളുടെ സംസാരം പുറത്ത് കേൾക്കാൻ കഴിഞ്ഞത് അവൾക്ക് വലിയ ആശ്വാസമായിരുന്നു. അയാൾ ആവർത്തിച്ചു. "എല്ലാത്തരം വേഗതകളും ഒന്നിച്ച് ചേർന്നിരുന്നു. പക്ഷേ, ഒരാൾ അകത്തുള്ളപ്പോൾ അയാളുടെ ഇരുമ്പ് തൊപ്പി എടുത്ത് തലയിൽ വെക്കുന്നത് മറ്റേയാളുടെ അശ്രദ്ധയാണ്."

"പക്ഷേ, തലകുത്തിനിന്നുകൊണ്ട് ഇത്രയും ശാന്തതയോടെ

നിങ്ങൾക്ക് സംസാരം തുടർന്നുകൊണ്ട് പോകാൻ കഴിയുന്നത് എങ്ങനെയാണ്?" കാലിൽ പിടിച്ച് വലിച്ച് പൊക്കി കുഴിയുടെ കരയിലായി അയാളെ ചുരുട്ടിമടക്കി ഇടുന്നതിനിടയിൽ ആലീസ് ചോദിച്ചു.

ഈ ചോദ്യം കേട്ട് കുതിരപ്പടയാളി അത്ഭുതപ്പെട്ടു. "എന്റെ ശരീരം എവിടെ കിടന്നാലും കുഴപ്പമില്ല." അയാൾ പറഞ്ഞു. "എന്റെ മനസ്സിന്റെ ജോലിക്ക് വ്യത്യാസം വരുന്നില്ല. സത്യത്തിൽ എന്റെ തല കൂടുതൽ കൂടുതൽ താഴോട്ട് പോകുന്നതിന് അനുസരിച്ച് ഞാൻ കൂടുതൽ കൂടുതൽ പുതിയ കണ്ടുപിടിത്തങ്ങൾ നടത്തിക്കൊണ്ടിരിക്കും."

"ഈ രീതിയിലുള്ള എന്റെ കണ്ടുപിടിത്തങ്ങളിൽവെച്ച് ഏറ്റവും ബുദ്ധിപൂർവ്വമുള്ള കണ്ടുപിടിത്തം" അയാൾ സംസാരം നിർത്തി. ഒരു ഇടവേളയ്ക്ക് ശേഷം അയാൾ സംസാരം തുടർന്നു. "അത്താഴത്തിനിടയ്ക്ക് ഞാൻ ഒരു മധുരപലഹാരത്തിന്റെ കണ്ടുപിടിത്തം നടത്തിയിരുന്നതാണ്."

"അത്താഴത്തിനുള്ള ഭക്ഷണം പാചകം ചെയ്യുന്നതിനിടയിലായിരിക്കും." ആലീസ് പറഞ്ഞു. "അത് നിശ്ചയമായും വേഗത്തിൽ ചെയ്തുതീർത്ത ഒരു ജോലി തന്നെയാണ്."

"ശരിയല്ല."

"പാചകം ചെയ്യുന്നതിനിടയിലല്ല" കുതിരപ്പടയാളി ആലോചിച്ച് ഉറപ്പിച്ചമട്ടിൽ സാവധാനം പറഞ്ഞു. "നിശ്ചയമായും പാചകം ചെയ്യുന്നതിനിടയിലല്ല."

"അപ്പോൾ അടുത്ത ദിവസം ആയിരിക്കും. ഒരു അത്താഴവിരുന്നിൽ രണ്ട് തവണം മധുരപലഹാരം ഉണ്ടാവില്ലെന്നാണ് എനിക്ക് തോന്നുന്നത്"

"അടുത്ത ദിവസമായിരുന്നില്ല" മുമ്പ് പറഞ്ഞതുപോലെ കുതിരപ്പടയാളി ആവർത്തിച്ചു. "അടുത്ത ദിവസം ആയിരുന്നില്ല." സത്യത്തിൽ ഇത് പറയുമ്പോൾ അയാൾ തലകുനിച്ചിരുന്നു. അയാളുടെ ശബ്ദം നേർത്ത് നേർത്തുവന്നു. "ആ മധുരപലഹാരം ഉണ്ടാക്കിയെന്ന് ഞാൻ വിശ്വസിക്കുന്നില്ല. ആ മധുരപലഹാരം എന്നെങ്കിലും ഉണ്ടാക്കുമെന്നും ഞാൻ വിശ്വസിക്കുന്നില്ല. എന്നിട്ടും ആ മധുരപലഹാരത്തിന്റെ കണ്ടുപിടിത്തം വളരെ ബുദ്ധിപൂർവ്വമായിരുന്നു."

പാവം കുതിരപ്പടയാളിക്ക് അതിനെപ്പറ്റി കൂടുതൽ സംസാരിക്കാൻ താല്പര്യക്കുറവുണ്ടെന്ന് തോന്നിയതുകൊണ്ട് അയാൾക്ക് അല്പം ഉത്സാഹം തോന്നാൻ വേണ്ടി ആലീസ് ചോദിച്ചു. "ആ മധുരപലഹാരം എന്ത് ഉപയോഗിച്ചാണ് ഉണ്ടാക്കിയത്."

"ഞാൻ അത് ആരംഭിച്ചത് ഒപ്പ് കടലാസ് കൊണ്ടാണ്." കുതിരപ്പടയാളി ദീർഘശ്വാസം വിട്ടുകൊണ്ട് മറുപടി പറഞ്ഞു.

"അപ്പോൾ അതിന് നല്ല രുചിയുണ്ടാവില്ലെന്നാണ് എന്റെ വിശ്വാസം."

"അതിനുമാത്രമായി രുചിയില്ല." ആകാംക്ഷയോടെ അയാൾ സംസാരം തടസ്സപ്പെടുത്തി. "പക്ഷേ, വെടിമരുന്നും കോലരക്കും കൂടി കൂട്ടിക്കുഴച്ചാൽ അതിന് വരുന്ന വ്യത്യാസത്തെപ്പറ്റി നിനക്ക് യാതൊന്നും

അറിയില്ല. ഇവിടെവെച്ച് എനിക്കും നിന്നെ ഉപേക്ഷിക്കാതിരിക്കാൻ കഴിയില്ല." അവർ കാടിന്റെ അതിർത്തിയിൽ എത്തിക്കഴിഞ്ഞിരുന്നു.

ആലീസിന്റെ മുഖത്ത് അമ്പരപ്പ് കാണാനുണ്ടായിരുന്നു. അവൾ ആ മധുരപലഹാരത്തെപ്പറ്റിയാണ് ആലോചിച്ചുകൊണ്ടിരുന്നത്.

''നിനക്ക് ദുഃഖം ഉണ്ട്.'' കുതിരപ്പടയാളി ആകാംക്ഷയോടെ പറഞ്ഞു. "നിന്നെ സാന്ത്വനപ്പെടുത്താൻ ഞാൻ ഒരു പാട്ട് പാടാം."

''അത് വളരെ ദൈർഘ്യമുള്ള പാട്ടാണോ?'' അക്കാലത്തെ കവിതയെപ്പറ്റി ധാരാളം കേട്ടിരുന്നതുകൊണ്ട് ആലീസ് സംശയം ചോദിച്ചു.

"അതിന് ദൈർഘ്യം ഉണ്ട്." കുതിരപ്പടയാളി പറഞ്ഞു. "പക്ഷേ, അത് വളരെ വളരെ മനോഹരമാണ്. ഞാൻ അത് പാടുന്നത് കേട്ടിട്ടുള്ളവർക്കെല്ലാം ഒന്നുകിൽ അവരുടെ കണ്ണ് നിറയും അല്ലെങ്കിൽ—"

"അല്ലെങ്കിൽ എന്താണ്?" കുതിരപ്പടയാളി പൊടുന്നനെ സംസാരം അവസാനിപ്പിച്ചതുകൊണ്ട് ആലീസ് ചോദിച്ചു.

"അല്ലെങ്കിൽ അവരുടെ കണ്ണ് നിറയാതിരിക്കും. നിനക്ക് അറിയില്ലേ? ആ പാട്ടിനെ വിളിക്കുന്നത് ഹഡോക്കിന്റെ കണ്ണുകൾ എന്നാണ്."

''ഓ! പാട്ടിന്റെ പേര് അങ്ങനെയാണോ?'' താല്പര്യം ഉണ്ടെന്ന് തോന്നിപ്പിക്കാൻ വേണ്ടി ആലീസ് ചോദിച്ചു.

"അല്ല. നിനക്ക് മനസ്സിലാക്കാൻ കഴിയുന്നില്ല." അല്പം നീരസത്തോടെ കുതിരപ്പടയാളി പറഞ്ഞു. "അതാണ് അതിന്റെ വിളിപ്പേര്. യഥാർത്ഥപേര് പടുവൃദ്ധൻ എന്നാണ്."

"അപ്പോൾ ആ പാട്ടിനെ വിളിക്കുന്നത് അങ്ങനെയാണ് എന്നാണ് ഞാൻ പറയേണ്ടിയിരുന്നത്." ആലീസ് സ്വയംതിരുത്തി.

"അല്ല അങ്ങനെയായിരുന്നില്ല. നീ പറയേണ്ടത്. അത് മറ്റൊരു കാര്യമാണ്. പാട്ടിനെ വിളിക്കുന്നത് വഴികളും മാർഗ്ഗങ്ങളും എന്നാണ്. അതിന്റെ വിളിപ്പേരാണ് ആ പേര്. നിനക്ക് മനസ്സിലായില്ലേ?"

ഈ സമയംകൊണ്ട് സംഭ്രമിച്ചു പോയ ആലീസ് ചോദിച്ചു. "ശരി, അപ്പോൾ പാട്ട് എന്താണ്?"

"ഞാൻ അതിലേക്ക് വരുകയായിരുന്നു." കുതിരപ്പടയാളി പറഞ്ഞു. ''പാട്ട് സത്യത്തിൽ ഒരു പടിവാതിലിൽ ഇരിക്കുന്നതിനെപ്പറ്റിയാണ്. അതിന്റെ ഈണം എന്റെ കണ്ടുപിടിത്തമാണ്."

ഇത് പറഞ്ഞതിനുശേഷം അയാൾ കുതിരയുടെ ഓട്ടം നിർത്തി. കടിഞ്ഞാൺ അയാൾ കുതിരയുടെ കഴുത്തിലേക്ക് ഇട്ടു. പിന്നീട് ഒരു കൈകൊണ്ട് താളം പിടിച്ച് തന്റെ പാട്ടിന്റെ സംഗീതം മനസ്സിൽ ആസ്വദിക്കുന്നതായി ഭാവിച്ചുകൊണ്ട് അയാൾ പാട്ട് ആരംഭിച്ചു. അയാളുടെ വിഡ്ഢിത്തം നിറഞ്ഞ മുഖത്ത് ഒരു മങ്ങിയ പുഞ്ചിരി ഉണ്ടായിരുന്നു.

കാഴ്ചക്കണ്ണാടിയിലൂടെയുള്ള യാത്രയ്ക്കിടയിൽ ആലീസ് കാണാൻ ഇടയായ അസാധാരണ കാര്യങ്ങളിൽ ഏറ്റവും വ്യക്തമായി അവൾ എപ്പോഴും ഓർക്കുന്ന കാര്യം ഇതാണ്. വർഷങ്ങൾക്കുശേഷവും ഇതിന്റെ

മുഴുവൻ രംഗങ്ങളും ഇന്നലെ നടന്നതുപോലെ അവൾക്ക് അവതരിപ്പിക്കാൻ കഴിഞ്ഞിരുന്നു. കുതിരപ്പടയാളിയുടെ ഇളംനീല കണ്ണുകളും അയാളുടെ മുഖത്തെ അനുകമ്പ കലർന്ന പുഞ്ചിരിയും അയാളുടെ മുടിയിഴകളിലൂടെ മിന്നിമറയുന്ന അസ്തമയ സൂര്യനും അയാളുടെ പടച്ചട്ടയുടെ അഗ്നിജ്വാലപോലെയുള്ള വിസ്മയിപ്പിക്കുന്ന തിളക്കവും കാൽച്ചുവട്ടിലെ പുൽനാമ്പുകൾക്കിടയിലൂടെ അഴിഞ്ഞുവീണ കടിഞ്ഞാണുമായി സാവധാനം നടന്നുനീങ്ങുന്ന കുതിരയും പശ്ചാത്തലത്തിൽ കാണുന്ന കാടിന്റെ കറുത്ത നിഴലും എല്ലാം ചേർന്ന് ഒരു ചിത്രം പോലെ അവൾ തന്റെ മനസ്സിലേക്ക് ആവാഹിച്ചു. കൈപ്പത്തി കണ്ണിന് മുകളിൽ ചേർത്തുവെച്ച് ഒരു മരത്തിൽ ചാരിനിന്ന് പകുതി സ്വപ്നത്തിലെന്നപോലെ അവൾ ആ പാട്ടിന്റെ വിഷാദം തുളുമ്പുന്ന സംഗീതം ശ്രദ്ധിച്ചു.

പക്ഷേ, ഇതിന്റെ ഈണം അയാളുടെ സ്വന്തം കണ്ടുപിടിത്തമല്ല. അവൾ തനിയെ പറഞ്ഞു. "അത് ഞാൻ നിനക്ക് എല്ലാം തന്നു. ഇനി ഒന്നും ബാക്കിയില്ല എന്ന പാട്ടാണ്." അവൾ അവിടെ നിന്നുകൊണ്ട് പാട്ട് ശ്രദ്ധയോടെ കേട്ടു. പക്ഷേ, അവളുടെ കണ്ണിൽ കണ്ണുനീർ വന്നില്ല.

"എനിക്ക് പറ്റുന്നതെല്ലാം ഞാൻ നിന്നോട് പറയാം
പറയാൻ അധികമായൊന്നും ഇല്ലെങ്കിലും
ഞാൻ പടിവാതിലിൽ ഇരിക്കുന്നൊരു
വൃദ്ധരിൽ വൃദ്ധനാം മനുഷ്യനെ കണ്ടു
നിങ്ങൾ ആരാണ്? ഞാൻ ചോദിച്ചു
നിങ്ങളുടെ ജീവിതം എങ്ങനെയാണ്?
അരിപ്പയിലൂടെ ഇറ്റുവീഴുന്ന ജലം പോലെ ഉത്തരം
എന്റെ തലയിലൂടെ അരിച്ചിറങ്ങി.

അയാൾ പറഞ്ഞു, ഞാൻ ഗോതമ്പ് പാടത്തെ
ചിത്രശലഭങ്ങളെ അന്വേഷിക്കുന്നു
ഞാൻ അതിനെ പലഹാരമാക്കി
തെരുവിലെത്തിച്ച് വില്പന നടത്തും
അയാൾ പറഞ്ഞു. കൊടുങ്കാറ്റുള്ള കടലിൽ
അലയുന്നവർക്ക് ഞാനത് വില്ക്കും
നിസാര ജീവിതമെന്ന് നിങ്ങൾക്ക് പറയാം
പക്ഷേ, അതിലൂടെയാണെന്റെ അതിജീവനം.

പക്ഷേ, ഞാൻ ഒരു പദ്ധതി ആലോചിച്ചിരുന്നു
ഒരുവന്റെ കൃതാവ് പച്ചനിറമാക്കാൻ
എല്ലാസമയവും ഒരു വലിയ വിശറിയാൽ
കൃതാവ് കാണപ്പെടാതെ മറച്ച് വെക്കാൻ
വൃദ്ധൻ പറഞ്ഞതിന് മറുപടിയായി
പറയാൻ എനിക്കൊന്നും ഇല്ലായിരുന്നു

അതുകൊണ്ട് ഞാൻ ഉറക്കെ വിളിച്ചുകൂവി
പറയൂ, നിങ്ങൾ എങ്ങനെ ജീവിക്കുന്നു.

അയാൾ ശാന്തമായ് കഥ പറഞ്ഞു
പോകും വഴിയിൽ ഞാൻ ഒരു മല കണ്ടാൽ
മലയിലൂടൊഴുകുന്ന അരുവി കണ്ടാൽ
ഞാൻ അതിനെ തീജ്ജ്വാലയാക്കി മാറ്റും
എന്തിനും ഏതിനും ഉതകുന്നൊരു എണ്ണ
അങ്ങനെ അവർക്ക് അതിൽനിന്ന് കിട്ടും
എന്നിട്ടും എന്റെ ശ്രമത്തിനെല്ലാം കൂടി
അവർ തരുന്നത് വെറും ഒന്നരനാണയം.

പക്ഷേ, എന്റെ അന്വേഷണ വഴി മറ്റൊന്ന്!
കേക്ക് കഴിച്ച് ഒരുവൻ ജീവിച്ച് ജീവിച്ച്
അനുദിനം അനുദിനം തടിയനായ് മാറുന്ന
ഒരുവന്റെ ജീവിതമാണ് എന്റെ ചിന്തയിലുള്ളത്
പറയൂ, നിങ്ങൾ എങ്ങനെ ജീവിക്കുന്നു. ഞാൻ കൂവി
പറയൂ, ജീവിക്കാൻ നിങ്ങൾ എന്തൊക്കെ ചെയ്യുന്നു
അയാളുടെ മുഖം നീലിക്കുന്നതുവരെ ഞാൻ
അങ്ങോട്ടും ഇങ്ങോട്ടും കുലുക്കിവിളിച്ചു.

അയാൾ പറഞ്ഞു, ഞാൻ കുറ്റിക്കാട്ടിനുള്ളിൽ
കടൽമീനിന്റെ തിളങ്ങുന്ന കണ്ണുകൾ തിരയുന്നു
നിശ്ശബ്ദമായ ഇരുണ്ട രാത്രിയിൽ
അവയെ ഞാൻ കോട്ടിന്റെ ബട്ടണുകളാക്കുന്നു
അവ ഞാൻ സ്വർണ്ണത്തിന് വില്ക്കില്ല
അവ ഞാൻ വെള്ളിനാണയത്തിനും വില്ക്കില്ല
പക്ഷേ, അര പെനിയുടെ ചെമ്പ് തുട്ടിന്
ഒൻപത് ബട്ടൺ വാങ്ങാൻ കഴിയും.

ചിലപ്പോൾ വെണ്ണയും റൊട്ടിയും കുഴിച്ച് നോക്കും
അല്ലെങ്കിൽ ഞണ്ടിനെ പിടിക്കാൻ കമ്പ് വെക്കും
ചിലപ്പോൾ പുൽമേട്ടിനുള്ളിൽ
കുതിരവണ്ടിയുടെ ചക്രം തിരയും
അതുവഴിയാണ് എന്റെ മുഴുവൻ സ്വത്തും
ഞാൻ സമ്പാദിക്കുന്നത് (അയാൾ കണ്ണ് ചിമ്മി)
എന്നാൽ നിങ്ങളുടെ ആരോഗ്യത്തിന് വേണ്ടി
സന്തോഷത്തോടെ ഞാൻ വീഞ്ഞ് കുടിക്കും.

മിനായ് പാലം തുരുമ്പിക്കാതിരിക്കാൻ
അതിനെ വീഞ്ഞിൽ തിളപ്പിക്കാനുള്ളൊരു
പദ്ധതി ഞാൻ പൂർത്തിയാക്കിയതിനാൽ

അയാൾ പറഞ്ഞതെല്ലാം ഞാൻ ശ്രദ്ധിച്ചുകേട്ടു.
സ്വത്ത് സമ്പാദനമാർഗ്ഗം പറഞ്ഞുതന്നതിന്
ഞാൻ അയാളോട് നന്ദിപറഞ്ഞു
പക്ഷേ കൂടുതൽ നന്ദി ഞാൻ പറഞ്ഞത്
എന്റെ ആരോഗ്യത്തിനുവേണ്ടി അയാൾ വീഞ്ഞ് കുടിച്ചപ്പോൾ

ഇപ്പോൾ എന്നെങ്കിലും എന്റെ വിരൽ
പശയിൽ മുക്കാൻ ഇടയായാൽ
വലതുകാൽ ഏതോ ഭ്രാന്തിൽ
ഇടതുകാലിന്റെ ഷൂവിൽ തിരുകിയാൽ
അല്ലെങ്കിൽ ഒരു വലിയഭാരം
എന്റെ കാല്പത്തിയിൽ വീണാൽ
ഞാൻ കരയും— കാരണം ഉടൻ ഞാൻ ഓർക്കും
എൻ പരിചയക്കാരനാം പടുവൃദ്ധനെ—

കാഴ്ചയിൽ അയാൾ സൗമ്യൻ സംസാരത്തിൽ മാന്യൻ
അയാളുടെ തലമുടി മൂടൽമഞ്ഞിനേക്കാൾ വെളുപ്പ്
അയാളുടെ മുഖത്തിന് കാക്കയുടെ മുഖവടിവ്
അയാളുടെ കണ്ണുകൾ തിളങ്ങുന്ന തീക്കനൽ
അയാൾ സ്വന്തം ദുഃഖത്തിൽ അസ്വസ്ഥൻ
അങ്ങോട്ടും ഇങ്ങോട്ടും ആടിക്കൊണ്ട്, ആരും
കേൾക്കാതെ അയാൾ മുറുമുറുത്തു
ഗോതമ്പുമാവ് വായിൽ നിറച്ചപോലെ അയാൾ
കൂർക്കം വലിച്ചു ഒരു പോത്തിനെപ്പോൽ
പണ്ടുപണ്ടുള്ളൊരു വേനൽസന്ധ്യയിൽ
അയാൾ ഇരുന്നിരുന്നു പടിവാതിലിൽ"

നാടൻപാട്ടിന്റെ അവസാന വരികൾ പാടുമ്പോൾ കുതിരപ്പടയാളി കടിഞ്ഞാൺ കൈയിലെടുത്ത് കുതിരയെ അവർ വന്ന വഴിയിലേക്ക് തിരിച്ച് നിർത്തി. അയാൾ പറഞ്ഞു. "നീ ആ കുന്നിറങ്ങി അരുവി കടന്ന് അല്പം കൂടി നടന്നാൽ മതി. അപ്പോൾ നീ ഒരു രാജ്ഞിയായി തീരും. പക്ഷേ, ആദ്യം നീ ഇവിടെനിന്ന് എന്നെ യാത്രയാക്കണം." അയാൾ ചൂണ്ടിക്കാണിച്ച ദിശയിലേക്ക് ആകാംക്ഷയോടെ ആലീസ് മുഖംതിരിച്ചപ്പോൾ അയാൾ കൂട്ടിച്ചേർത്തു. "എനിക്ക് കൂടുതൽ സമയം വേണ്ട. ഞാൻ വഴിയിൽ കാണുന്ന ആ തിരിവിൽ എത്തുന്നതുവരെ നീ ഇവിടെ കാത്തുനിന്ന് എന്നെ തൂവാല വീശിക്കാണിക്കണം. അത് എനിക്ക് ഒരു പ്രചോദനമാകുമെന്നാണ് ഞാൻ വിചാരിക്കുന്നത്. മനസ്സിലായോ?"

"നിശ്ചയമായും ഞാൻ കാത്തുനില്ക്കും." ആലീസ് പറഞ്ഞു. "ഇതുവരെ എന്നോടൊപ്പം വന്നതിനും എന്നെ ആ പാട്ട് പാടി കേൾപ്പിച്ചതിനും എനിക്ക് നിങ്ങളോട് അങ്ങേയറ്റം നന്ദിയുണ്ട്. പാട്ട് എനിക്ക് വളരെ ഇഷ്ടമായി."

"ഞാനും അത് പ്രതീക്ഷിച്ചു." കുതിരപ്പടയാളി സംശയത്തോടെ പറഞ്ഞു. "പക്ഷേ, നീ കരയുമെന്ന് ഞാൻ വിചാരിച്ചിരുന്ന തോതിൽ നീ കരഞ്ഞില്ല."

അങ്ങനെ അവർ കൈകൊടുത്ത് പിരിഞ്ഞു. കുതിരപ്പടയാളി സാവധാനം കുതിരപ്പുറത്ത് കയറി കാട്ടിനുള്ളിലേക്ക് സവാരി ചെയ്തു. "അയാളെ യാത്രയാക്കാൻ അധികസമയം വേണ്ടിവരുമെന്ന് എനിക്ക് തോന്നുന്നില്ല." അയാൾ പോകുന്നത് നോക്കി നിന്നപ്പോൾ ആലീസ് സ്വയം പറഞ്ഞു. അയാൾ അതാ പോകുന്നു. പതിവുപോലെ തലകുത്തി വീണ് കൊണ്ട്. കുതിരയ്ക്ക് ചുറ്റും പലതും തൂക്കിയിട്ടിട്ടുണ്ടെങ്കിലും അയാൾ എന്തായാലും എളുപ്പത്തിൽ കുതിരപ്പുറത്ത് കയറുന്നുണ്ട്. വഴിയിലൂടെ കുതിര സാവധാനം നടന്നു പോകുന്നതും നോക്കിക്കൊണ്ട് നിന്ന് അവൾ സംസാരം തുടർന്നു. കുതിരപ്പടയാളി ആദ്യം ഒരു വശത്തേക്ക് ഉരുണ്ടുവീണു. അതിനുശേഷം മറുവശത്തേക്ക് മറിഞ്ഞു വീണു. അങ്ങനെ നാലാമത്തെ വീഴ്ചയ്ക്കോ അഞ്ചാമത്തെ വീഴ്ച യ്ക്കോശേഷം അയാൾ തിരിവിൽ എത്തിച്ചേർന്നു. അതിനുശേഷം അവൾ തൂവാല വീശിക്കാണിച്ചു. പിന്നീട് അയാൾ കണ്ണിൽനിന്ന് മറയുന്നതുവരെ അവൾ അവിടെ കാത്തുനിന്നു.

അവസാനത്തെ അരുവിയും കടന്ന് രാജ്ഞിയാവാൻവേണ്ടി കുന്നിന്റെ മുകളിൽ നിന്നും ഓടിയിറങ്ങുമ്പോൾ അവൾ പറഞ്ഞു. അത് അയാൾക്ക് പ്രചോദനം നല്കിയിട്ടുണ്ടെന്ന് തോന്നുന്നു. ഇനി അവസാനത്തെ അരുവിയിലെത്തണം. അതിനുശേഷം രാജ്ഞി. അത് എത്ര നല്ലകാര്യം. ഏതാനും ചുവടുകൾ മുന്നോട്ട് നടന്നപ്പോൾ അവൾ അരുവിയുടെ കരയ്ക്കെത്തി. ഒടുവിൽ എട്ടാമത്തെ സമചതുരത്തിൽ! അരുവി കുതിച്ച് ചാടിക്കടക്കുമ്പോൾ അവൾ വിളിച്ച് കൂവി.

അവൾ അവിടെയുമിവിടെയുമായി ചെറിയ പൂത്തടങ്ങളുള്ള പായൽ പോലെ മൃദുവായ ഒരു പുൽത്തകിടിയിൽ സ്വയം ചെന്ന് വീണു. "ഹേ! ഇവിടെ വന്നെത്താൻ കഴിഞ്ഞതിൽ ഞാൻ എത്രമാത്രം സന്തോഷി ക്കുന്നു! എന്റെ തലയിൽ ഇരിക്കുന്നത് എന്ത് സാധനമാണ്?" അവളുടെ തലയിൽ ഇറുകിപ്പിടിച്ചിരുന്ന ഭാരമുള്ള ഏതോ വസ്തുവിൽ കൈയോടിച്ചുകൊണ്ട് അവൾ അത്ഭുതത്തോടെ ഉറക്കെപ്പറഞ്ഞു.

അത് എന്താണെന്ന് തിരിച്ചറിയാൻ വേണ്ടി അത് തലയിൽ നിന്നും ഊരിയെടുത്ത് മടിയിൽ വെച്ചുകൊണ്ട് അവൾ പറഞ്ഞു. "ഞാൻ അറിയാതെ ഇത് എങ്ങനെയാണ് അവിടെ എത്തിയത്?"

അത് ഒരു സ്വർണ്ണ കിരീടമായിരുന്നു.

9

ആലീസ് രാജ്ഞി

"ശരി, ഇത് ഗംഭീരമായിരിക്കുന്നു!" ആലീസ് പറഞ്ഞു. "ഇത്രയും വേഗം ഞാൻ ഒരു രാജ്ഞിയാകുമെന്ന് ഒരിക്കലും ഞാൻ പ്രതീക്ഷിച്ചിട്ടില്ല. ഇത് എന്താണെന്ന് തമ്പുരാട്ടിക്ക് ഞാൻ പറഞ്ഞുതരാം." അവൾ ഗൗരവത്തിൽ സംസാരം തുടർന്നു. (സ്വയം ശകാരിക്കുന്നതിൽ അവൾക്ക് എല്ലാക്കാലത്തും സാമാന്യം അമിത താല്പര്യം ഉണ്ടായിരുന്നു) "ഇങ്ങനെ പുൽത്തകിടിയിൽ മടിപിടിച്ച് മലർന്ന് കിടക്കുന്നത് ഒരു രാജ്ഞിക്ക് ചേരുന്ന കാര്യമല്ല. രാജ്ഞിമാർ മാന്യത നോക്കണമെന്ന് നിങ്ങൾക്ക് അറിയില്ലേ?"

അതുകൊണ്ട് അവൾ എഴുന്നേറ്റ് നടക്കാൻ തുടങ്ങി. ആദ്യമൊക്കെ അവൾ ശരീരം അനക്കാതെയാണ് നടന്നത്. കാരണം കിരീടം മറിഞ്ഞ് വീഴുമോ എന്ന് അവൾക്ക് ഭയം തോന്നിയിരുന്നു. പക്ഷേ, വീണാലും അത് കാണാൻ അവിടെ ആരുംതന്നെ ഉണ്ടാവില്ലെന്നുള്ള ചിന്ത അവൾക്ക് സമാധാനം നല്കി. വീണ്ടും പുൽത്തകിടിയിൽ ഇരിക്കുന്ന സമയത്ത് അവൾ പറഞ്ഞു. "ഞാൻ യഥാർത്ഥത്തിൽ ഒരു രാജ്ഞിയാണെങ്കിൽ സമയമാകുമ്പോൾ എനിക്ക് ഇത് കൊണ്ടുനടക്കാൻ കഴിയും."

സംഭവിക്കുന്നതെല്ലാം അസാധാരണമായ കാര്യങ്ങളായതുകൊണ്ട് അവളുടെ തൊട്ടടുത്ത് ഇരുവശങ്ങളിലുമായി ചുവന്നരാജ്ഞിയും വെളുത്തരാജ്ഞിയും ഇരിക്കുന്നത് കണ്ടിട്ടും ആലീസിന് അല്പം പോലും അത്ഭുതം തോന്നിയില്ല. അവർ അവിടെ എത്തിയത് എങ്ങനെയാണെന്ന് അവരോട് ചോദിച്ചറിയാൻ അവൾക്ക് ആഗ്രഹമുണ്ടായിരുന്നു. പക്ഷേ, അങ്ങനെ ചോദിക്കുന്നത് മര്യാദയല്ലെന്ന് അവൾക്ക് തോന്നി. എന്തായാലും കളി കഴിഞ്ഞോ എന്ന് അന്വേഷിക്കുന്നതിൽ അപാകതയൊന്നും ഉണ്ടാവില്ല. ചുവന്നരാജ്ഞിയെനോക്കിക്കൊണ്ട്

മടിയോടെ അവൾ ചോദിച്ചു. "ദയവായി തമ്പുരാട്ടി എന്നോട്...."

''നിന്നോട് സംസാരിക്കുമ്പോൾ സംസാരിക്കുക!'' രാജ്ഞി രൂക്ഷമായി ആലീസിനെ തടസ്സപ്പെടുത്തി.

എല്ലാസമയത്തും ഒരു ചെറിയ തർക്കത്തിന് തയ്യാറെടുത്തിരിക്കുന്ന ആലീസ് പറഞ്ഞു. "നിങ്ങളോട് സംസാരിച്ച് കഴിഞ്ഞാൽ മാത്രമേ നിങ്ങൾ സംസാരിക്കുകയുള്ളൂ എന്ന നിയമം എല്ലാവരും പാലിക്കുകയാണെങ്കിൽ നിങ്ങൾ സംസാരിച്ച് തുടങ്ങാൻ വേണ്ടി മറ്റേയാൾ എപ്പോഴും കാത്ത് നില്ക്കേണ്ടിവരും. അങ്ങനെ വരുമ്പോൾ ആരും ഒരിക്കലും ഒന്നും സംസാരിക്കുകയില്ല. ശരിയല്ലേ? അതുകൊണ്ട്...."

''വിഡ്ഢിത്തം!'' രാജ്ഞി വിളിച്ചുകൂവി. ''കുട്ടീ നിനക്ക് എന്തുകൊണ്ട് മനസ്സിലാക്കാൻ..." ഇവിടെ വെച്ച് മുഖം വീർപ്പിച്ച്കൊണ്ട് രാജ്ഞി സംസാരം നിർത്തി. പിന്നീട് ഒരു മിനിറ്റ് സമയം ആലോചിച്ചതിന് ശേഷം പെട്ടെന്ന് അവർ സംസാരവിഷയം മാറ്റി. ''നീ, ഞാൻ യഥാർത്ഥത്തിൽ ഒരു രാജ്ഞിയാണെങ്കിൽ എന്ന് പറയുമ്പോൾ എന്താണ് നീ ഉദ്ദേശിച്ചത്? നിന്നെ രാജ്ഞിയെന്ന് വിളിക്കാൻ നിനക്ക് എന്ത് അവകാശമാണുള്ളത്? അതിനുള്ള പ്രത്യേക പരീക്ഷ ജയിക്കാതെ നിനക്ക് രാജ്ഞിയാകാൻ കഴിയില്ല. എത്രയും വേഗം നമ്മൾ പരീക്ഷ തുടങ്ങുന്നതാണ് കൂടുതൽ നല്ലത്."

''ഞാൻ ആണെങ്കിൽ എന്നു മാത്രമേ പറഞ്ഞുള്ളൂ.'' പാവം ആലീസ് പരിതാപകരമായ ശബ്ദത്തിൽ മറുപടി പറഞ്ഞു.

രണ്ട് രാജ്ഞിമാരും പരസ്പരം നോക്കി. ചുവന്നരാജ്ഞി ചെറിയ തോതിലുള്ള വിറയലോടെ അഭിപ്രായം പറഞ്ഞു. "അവൾ പറയുന്നത് ആണെങ്കിൽ എന്ന് മാത്രമേ അവൾ പറഞ്ഞിട്ടുള്ളൂ എന്നാണ്."

"പക്ഷേ, അവൾ അതിനേക്കാൾ കൂടുതൽ കാര്യങ്ങൾ പറഞ്ഞിട്ടുണ്ട്!" കൈകൾ ഞെരിച്ചുകൊണ്ട് വെളുത്ത രാജ്ഞി പറഞ്ഞു. "ഹോ, അതിനേക്കാൾ വളരെക്കൂടുതൽ കാര്യങ്ങൾ!"

"അപ്പോൾ നീ പറഞ്ഞെന്ന് നിനക്ക് മനസ്സിലായല്ലോ." ചുവന്ന രാജ്ഞി ആലീസിനോട് പറഞ്ഞു. "എപ്പോഴും സത്യം പറയുക-പറയുന്നതിന് മുമ്പ് ആലോചിക്കുക- അതിന് ശേഷം അത് എഴുതിവെക്കുക."

"ഞാൻ അങ്ങനെ ഉദ്ദേശിച്ചിട്ടില്ലെന്ന്—" ആലീസ് സംസാരിക്കാൻ തുടങ്ങുകയായിരുന്നു. പക്ഷേ, ചുവന്നരാജ്ഞി അക്ഷമയോടെ അവളെ തടസ്സപ്പെടുത്തി.

"അത് തന്നെയാണ് ഞാൻ പരാതി പറഞ്ഞത്! നീ ഉദ്ദേശിക്കണമായിരുന്നു! ഉദ്ദേശമില്ലാത്ത ഒരു കുട്ടിയെക്കൊണ്ട് എന്ത് പ്രയോജനമുണ്ടെന്നാണ് നീ വിശ്വസിക്കുന്നത്. ഒരു ഫലിതത്തിന് പോലും എന്തെങ്കിലും ഉദ്ദേശം ഉണ്ടാകണം." രണ്ട് കൈകളുംകൊണ്ട് പരിശ്രമിച്ചാൽ പോലും നിനക്ക് അത് നിഷേധിക്കാൻ കഴിയില്ല.

"ഞാൻ എന്റെ കൈകൾകൊണ്ടല്ല നിഷേധിക്കുന്നത്." ആലീസ് എതിർത്തു.

"നീ കൈകൊണ്ട് നിഷേധിച്ചെന്ന് ആരും പറഞ്ഞില്ല." ചുവന്ന രാജ്ഞി പറഞ്ഞു. "നീ പരിശ്രമിച്ചാലും നിനക്ക് കൈകൾ കൊണ്ട് നിഷേധിക്കാൻ കഴിയില്ലെന്നാണ് ഞാൻ പറഞ്ഞത്."

വെളുത്ത രാജ്ഞി പറഞ്ഞു. "അവൾ എന്തെങ്കിലും നിഷേധിക്കാൻ ആഗ്രഹിക്കുന്ന ഒരു മാനസികാവസ്ഥയിലാണ്— നിഷേധിക്കേണ്ടത് എന്താണെന്ന് അവൾക്ക് അറിയില്ലെന്ന് മാത്രം."

"അധാർമ്മികവും അരോചകവുമായ ഒരു മാനസികനില." ചുവന്ന രാജ്ഞി-അഭിപ്രായപ്പെട്ടു. അതിനുശേഷം ഒന്നോ രണ്ടോ മിനിറ്റ് സമയത്തേക്ക് അസുഖകരമായ ഒരു നിശ്ശബ്ദത നിലനിന്നു.

ചുവന്ന രാജ്ഞി വെളുത്ത രാജ്ഞിയോട് സംസാരിച്ചപ്പോഴാണ് നിശ്ശബ്ദത ഒഴിവായത്. "ഇന്ന് വൈകുന്നേരത്തെ ആലീസിന്റെ അത്താഴവിരുന്നിന് ഞാൻ നിങ്ങളെ ക്ഷണിക്കുന്നു."

വെളുത്ത രാജ്ഞി തളർന്ന പുഞ്ചിരിയോടെ ആലീസിനോട് പറഞ്ഞു. "നിന്നെ ഞാനും ക്ഷണിക്കുന്നു."

"എനിക്ക് ഇന്ന് വിരുന്നുണ്ടെന്ന് ഞാൻ അറിഞ്ഞിരുന്നില്ല." ആലീസ് പറഞ്ഞു. "പക്ഷേ, വിരുന്നുണ്ടെങ്കി അതിഥികളെ ക്ഷണിക്കാൻ എനിക്ക് കടപ്പാടുണ്ടെന്ന് ഞാൻ വിശ്വസിക്കുന്നു."

"നിനക്ക് അതിനുള്ള അവസരം തന്നത് ഞങ്ങളാണ്." ചുവന്ന രാജ്ഞി അഭിപ്രായപ്പെട്ടു. "പക്ഷേ, ഇതുവരെ നിന്നെ ഒരാളും പെരുമാറ്റം സംബന്ധിച്ചുള്ള യാതൊരു പാഠവും പഠിപ്പിച്ചിട്ടില്ലെന്ന് ഞാൻ പറയും."

"പെരുമാറ്റം പാഠങ്ങളിലൂടെയല്ല പഠിപ്പിക്കുന്നത്." ആലീസ് പറഞ്ഞു. "പാഠങ്ങളിലൂടെ പഠിപ്പിക്കുന്നത് കൂട്ടാനും കുറയ്ക്കാനു മൊക്കെയാണ്"

"നിനക്ക് കണക്ക് കൂട്ടാൻ പറ്റുമോ?" വെളുത്ത രാജ്ഞി ചോദിച്ചു. "ഒന്നും ഒന്നും ഒന്നും ഒന്നും ഒന്നും ഒന്നും ഒന്നും ഒന്നും ഒന്നും ഒന്നും കൂടികൂട്ടിയാൽ എത്രയാണ്?"

"എനിക്ക് അറിയില്ല." ആലീസ് പറഞ്ഞു. "എനിക്ക് എണ്ണം തെറ്റി."

"അവൾക്ക് കൂട്ടാൻ പറ്റില്ല. "ചുവന്ന രാജ്ഞി സംസാരം തടസ്സപ്പെടു ത്തിക്കൊണ്ട് പറഞ്ഞു. "നിനക്ക് കുറയ്ക്കാൻ പറ്റുമോ? എട്ടിൽനിന്ന് ഒൻപത് കുറയ്ക്കൂ."

"എട്ടിൽനിന്ന് ഒൻപത് കുറയ്ക്കാൻ എനിക്ക് കഴിയില്ല." ആലീസ് ഉടനടി മറുപടി പറഞ്ഞു. "പക്ഷേ...."

"അവൾക്ക് കുറയ്ക്കാൻ പറ്റില്ല." വെളുത്ത രാജ്ഞി പറഞ്ഞു. "നിനക്ക് ഭാഗിക്കാൻ പറ്റുമോ? റൊട്ടിയെ കത്തികൊണ്ട് ഭാഗിച്ചാൽ അതിന്റെ ഫലം എന്താണ്?"

"എനിക്ക് തോന്നുന്നത്..." ആലീസ് മറുപടി പറയാൻ തുടങ്ങുകയാ യിരുന്നു. പക്ഷേ, ചുവന്നരാജ്ഞി അവൾക്ക് വേണ്ടി ഉത്തരം പറഞ്ഞു. "നിശ്ചയമായും റൊട്ടിയും വെണ്ണയും. എന്താണ് സംശയം മറ്റൊന്ന് കുറച്ച് നോക്കാം. ഒരു നായയിൽനിന്ന് എല്ല് മാറ്റൂ. എന്താണ് അവശേഷിക്കു

ന്നത്?"

ആലീസ് സ്വയം പറഞ്ഞു. "നിശ്ചയമായും എല്ല് ആയിരിക്കില്ലെന്ന് ഉറപ്പാണ്. ഞാൻ അത് മാറ്റിയാൽ നായ വെറുതെ ഇരിക്കില്ല. അത് എന്നെ കടിക്കാൻ വരും-- അപ്പോൾ ഞാനും ബാക്കി വരില്ലെന്ന് എനിക്ക് ഉറപ്പുണ്ട്."

"അപ്പോൾ ഒന്നും ബാക്കിവരില്ലെന്നാണ് നീ വിചാരിക്കുന്നത്." ചുവന്ന രാജ്ഞി പറഞ്ഞു.

"അതാണ് ഉത്തരമെന്ന് ഞാൻ വിചാരിക്കുന്നു."

"പതിവുപോലെ തെറ്റാണ്." ചുവന്ന രാജ്ഞി പറഞ്ഞു. "നായയുടെ ദേഷ്യം ബാക്കി നില്ക്കും."

"പക്ഷേ, അത് എങ്ങനെയാണെന്ന് എനിക്ക് മനസ്സിലാവുന്നില്ല—"

"എന്തുകൊണ്ട്? ഇവിടെ ശ്രദ്ധിക്കൂ." ചുവന്ന രാജ്ഞി വിളിച്ച് കൂവി. "നായയ്ക്ക് ദേഷ്യം വരും. ശരിയല്ലേ?"

"ഒരുപക്ഷേ, വരുമായിരിക്കും." ആലീസ് ജാഗ്രതയോടെ മറുപടി പറഞ്ഞു.

"അപ്പോൾ നായ അവിടെനിന്ന് ഓടിപ്പോയാലും അതിന്റെ ദേഷ്യം ബാക്കിനില്ക്കും." രാജ്ഞി വിജയിച്ചമട്ടിൽ മറുപടി പറഞ്ഞു.

ആലീസ് അവൾക്ക് പറയാവുന്നതിന്റെ പരമാവധി ഗൗരവത്തിൽ പറഞ്ഞു. "നായകൾ പല രീതിയിൽ പെരുമാറാൻ ഇടയുണ്ട്." പക്ഷേ, അവൾക്ക് സ്വയം ചിന്തിക്കാതിരിക്കാൻ കഴിയില്ല. "ഞങ്ങൾ സംസാരിച്ച് കൊണ്ടിരിക്കുന്നത് എത്ര ഭയാനകമായ വിഡ്ഢിത്തമാണ്."

''അവൾക്ക് അല്പം പോലും കണക്ക് കൂട്ടാൻ കഴിയില്ല.'' രാജ്ഞിമാർ ഒന്നിച്ച് ഉറപ്പ് കൊടുക്കുന്നമട്ടിൽ വിളിച്ചു കൂവി.

"തമ്പുരാട്ടിക്ക് കൂട്ടാൻ കഴിയുമോ?" ഇത്രമാത്രം കുറ്റപ്പെടുത്തുന്നത് ആലീസിന് ഒട്ടുംതന്നെ ഇഷ്ടപ്പെട്ടില്ല. അതുകൊണ്ട് പെട്ടെന്ന് വെളുത്ത രാജ്ഞിയുടെ മുഖത്തേക്ക് നോക്കിക്കൊണ്ട് ആലീസ് ചോദിച്ചു.

വെളുത്ത രാജ്ഞി വിമ്മിട്ടപ്പെട്ട് പറഞ്ഞു. "വേണ്ടത്ര സമയം നീ തരുകയാണെങ്കിൽ എനിക്ക് കൂട്ടാൻ കഴിയും-- പക്ഷേ, ഒരു ചുറ്റുപാടിലും എനിക്ക് കുറയ്ക്കാൻ കഴിയില്ല."

"നിനക്ക് എ ബി സി ഡി അറിയാമോ?" ചുവന്ന രാജ്ഞി ചോദിച്ചു.

"എനിക്ക് വ്യക്തമായി അറിയാം." ആലീസ് പറഞ്ഞു.

"എനിക്കും വ്യക്തമായി അറിയാം." വെളുത്ത രാജ്ഞി പതുക്കെപ്പറഞ്ഞു. "പലപ്പോഴും ഞങ്ങൾ ഒന്നിച്ച് എ ബി സി ഡി പറയാറുണ്ട്. ഞാൻ ഒരു രഹസ്യം നിന്നോട് പറയാം. ഒരക്ഷരം ഉള്ള വാക്കുകൾ എനിക്ക് വായിക്കാൻ കഴിയും. എന്തായാലും നീ പേടിക്കേണ്ട. നമ്മൾ സമയമാകുമ്പോൾ അതിലേക്ക് വരും."

ഇവിടെ വെച്ച് ചുവന്നരാജ്ഞി വീണ്ടും സംസാരം ആരംഭിച്ചു. രാജ്ഞി ചോദിച്ചു. "നിനക്ക് പ്രയോജനമുള്ള ചോദ്യങ്ങൾക്ക് ഉത്തരം പറയാൻ കഴിവുണ്ടോ?" രാജ്ഞി ചോദിച്ചു. "റൊട്ടി എങ്ങനെയാണ്

ഉണ്ടാക്കുന്നത്?"

"എനിക്ക് അറിയാം." ആലീസ് വിളിച്ച് കൂവി. "ആദ്യം നിങ്ങൾക്ക് കുറച്ച് ധാന്യപ്പൊടി എടുക്കുക."

"എവിടെ നിന്നാണ് നിങ്ങൾ ധാന്യപ്പൊടി എടുക്കുന്നത്?" വെളുത്ത രാജ്ഞി ചോദിച്ചു. "തോട്ടത്തിൽ നിന്നാണോ അതോ കുറ്റിക്കാട്ടിൽ നിന്നാണോ?"

"അത് ഒരിക്കലും പറിച്ചെടുക്കുന്ന സാധനമല്ല." ആലീസ് വിശദീകരിച്ചു. "അത് പൊടിച്ചെടുക്കുന്ന സാധനമാണ്"

വെളുത്ത രാജ്ഞി പറഞ്ഞു. "നീ റൊട്ടി ഉണ്ടാക്കുന്നത് സംബന്ധിച്ചുള്ള കാര്യങ്ങളൊന്നും വിട്ടുപോകരുത്."

"അവളുടെ തലയ്ക്ക് മുകളിൽ വീശിക്കൊടുക്ക്," ചുവന്ന രാജ്ഞി ഉൽക്കണ്ഠയോടെ പറഞ്ഞു. ഇത്രമാത്രം ആലോചന നടത്തി അവളുടെ തല ചൂടായിട്ടുണ്ടാകും. അതുകൊണ്ട് മരച്ചില്ലകൾ കൊണ്ട് ആലീസിന്റെ തലമുടി പാറിപ്പറക്കുന്നത് വരെ അവർ വീശൽ തുടർന്നു. ഒടുവിൽ വീശൽ അവസാനിപ്പിക്കാൻ ആലീസിന് യാചിക്കേണ്ടിവന്നു.

"ഇപ്പോൾ അവൾ വീണ്ടും ശരിയായിട്ടുണ്ട്." ചുവന്ന രാജ്ഞി പറഞ്ഞു. "നിനക്ക് ഭാഷകൾ വശമുണ്ടോ? ഫിഡിൽ ഡിയുടെ ഫ്രഞ്ച് എന്താണ്?"

"ഫിഡിൽ ഡി ഡീ ഇംഗ്ലീഷല്ല." ആലീസ് ഗൗരവത്തിൽ മറുപടി പറഞ്ഞു.

"ആരെങ്കിലും അത് ഇംഗ്ലീഷാണെന്ന് പറഞ്ഞോ?" ചുവന്ന രാജ്ഞി ചോദിച്ചു.

ഈ പ്രാവശ്യം ബുദ്ധിമുട്ട് ഒഴിവാക്കാൻ ഒരു മാർഗ്ഗം കണ്ടെത്തിയതായി ആലീസിന് തോന്നി. "ഫിഡിൽ ഡി ഡീ ഏത് ഭാഷയാണെന്ന് എന്നോട് പറയാമെങ്കിൽ ഞാൻ അതിന്റെ ഫ്രഞ്ച് പരിഭാഷ പറയാം." വിജയിച്ച മട്ടിൽ ആലീസ് വിശദീകരിച്ചു.

പക്ഷേ, ചുവന്ന രാജ്ഞി വിട്ടുവീഴ്ചയ്ക്ക് തയ്യാറാവാതെ ചോദ്യത്തിൽ നിന്ന് പിന്മാറി. രാജ്ഞിമാർ ഒരിക്കലും വിലപേശൽ നടത്താറില്ല.

ആലീസ് വിചാരിച്ചു. രാജ്ഞിമാർ ചോദ്യങ്ങൾ അവസാനിപ്പിച്ചിരുന്നെങ്കിൽ എന്നാണ് ഞാൻ ആഗ്രഹിക്കുന്നത്.

''നമുക്ക് വഴക്കിടണ്ട,'' വെളുത്ത രാജ്ഞി ഉൽക്കണ്ഠയുടെ സ്വരത്തിൽ പറഞ്ഞു. "മിന്നലിന്റെ കാരണം എന്താണ്?"

ഉത്തരം വ്യക്തമാണെന്ന് ആലീസിന് തോന്നിയതുകൊണ്ട് അവൾ നിസ്സംശയം മറുപടി പറഞ്ഞു. "അതിന്റെ കാരണം ഇടിവെട്ടുന്നതാണ്— അല്ല, അല്ല." വളരെ പെട്ടെന്ന് അവൾ തിരുത്തി പറഞ്ഞു. ''ഞാൻ ഉദ്ദേശിച്ചത് മറിച്ചാണ്."

''അത് തിരുത്തിപ്പറയാൻ താമസിച്ചു. ഒരു കാര്യം ഒരിക്കൽ പറഞ്ഞാൽ പിന്നീട് അത് മാറ്റിപ്പറയാൻ പാടില്ല. അതിന്റെ ഫലം

പറയുന്ന ആൾതന്നെ അനുഭവിക്കണം.”

“ഇത് എന്നെ ഓർമ്മിപ്പിക്കുന്നത്—” അസ്വസ്ഥതയോടെ വെളുത്ത രാജ്ഞി പറഞ്ഞു. “കഴിഞ്ഞ ചൊവ്വാഴ്ച ഇതുപോലെ ഒരു ഇടിവെട്ടി— ഞാൻ ഉദ്ദേശിച്ചത് കഴിഞ്ഞ ചൊവ്വാഴ്ചകളുടെ കൂട്ടത്തിൽ ഒരെണ്ണം എന്നാണ്. മനസ്സിലായില്ലേ?”

ആലീസ് അമ്പരന്നുപോയിരുന്നു. അവൾ അഭിപ്രായപ്പെട്ടു. ‘‘ഞങ്ങളുടെ നാട്ടിൽ ഒരു പ്രാവശ്യം ഒരു ദിവസം മാത്രമേ കാണുകയുള്ളൂ.”

ചുവന്ന രാജ്ഞി പറഞ്ഞു. “അത് കാര്യങ്ങളുടെ നടത്തിപ്പ് വളരെ ലഘുവാക്കുന്നു. ഇപ്പോൾ ഇവിടെ ഞങ്ങൾക്ക് ഒരു സമയം രണ്ടോ മൂന്നോ രാത്രികളും പകലും ഒന്നിച്ചാണ്. ചിലപ്പോൾ മഞ്ഞുകാലത്ത് അഞ്ച് രാത്രികൾ വരെ ഞങ്ങൾ ഒന്നിച്ച് എടുക്കാറുണ്ട്. ചൂട് കിട്ടാൻ വേണ്ടി—മനസ്സിലായില്ലേ?”

‘‘അപ്പോൾ അഞ്ച് രാത്രികൾക്ക് ഒരു രാത്രിയേക്കാൾ ചൂട് കൂടുതലുണ്ടോ?” ആലീസ് ചോദിച്ചു.

“നിശ്ചയമായും അഞ്ചിരട്ടി ചൂടുണ്ട്.”

‘‘പക്ഷേ, അതേനിയമം അനുസരിച്ച് അവയ്ക്ക് അഞ്ചിരട്ടി തണുപ്പായിരിക്കാനും സാദ്ധ്യത.”

“അങ്ങനെയാവാം.” ചുവന്ന രാജ്ഞി വിളിച്ച് പറഞ്ഞു. “അഞ്ചിരട്ടി ചൂടും അഞ്ചിരട്ടി തണുപ്പും— നിന്നേക്കാൾ എനിക്ക് അഞ്ചിരട്ടി സമ്പത്തും അഞ്ചിരട്ടി ബുദ്ധിയും ഉള്ളതുപോലെ.”

ആലീസ് നെടുവീർപ്പിട്ടുകൊണ്ട് തുടർന്നുള്ള സംസാരം ഉപേക്ഷിച്ചു. ഇത് ഉത്തരമില്ലാത്ത ഒരു കടങ്കഥ പോലെയുണ്ട്. അവൾ വിചാരിച്ചു.

“ഹംറ്റി ഡംറ്റിയിലും ഇത് കണ്ടിട്ടുണ്ട്.” സ്വയം സംസാരിക്കുന്നത് പോലെ വെളുത്ത രാജ്ഞി ശബ്ദം താഴ്ത്തി പറഞ്ഞു. കൈയിൽ ഒരു കോർക്ക് സ്ക്രൂവുമായി അയാൾ വാതിൽക്കൽ വന്നിരുന്നു—

“അയാൾക്ക് വേണ്ടത് എന്താണ്?” ചുവന്ന രാജ്ഞി ചോദിച്ചു.

വെളുത്ത രാജ്ഞി സംസാരം തുടർന്നു. “അയാൾ ഒരു നീർക്കുതിരയെ അന്വേഷിച്ച് നടക്കുന്നതുകൊണ്ട് അകത്തേക്ക് വരുകയാണെന്ന് അയാൾ പറഞ്ഞു. എന്നാൽ വീടിനുള്ളിൽ അന്ന് രാവിലെ അങ്ങനെയൊരു സാധനം ഉണ്ടായിരുന്നില്ല.”

‘‘സാധാരണ ഉണ്ടാവാറുണ്ടോ?’’ ആലീസ് അത്ഭുതത്തോടെ അന്വേഷിച്ചു.

“ഇല്ല. ചൊവ്വാഴ്ചകളിൽ മാത്രം.” രാജ്ഞി മറുപടി പറഞ്ഞു.

“അയാൾ വന്നത് എന്തിനാണെന്ന് എനിക്ക് അറിയാം.” ആലീസ് പറഞ്ഞു. “മത്സ്യത്തെ ശിക്ഷിക്കാനാണ് അയാൾ വന്നത്. കാരണം...”

ഇവിടെവെച്ച് വീണ്ടും വെളുത്ത രാജ്ഞി സംസാരം ആരംഭിച്ചു. “അത് ഒരു ഭയങ്കര കൊടുങ്കാറ്റായിരുന്നു. ചിന്തിക്കാൻ കഴിയില്ല. (ചുവന്ന രാജ്ഞി പറഞ്ഞു. ഒരിക്കലും അവൾക്ക് ചിന്തിക്കാൻ കഴിഞ്ഞിട്ടില്ല).

മേല്ക്കൂരയുടെ ഒരു ഭാഗം ഇളകിപ്പോയി. ഒരിക്കലും ഇത്രയുമധികം ഇടിമുഴക്കം വീട്ടിനുള്ളിൽ കടന്നിട്ടില്ല. അത് മുറിയിൽ കടന്ന് മേശയും കസേരയുമെല്ലാം തട്ടിയിട്ട് ഒടുവിൽ ഭയം കൊണ്ട് ഞാൻ എന്റെ പേര് പോലും മറന്ന് പോകുന്നതുവരെ വലിയ ഉരുളുകളായി മാറി. ഉരുണ്ടു നടന്നു.''

ആലീസ് വിചാരിച്ചു. ഒരു അപകടം നടക്കുമ്പോൾ അതിന്റെ നടുക്ക് വെച്ച് ഞാൻ ഒരിക്കലും എന്റെ പേര് ഓർമ്മിക്കാൻ ശ്രമിച്ചിട്ടില്ല. അതുകൊണ്ട് എന്താണ് പ്രയോജനം? പക്ഷേ, പാവം രാജ്ഞിയുടെ മനസ്സ് വിഷമിപ്പിക്കേണ്ട എന്ന് വിചാരിച്ച് അവൾ അത് ഉറക്കെപ്പറഞ്ഞില്ല.

വെളുത്ത രാജ്ഞിയുടെ ഒരു കൈ തന്റെ കൈപ്പത്തിയിലെടുത്ത് വെച്ച് സാവധാനം തഴുകിക്കൊണ്ട് ചുവന്ന രാജ്ഞി ആലീസിനെ നോക്കിക്കൊണ്ട് വെളുത്ത രാജ്ഞിയോട് പറഞ്ഞു. "തമ്പുരാട്ടി അവളോട് ക്ഷമിക്കണം. അവൾ ശരി പറയാനാണ് ഉദ്ദേശിക്കുന്നത്. പക്ഷേ, സാധാരണരീതീയിൽ അവൾക്ക് വിഡ്ഢിത്തങ്ങൾ പറയാതിരിക്കാൻ കഴിയില്ല.''

വെളുത്ത രാജ്ഞി ദുഃഖത്തോടെ ആലീസിനെ നോക്കി. അവളോട് അനുകമ്പാപൂർവ്വം എന്തെങ്കിലും പറയണമെന്ന് രാജ്ഞിക്ക് തോന്നി. പക്ഷേ, ആ സമയത്ത് അതിന് ചേർന്നതൊന്നും അവർക്ക് ആലോചിക്കാൻ കഴിഞ്ഞില്ല.

"ഒരിക്കലും അവളെ നല്ലരീതിയിൽ വളർത്തിയിട്ടില്ല.'' ചുവന്ന രാജ്ഞി സംസാരം തുടർന്നു. ''പക്ഷേ, അവൾ എന്ത് മാത്രം സൽസ്വഭാവിയാണെന്നുള്ളത് അത്ഭുതപ്പെടുത്തുന്ന കാര്യമാണ്. അവളുടെ തലയിൽ തലോടിയാൽ അവൾക്ക് എന്തുമാത്രം ഇഷ്ടപ്പെടുമെന്ന് നേരിട്ട് കാണാം." അല്പം അനുകമ്പ-അവളിൽ അത്ഭുതങ്ങൾ കാണിക്കും. പക്ഷേ, ഇത് ചെയ്തുനോക്കാനുള്ള ധൈര്യം ആലീസിന് ഉണ്ടായിരുന്നില്ല.

വെളുത്ത രാജ്ഞി ആഴത്തിൽ ഒരു നെടുവീർപ്പിട്ടു. എന്നിട്ട് അവൾ ആലീസിന്റെ തോളിലേക്ക് തല ചായ്ച്ചു. "എനിക്ക് ഉറക്കം വരുന്നു." അവൾ ഞരങ്ങി.

''പാവം അവൾക്ക് ക്ഷീണമുണ്ട്.'' ചുവന്നരാജ്ഞി പറഞ്ഞു. "അവളുടെ തലമുടി തഴുകുക. നിന്റെ രാത്രിയിൽ അണിയുന്ന തൊപ്പി അവൾക്ക് കടം കൊടുക്കുക-ഒരു താരാട്ട് പാടിക്കൊടുക്കുക."

ആദ്യത്തെ ആജ്ഞ അനുസരിക്കുന്നതിനിടയിൽ ആലീസ് പറഞ്ഞു. "എന്റെ കൈയിൽ രാത്രിയിലത്തെ തൊപ്പി ഇല്ല. എനിക്ക് താരാട്ട് പാട്ട് ഒന്നും അറിയുകയുമില്ല."

''അപ്പോൾ ഞാൻ തന്നെ താരാട്ട് പാടാം." ചുവന്ന രാജ്ഞി പറഞ്ഞു. രാജ്ഞി താരാട്ട് പാടാൻ തുടങ്ങി.

"ആലീസിന്റെ മടിയിൽ കിടന്ന് എന്റെ കുട്ടി കരയരുത്.
സദ്യയുടെ ദിവസംവരെ നമുക്ക് മയങ്ങാൻ സമയമുണ്ട്.

സദ്യ കഴിഞ്ഞ് നമുക്ക് നൃത്തത്തിന് പോകാം ചുവന്ന രാജ്ഞിയും വെളുത്തരാജ്ഞിയും ആലീസും വരും."

ആലീസിന്റെ മറ്റേ തോളിലേക്ക് തല ചായ്ക്കുന്നതിനിടയിൽ ചുവന്ന രാജ്ഞി കൂട്ടിച്ചേർത്തു. ''ഇപ്പോൾ വരികൾ അറിയില്ലേ? എനിക്കുവേണ്ടി അത് പാടിത്തരൂ. എനിക്ക് ഭയങ്കരമായി ഉറക്കം വരുന്നു." നിമിഷത്തിനുള്ളിൽ രണ്ട് രാജ്ഞിമാരും ഉച്ചത്തിൽ കൂർക്കം വലിച്ചു രണ്ട് പേരും ഉറങ്ങിക്കഴിഞ്ഞിരുന്നു.

"ഞാൻ എന്ത് ചെയ്യണം?" ആലീസിന്റെ തോളിൽ നിന്ന് ആദ്യം ഒരു രാജ്ഞിയുടെ തലയും അതിനുശേഷം മറ്റേ തലയും ഉരുണ്ടിറങ്ങി ഒന്നിനുമുകളിൽ ഒന്നായി അവളുടെ മടിയിൽ വീണുകഴിഞ്ഞപ്പോൾ ആലീസ് ആശ്ചര്യപ്പെട്ടു. "ഇങ്ങനെ സംഭവിക്കുമെന്നും ഒരേ സമയത്ത് ഉറക്കത്തിലായ രണ്ട് രാജ്ഞിമാരെ ഒരാൾക്ക് ഒന്നിച്ച് ശ്രദ്ധിക്കേണ്ടി വരുമെന്നും ഒരിക്കൽപ്പോലും ഞാൻ ഇതിനുമുമ്പ് വിചാരിച്ചിരുന്നില്ല. ഒരിക്കൽപ്പോലും ഇംഗ്ലണ്ടിന്റെ ചരിത്രത്തിൽ ഇങ്ങനെ സംഭവിച്ചിട്ടില്ല. കാരണം ഒരു കാലത്തും ഇവിടെ ഒരേസമയത്ത് ഒന്നിൽ കൂടുതൽ രാജ്ഞിമാർ ഉണ്ടായിരുന്നില്ല. നല്ല ഭാരം തോന്നുന്നു. ഉണരൂ.'' അക്ഷമയോടെ അവൾ സംസാരിച്ചുകൊണ്ടിരുന്നു. പക്ഷേ, സൗമ്യമായ കൂർക്കംവലി ഒഴിച്ച് മറ്റ് മറുപടികൾ ഒന്നും പുറത്ത് വന്നില്ല.

നിമിഷം തോറും കൂർക്കംവലി കൂടുതൽ കൂടുതൽ തെളിഞ്ഞ് വന്നു. അത് ഒരു പാട്ടിന്റെ ഈണം ആണെന്ന് തോന്നി. ഒടുവിൽ വാക്കുകൾ പോലും അവൾക്ക് തിരിച്ചറിയാൻ കഴിഞ്ഞു. ആ രണ്ട് ഭാരമുള്ള തലകളും ആലീസിന്റെ മടിയിൽ നിന്ന് പെട്ടെന്ന് അപ്രത്യക്ഷമാകുന്നതു വരെ അവൾ അങ്ങേയറ്റം ആകാംക്ഷയോടെ അത് ശ്രദ്ധിച്ചുകൊണ്ടിരുന്നു.

അവൾ പെട്ടെന്ന് ആലീസ് രാജ്ഞി എന്ന് മുകളിൽ വലിയ അക്ഷരങ്ങളിൽ എഴുതിയിരുന്ന ഒരു വളച്ചുവാതിലിന് മുന്നിൽ നില്ക്കുകയായിരുന്നു. വളച്ച് വാതിലിന്റെ ഓരോ വശത്തും മണിമുഴക്കാനുള്ള ഓരോ കൈപ്പിടികൾ തൂക്കിയിട്ടിരുന്നു. ഒന്നിൽ സന്ദർശകരുടെ മണിയെന്നും അടുത്തതിൽ പരിചാരകരുടെ മണിയെന്നും വ്യക്തമായി അടയാളപ്പെടുത്തിയിരുന്നു.

"പാട്ട് അവസാനിക്കുന്നത് വരെ ഞാൻ കാത്തു നില്ക്കാം." ആലീസ് വിചാരിച്ചു. അതിനുശേഷം ഞാൻ മണി—ഏത് മണിയാണ് ഞാൻ മുഴക്കേണ്ടത്?" കൈപ്പിടിയിലെ പേരുകൾ കണ്ട് അങ്ങേയറ്റം അമ്പരന്ന് പോയ ആലീസ് സംസാരം തുടർന്നു കൊണ്ടിരുന്നു. "ഞാൻ ഒരു സന്ദർശകയല്ല. ഒരു പരിചാരികയുമല്ല. ഇവിടെ രാജ്ഞി എന്ന് അടയാളപ്പെടുത്തിയ ഒരു കൈപ്പിടികൂടി ഉണ്ടാവേണ്ടതായിരുന്നു."

ആ സമയത്ത് വാതിൽ അല്പം തുറന്ന് നീണ്ട ചുണ്ടുള്ള ഒരു ജീവി ചുണ്ട് മാത്രം പുറത്തേക്ക് നീട്ടിക്കൊണ്ട് പറഞ്ഞു. "അടുത്തതിന്റെ അടുത്ത ആഴ്ച വരെ ആരേയും അകത്തേക്ക് കടത്തിവിടില്ല.''

അതിനുശേഷം ശബ്ദത്തോടെ വാതിൽ വലിച്ചടച്ചു.

ആലീസ് വളരെ നേരത്തേക്ക് യാതൊരു പ്രയോജനവുമില്ലാതെ വാതിലിൽ മുട്ടുകയും മണിമുഴക്കുകയും ചെയ്തു. പക്ഷേ, ഏറ്റവും അവസാനം അതുവരെ ഒരു മരത്തിന്റെ കീഴിൽ വിശ്രമിച്ചിരുന്ന വൃദ്ധനായ ഒരു തവള എഴുന്നേറ്റ് ഏന്തിവലിഞ്ഞ് ആലീസിന്റെ അടുത്തെത്തി. അയാൾ ധരിച്ചിരുന്നത് മഞ്ഞ നിറമുള്ള വേഷമായിരുന്നു. വളരെ വലിയ ബൂട്ടുകളും അണിഞ്ഞിരുന്നു.

"ഇപ്പോൾ എന്ത് വേണം?" തവള പരുക്കൻ ശബ്ദത്തിൽ പതുക്കെ ചോദിച്ചു.

ആരിലും കുറ്റം കണ്ടുപിടിക്കാൻ തയ്യാറായിക്കൊണ്ട് ആലീസ് തിരിഞ്ഞ് നിന്നു. "ഈ വാതിലിന് ഉത്തരം പറയാനുള്ള പരിചാരകൻ എവിടെപ്പോയിരിക്കുന്നു?" അവൾ കോപത്തോടെ സംസാരിക്കാൻ ആരംഭിച്ചു.

"ഏത് വാതിൽ?" തവള ചോദിച്ചു.

അയാളുടെ ഇഴച്ച് നീട്ടിയുള്ള സംസാരരീതിയിൽ ശുണ്ഠിപിടിച്ച ആലീസ് പറഞ്ഞു. "നിശ്ചയമായും ഈ വാതിൽതന്നെ."

തവള അതിന്റെ വലിയ കണ്ണുകൾ തുറന്ന് ഒരു മിനിറ്റ് സമയം വാതിലിലേക്ക് നോക്കിക്കൊണ്ട് നിന്നു. പിന്നീട് വാതിലിന്റെ നിറം ഇളകിവരുന്നുണ്ടോ എന്ന് പരിശോധിക്കുന്ന രീതിയിൽ വാതിലിന്റെ അടുത്തുചെന്ന് തള്ളവിരൽ കൊണ്ട് അതിന്റെ പുറത്ത് തിരുമ്മിനോക്കി. അതിനുശേഷം അത് വീണ്ടും ആലീസിനെ നോക്കി. "വാതിലിന് ഉത്തരം പറയാനോ?" തവള ചോദിച്ചു. "ചോദിച്ചത് എന്ത് കാര്യമാണ്?" തവളയുടെ ശബ്ദം അടഞ്ഞ് പോയിരുന്നതുകൊണ്ട് ആലീസിന് വ്യക്തമായി കേൾക്കാൻ കഴിഞ്ഞില്ല.

"നിങ്ങൾ ഉദ്ദേശിക്കുന്നത് എന്താണെന്ന് എനിക്ക് മനസ്സിലാകുന്നില്ല. അവൾ പറഞ്ഞു.

"ഞാൻ ഇംഗ്ലീഷാണ് സംസാരിക്കുന്നത്. ശരിയല്ലേ?" തവള സംസാരം തുടർന്നു. "അതോ നിങ്ങൾക്ക് ചെവി കേൾക്കാത്തതാണോ? അത് നിങ്ങളോട് എന്താണ് ചോദിച്ചത്."

"ഒന്നുമില്ല." അക്ഷമയോടെ ആലീസ് മറുപടി പറഞ്ഞു. ഞാൻ വാതിലിൽ മുട്ടുകയായിരുന്നു.

"അങ്ങനെ ചെയ്യാൻ പാടില്ല– അത് ചെയ്യാൻ പാടില്ല." തവള മുറുമുറുത്തു. "അതിന് അങ്ങനെ ചെയ്താൽ പ്രകോപനം ഉണ്ടാകും. അതിനുശേഷം തവള വാതിലിനടുത്തെത്തി. തന്റെ വലിയ പാദങ്ങളിൽ ഒരെണ്ണം കൊണ്ട് ഒരു ചവിട്ട് ചവിട്ടി. "അതിനെ തനിച്ച് വിടുക." അതിന്റെ മരത്തിലേക്ക് തിരിച്ച് ഏന്തിവലിഞ്ഞ് കയറുന്നതിനിടയിൽ തവള വീർപ്പുമുട്ടലോടെ പറഞ്ഞു. "അത് നിങ്ങളേയും തനിച്ച് കടത്തിവിടും."

ഈ നിമിഷത്തിൽ കതക് മലർക്കെത്തുറന്നു. തുളച്ച് കയറുന്ന ശബ്ദത്തിൽ ഒരു പാട്ട് കേൾക്കുന്നുണ്ടായിരുന്നു.

കാഴ്ചക്കണ്ണാടി ലോകത്തോട് ആലീസാണ് ഇത് പറഞ്ഞത്
"എന്റെ കൈയിൽ ചെങ്കോലും തലയിൽ കിരീടവുമുണ്ട്.
എവിടെയുള്ള കാഴ്ചക്കണ്ണാടി ജീവികൾക്കും എനിക്കും
ചുവന്നരാജ്ഞിക്കും വെളുത്ത രാജ്ഞിക്കും ഒപ്പം ചേർന്ന് ഭക്ഷണം കഴിക്കാം."

നൂറുകണക്കിന് ശബ്ദങ്ങൾ സംഘഗാനത്തിനൊപ്പം ചേർന്നു.

"അപ്പോൾ ഗ്ലാസുകൾ കഴിയുംവേഗം നിറയ്ക്കൂ
മേശപ്പുറത്ത് തവിടും പൂക്കളും വിതറൂ
കാപ്പിയിൽ പൂച്ചയും ചായയിൽ എലിയും വീഴ്ത്തൂ
ആലീസ് രാജ്ഞിയെ മൂന്ന് മുപ്പത് തവണ സ്വീകരിക്കൂ."

അതിനുശേഷം ആർപ്പുവിളിക്കുന്നതിന്റെ കുഴഞ്ഞു മറിഞ്ഞ ഒരു കോലാഹലം ഉയർന്നു. ആലീസ് വിചാരിച്ചു. "മൂന്ന് മുപ്പത് എന്ന് പറയുമ്പോൾ തൊണ്ണൂറ്. ആരെങ്കിലും എണ്ണുന്നുണ്ടോ എന്ന കാര്യത്തിൽ എനിക്ക് സംശയമുണ്ട്." ഒരു മിനിറ്റിനുള്ളിൽ അവിടം വീണ്ടും നിശ്ശബ്ദമായി. അതിനുശേഷം നേരത്തേകേട്ട തുളച്ചിറങ്ങുന്ന ശബ്ദം മറ്റൊരു പദ്യം പാടാൻ തുടങ്ങി.

ആലീസ് പറഞ്ഞു. "കാഴ്ചക്കണ്ണാടി ജീവികൾ അടുത്ത് വരൂ.
എന്നെ കാണുന്നത് ബഹുമതിയും കേൾക്കുന്നത് ആനുകൂല്യവും
ചുവന്ന രാജ്ഞിക്കും വെളുത്ത രാജ്ഞിക്കും എനിക്കും ഒപ്പം
ചായയും അത്താഴവും ഒരു മഹനീയ അനുഗ്രഹം."

ഉടൻതന്നെ സംഘഗാനം വീണ്ടും ഉയർന്നു.

"അപ്പോൾ ഗ്ലാസുകളിൽ ചക്കരപ്പാവും മഷിയും നിറയ്ക്കൂ
അല്ലെങ്കിൽ കുടിക്കാൻ രസമുള്ള എന്തും നിറയ്ക്കൂ
മണ്ണും സർബത്തും കലർത്തൂ വീഞ്ഞും കമ്പിളിയും കലർത്തൂ
ആലീസ് രാജ്ഞിയെ ഒൻപത് തൊണ്ണൂറ് തവണ സ്വീകരിക്കൂ."

"ഒൻപത് തൊണ്ണൂറ്," ആലീസ് നൈരാശ്യത്തോടെ ആവർത്തിച്ചു. "ഓ! അത് ഒരിക്കലും ശരിയാവില്ല. ഞാൻ ഇപ്പോൾ തന്നെ അകത്ത് കടക്കുന്നതാണ് നല്ലത്. അവൾ അകത്തേക്ക് കടന്ന നിമിഷത്തിൽത്തന്നെ അവിടെ സൂചിവീണാൽ കേൾക്കുന്ന നിശ്ശബ്ദത പ്രത്യക്ഷപ്പെട്ടു.

വലിയ മുറിയിലൂടെ നടക്കുന്നതിനിടയിൽ ആലീസ് മേശയിലേക്ക് കണ്ണോടിച്ചു. അവിടെ എല്ലാത്തരത്തിലുമുള്ള അൻപതിലേറെ അതിഥികൾ ഉണ്ടെന്ന് അവൾക്ക് സൂചന ലഭിച്ചു. ചിലത് മൃഗങ്ങളായിരുന്നു. ചിലത് പക്ഷികൾ. അവർക്കിടയിൽ ഏതാനും പൂക്കൾപോലും ഉണ്ടായിരുന്നു. അവൾ വിചാരിച്ചു. "വിളിക്കാൻവേണ്ടി കാത്ത് നില്ക്കാതെ അവർ വന്നു ചേർന്നതിൽ എനിക്ക് സന്തോഷമുണ്ട്. ആരെയൊക്കെ

യാണ് ക്ഷണിക്കേണ്ടതെന്ന് ഒരു കാലത്തും എനിക്ക് അറിവുണ്ടായിരുന്നില്ല.''

മേശയുടെ അറ്റത്ത് മൂന്ന് കസേരകൾ ഉണ്ടായിരുന്നു. അവയിൽ രണ്ടെണ്ണം ചുവന്ന രാജ്ഞിയും വെളുത്തരാജ്ഞിയും കൈയടക്കിക്കഴിഞ്ഞിരുന്നു. പക്ഷേ, മദ്ധ്യത്തിൽകിടന്ന കസേര ഒഴിഞ്ഞ് കിടക്കുകയായിരുന്നു. അവിടുത്തെ നിശ്ശബ്ദതയിൽ അല്പം അസ്വസ്ഥത തോന്നിയിരുന്നെങ്കിലും ആലീസ് നടുക്ക് കിടന്ന കസേരയിൽ ആരെങ്കിലും സംസാരിക്കുമെന്നുള്ള പ്രതീക്ഷയോടെ കയറിയിരുന്നു.

ഒടുവിൽ ചുവന്ന രാജ്ഞി ആരംഭിച്ചു. "നിങ്ങൾ സൂപ്പും മത്സ്യവും നഷ്ടപ്പെടുത്തി." അവർ പറഞ്ഞു. ''മുട്ട് വിളമ്പൂ" പരിചാരകർ ഒരു ആടിന്റെ കാല് അവളുടെ മുന്നിൽ കൊണ്ടുവെച്ചു. ഇതിനു മുമ്പ് മുട്ട് കഷണങ്ങളാക്കേണ്ട ആവശ്യം അവൾക്ക് ഒരിക്കൽപ്പോലും ഉണ്ടായിട്ടില്ല. അതുകൊണ്ട് സാമാന്യം മനോവിഷമത്തോടെ ആലീസ് ആടിന്റെ കാലിലേക്ക് നോക്കി.

"നിങ്ങൾക്ക് അല്പം നാണം ഉണ്ടെന്ന് തോന്നുന്നു. ആ ഇരിക്കുന്ന ആട്ടിൻകാലിനെ ഞാൻ നിങ്ങൾക്ക് പരിചയപ്പെടുത്തിത്തരാം." ചുവന്ന രാജ്ഞി പറഞ്ഞു. "ആലീസ് ഇത് ആട്ടിൻകാൽ: ആട്ടിൻകാൽ ഇത് ആലീസ്." ആട്ടിൻകാൽ പാത്രത്തിൽ എഴുന്നേറ്റ് നിന്ന് ആലീസിനെ നോക്കി ചെറുതായി തലകുനിച്ചു. ആലീസിന് അത് കണ്ടപ്പോൾ ഭയമാണോ അതോ ആശ്ചര്യമാണോ തോന്നിയതെന്ന് തിരിച്ചറിയാതെ തന്നെ അവൾ ആട്ടിൻകാൽ കാണിച്ച ബഹുമാനം തലകുനിച്ചുകൊണ്ട് തിരിച്ച് കൊടുത്തു.

ഒരു കത്തിയും മുള്ളും കൈയിൽ എടുത്തതിന് ശേഷം രാജ്ഞിമാരുടെ മുഖത്തേക്ക് മാറിമാറി നോക്കിക്കൊണ്ട് ആലീസ് ചോദിച്ചു. "ഓരോ കഷണം നിങ്ങൾക്ക് ഞാൻ തരട്ടെ?"

''ഒരിക്കലും പാടില്ല.'' ചുവന്ന രാജ്ഞി ഉറപ്പിച്ച് പറഞ്ഞു. "പരിചയപ്പെടുത്തിത്തന്ന ഒരുവനെ കഷണങ്ങളാക്കുന്നത് മര്യാദയല്ല. ആട്ടിൻകാൽ തിരിച്ചെടുക്കൂ" പരിചാരകർ അത് തിരിച്ച് കൊണ്ടുപോയതിനുശേഷം ഒരു വലിയ പ്ലം കേക്ക് മേശപ്പുറത്ത് കൊണ്ടുവന്ന് വെച്ചു.

"ദയവായി പ്ലം കേക്കിനെ എനിക്ക് പരിചയപ്പെടുത്തിത്തരേണ്ട." ആലീസ് ചാടിക്കയറിപ്പറഞ്ഞു. ''അല്ലെങ്കിൽ നമുക്ക് അത്താഴം ഉണ്ടാവില്ല. കുറച്ച് മുറിച്ച് ഞാൻ നിങ്ങൾക്ക് തരട്ടെ?"

പക്ഷേ, ചുവന്നരാജ്ഞി മുഖം വീർപ്പിച്ചുകൊണ്ട് മുറുമുറുത്തു. "പ്ലം കേക്ക് ഇത് ആലീസ്: ആലീസ് ഇത് പ്ലം കേക്ക്'' പ്ലം കേക്ക് തിരിച്ചെടുക്കൂ. പരിചാരകർ അതിവേഗത്തിൽ പ്ലം കേക്ക് തിരിച്ചെടുത്തുകൊണ്ട് പോയതുകൊണ്ട് കേക്ക് അതിന്റെ തലകുനിച്ചുകൊണ്ട് ആലീസിനോട് കാണിച്ച ബഹുമാനം തിരിച്ച് കൊടുക്കാൻ അവൾക്ക് സമയം കിട്ടിയില്ല.

എന്തായാലും ആജ്ഞാപിക്കാനുള്ള അവകാശം ചുവന്നരാജ്ഞിക്ക്

മാത്രം ലഭിച്ചിരിക്കുന്നതിന്റെ കാരണം ആലീസിന് വ്യക്തമായില്ല. അതുകൊണ്ട് ഒരു പരീക്ഷണത്തിന് വേണ്ടി അവൾ പരിചാരകരോട് വിളിച്ച് പറഞ്ഞു. "പ്ലം കേക്ക് തിരിച്ച് കൊണ്ട് വരൂ." നിമിഷത്തിനുള്ളിൽ ഒരു ജാലവിദ്യയുടെ വേഗതയിൽ പ്ലം കേക്ക് മേശപ്പുറത്ത് തിരിച്ചെത്തി. കേക്കിന് വലിപ്പം വളരെ കൂടുതൽ ആയിരുന്നതുകൊണ്ട് ആട്ടിൻകാൽ കണ്ടപ്പോൾ തോന്നിയ സങ്കോചം ആലീസിന് കേക്കിനോടും തോന്നി. എങ്കിലും വളരെ പാടുപെട്ട് അവൾ ആ സങ്കോചത്തെ പരാജയപ്പെടുത്തിക്കൊണ്ട് ഒരു കഷണം കേക്ക് മുറിച്ച് ചുവന്നരാജ്ഞിക്ക് നല്കി.

"എന്തൊരു ധിക്കാരം." കേക്ക് പറഞ്ഞു. "ഞാൻ നിങ്ങളുടെ ഒരു കഷണം മുറിച്ച് മാറ്റിയാൽ നിങ്ങൾ അത് ഇഷ്ടപ്പെടുമെന്ന് എനിക്ക് തോന്നുന്നില്ല."

നല്ല കട്ടിയുള്ള എണ്ണ മയമുള്ള ശബ്ദത്തിലാണ് കേക്ക് സംസാരിച്ചത്. ആലീസിന് തിരിച്ച് മറുപടി പറയാൻ ഒരു വാക്ക് പോലും ഉണ്ടായിരുന്നില്ല. അവൾക്ക് വീർപ്പുമുട്ടലോടെ കേക്കിൽ നോക്കിയിരിക്കാൻ മാത്രമേ കഴിഞ്ഞുള്ളൂ.

"ഒരു അഭിപ്രായം പറയൂ." ചുവന്ന രാജ്ഞി പറഞ്ഞു. "എല്ലാ സംഭാഷണവും കേക്കിന് വിട്ടുകൊടുക്കുന്നത് പരിഹാസ്യമാണ്."

"ഇന്ന് ധാരാളം കവിതകൾ എന്നോട് ആവർത്തിച്ചിരുന്നെന്ന് നിങ്ങൾ മനസ്സിലാക്കിയിട്ടുണ്ടോ?" ആലീസ് സംസാരിക്കാൻ തുടങ്ങിയപ്പോൾ തന്നെ എല്ലാ കണ്ണുകളും അവളെത്തന്നെ സൂക്ഷിച്ച് നോക്കുന്നുണ്ടായിരുന്നു. ആ നിമിഷത്തിൽത്തന്നെ അവിടെയെല്ലാം നിശ്ശബ്ദത പടർന്നതിൽ ആലീസിന് ചെറിയതോതിൽ ഭയം തോന്നിയിരുന്നു. പക്ഷേ, എല്ലാ കവിതകളും ഏതെങ്കിലും വിധത്തിൽ മത്സ്യങ്ങളോട് ബന്ധമുള്ളവ ആയിരുന്നു. അത് വളരെ വിചിത്രമായ സംഗതിയാണെന്നാണ് ഞാൻ വിചാരിക്കുന്നത്. "അവർ എന്തുകൊണ്ടാണ് മത്സ്യങ്ങളെ ഇത്രമാത്രം ഇഷ്ടപ്പെടുന്നതെന്ന് നിങ്ങൾക്ക് അറിയാമോ?"

ചുവന്ന രാജ്ഞിയോട് അവൾ ചോദിച്ച ചോദ്യത്തിന് രാജ്ഞി കുറച്ചുകൂടി വിശാലമായ മറുപടിയാണ് പറഞ്ഞത്. രാജ്ഞി ആലീസിന്റെ ചെവിയിൽ വളരെപ്പതുക്കെ ഗൗരവത്തിൽ പറഞ്ഞു. "വെളുത്ത തമ്പുരാട്ടിക്ക് പൂർണ്ണമായും മത്സ്യങ്ങളെപ്പറ്റിയുള്ള അതിമനോഹരമായ ഒരു കടങ്കഥ അറിയാം. അവർ അത് ആവർത്തിക്കട്ടേ?"

വെളുത്ത രാജ്ഞി പ്രാവ് കുറുകുന്നത് പോലെയുള്ള ശബ്ദത്തിൽ ആലീസിന്റെ മറ്റേ ചെവിയിൽ മുറുമുറുത്തു. "ചുവന്ന തമ്പുരാട്ടി ഈ കാര്യം പറഞ്ഞതിന് എനിക്ക് നന്ദിയുണ്ട്. ഇത് വളരെ സന്തോഷം തരുന്ന കാര്യമാണ്. ഞാൻ അത് ചൊല്ലട്ടെ?"

"ദയവായി ചൊല്ലിയാട്ടെ," ആലീസ് വിനയപൂർവ്വം പറഞ്ഞു.

വെളുത്തരാജ്ഞി സന്തോഷംകൊണ്ട് പൊട്ടിച്ചിരിച്ചു. അതിനുശേഷം ആലീസിന്റെ കവിളിൽ തലോടിയിട്ട് അവർ കവിത ചൊല്ലാൻ ആരംഭിച്ചു.

“ആദ്യം മത്സ്യം പിടിച്ചെടുക്കണം
അത് എളുപ്പം ഒരു കുട്ടിക്ക് അത് പറ്റും
അടുത്തത് ആ മത്സ്യം വിലയ്ക്ക് വാങ്ങണം.
അത് എളുപ്പം ഒരു പെനികൊണ്ട് അത് പറ്റും

അതിനുശേഷം അത് പാചകം ചെയ്യണം
അത് എളുപ്പം ഒരു മിനിറ്റ് മതിയാകും
അത് പാത്രത്തിൽ കിടക്കട്ടെ
അത് എളുപ്പം, അത് കിടക്കുന്നത് പാത്രത്തിലാണ്.

അത്കൊണ്ടുവരൂ, ഞാൻ അത്താഴം കഴിക്കട്ടെ.
അത് എളുപ്പം പാത്രം നിരത്താൻ വളരെ എളുപ്പം
പാത്രത്തിന്റെ മൂടി മാറ്റൂ
ഹാ അത് ബുദ്ധിമുട്ട്! എന്നാൽ അത് പറ്റില്ല.

അത് പശതേച്ചപോലെ ഒട്ടുന്നു
അടപ്പ് വിട്ട് പോരില്ല
ഏതാണ് ചെയ്യാൻ എളുപ്പം
അടപ്പ് ഉയർത്തുന്നതോ? കടങ്കഥ കണ്ടെത്തുന്നതോ?”

“അതിനെപ്പറ്റി ഒരു മിനിറ്റ് സമയം ആലോചിച്ചതിന് ശേഷം ഊഹിച്ച് നോക്കൂ.” ചുവന്ന രാജ്ഞിപറഞ്ഞു. “ഇതിനിടയിൽ നമുക്ക് ആലീസ് രാജ്ഞിയുടെ ആരോഗ്യത്തിന് വേണ്ടി വീഞ്ഞ് കുടിക്കാം.” അവൾ പരമാവധി ശബ്ദത്തിൽ വിളിച്ചു പറഞ്ഞു. എല്ലാ അതിഥികളും വീഞ്ഞ് കുടി ആരംഭിച്ചു. വളരെ വിചിത്രമായ രീതികളിലാണ് അവർ അത് നടത്തിക്കൊണ്ടിരുന്നത്. ചിലർ അവരുടെ ഗ്ലാസ് പൊക്കിയെടുത്ത് മെഴുക് തിരികളുടെ തീ അണയ്ക്കുന്ന അടുപ്പുകൾപോലെ തലയിലൂടെ കമഴ്ത്തിവെച്ചു. എന്നിട്ട് അവരുടെ മുഖത്തുകൂടി ഒലിച്ചിറങ്ങിയത് മുഴുവൻ നക്കിക്കുടിച്ചു. മറ്റുചിലർ വീഞ്ഞുപാത്രങ്ങൾ തട്ടിമറിച്ചു. എന്നിട്ട് മേശയുടെ വക്കിലൂടെ ഒഴുകിവീണ വീഞ്ഞ് കുടിച്ച് തീർത്തു. അവയിൽ മൂന്നെണ്ണം (കാഴ്ചയിൽ കംഗാരുവാണെന്ന് തോന്നും) പൊരിച്ച ആട്ടിറച്ചി ഇരുന്നിരുന്ന പാത്രത്തിനുള്ളിൽ കിടന്ന് തിക്കും തിരക്കുമുണ്ടാക്കിയതിന് ശേഷം അതിലുണ്ടായിരുന്ന മാംസക്കൊഴുപ്പ് ആർത്തിയോടെ നക്കിക്കുടിച്ചു. ‘വെള്ളത്തൊട്ടി കണ്ട പന്നികളെ പോലെയുണ്ട്’ ആലീസ് വിചാരിച്ചു.

‘‘ഭംഗിയുള്ള ഒരു പ്രസംഗത്തിലൂടെ തിരിച്ച് നന്ദി പറയാൻ നിങ്ങൾക്ക് കടപ്പാടുണ്ട്.” സംസാരിക്കുന്നതിനിടയിൽ ആലീസിനോട് മുഷിച്ചിൽ പ്രകടിപ്പിച്ചുകൊണ്ട് ചുവന്ന രാജ്ഞി പറഞ്ഞു.

അല്പം ഭയന്നിരുന്നെങ്കിലും നന്ദിപ്രകടനത്തിനു വേണ്ടി അനുസരണയോടെ ആലീസ് എഴുന്നേറ്റപ്പോൾ വെളുത്ത രാജ്ഞി രഹസ്യമായി പറഞ്ഞു. “ഞങ്ങൾക്ക് നിന്നെ പിൻതാങ്ങാതിരിക്കാൻ

കഴിഞ്ഞില്ല. നിനക്ക് അറിയില്ലേ?"

"വളരെ നന്ദിയുണ്ട്." ആലീസ് രഹസ്യമായി പറഞ്ഞു. "പക്ഷേ, അതുകൂടാതെതന്നെ എനിക്ക് വൃത്തിയായി സംസാരിക്കാൻ കഴിയും."

"അതുകൊണ്ടല്ല." ചുവന്നരാജ്ഞി ഊന്നിപ്പറഞ്ഞു. അതുകൊണ്ട് ആലീസ് നല്ല മനസ്സോടെ അതിന് വഴങ്ങിക്കൊടുത്തു.

(അവർ എന്നെ തള്ളി. വിരുന്നിന്റെ ചരിത്രം സഹോദരിയോട് പിന്നീടൊരിക്കൽ വിശദീകരിക്കുമ്പോൾ ആലീസ് പറഞ്ഞു. "അവർ നമ്മളെ ഞെരിച്ച് മലർത്താൻ പോകുകയാണെന്ന് നമ്മൾ വിചാരിച്ച് പോകും")

സത്യത്തിൽ പ്രസംഗിക്കുന്ന സമയത്ത് ഒരു സ്ഥലത്ത് തന്നെ ഉറച്ച് നില്ക്കാൻ അവൾക്ക് സാമാന്യം ബുദ്ധിമുട്ടുതന്നെ ആയിരുന്നു. രാജ്ഞിമാർ ഇരുവശത്തുനിന്നും അവളെ തള്ളിത്തള്ളി അവർ ഒടുവിൽ ആലീസിനെ ഏകദേശം നിലം തൊടാതെ വായുവിലേക്ക് ഉയർത്തി നിർത്തിയിരുന്നു. "ഞാൻ തിരിച്ച് നന്ദി പ്രകടിപ്പിക്കാനാണ് എഴുന്നേറ്റ് നില്ക്കുന്നത്—" ആലീസ് സംസാരം തുടങ്ങി. സത്യത്തിൽ പ്രസംഗിക്കുന്ന സമയത്ത് അവൾ ഏതാനും ഇഞ്ചുകൾ ഉയരത്തിൽ എത്തിയിരുന്നു. പക്ഷേ, അവൾ മേശയുടെ വക്കിൽ കയറിപ്പിടിച്ച് സ്വയം പിടിച്ച് വലിച്ച് വീണ്ടും നിലത്തിറങ്ങി.

"സ്വയം സംരക്ഷിച്ചുകൊള്ളൂ" വെളുത്ത രാജ്ഞി രണ്ട് കൈയും കൊണ്ട് ആലീസിന്റെ മുടിയിൽ കുത്തിപ്പിടിച്ചുകൊണ്ട് ഉറക്കെ വിളിച്ച് കൂവി.

അപ്പോൾ (ആലീസ് പിന്നീട് നല്കിയ വിവരണത്തിന് അനുസരിച്ച്) നിമിഷത്തിനുള്ളിൽ എല്ലാത്തരം കാര്യങ്ങളും സംഭവിച്ചു. മെഴുകുതിരികൾ മുകളറ്റത്ത് തീപിടിച്ച ഓടപ്പുല്ലുകളാണെന്ന തോന്നലുണ്ടാക്കിക്കൊണ്ട് മേല്ക്കൂരയോളം വളർന്നു. കുപ്പികൾ പെട്ടെന്ന് ഓരോകുപ്പിയും ഈ രണ്ട് പ്ലേറ്റുകൾ വീതം ഇരുവശങ്ങളിലുമായി ചിറകുകൾ പോലെ ഉറപ്പിച്ച് നിർത്തി ഫോർക്കുകൾ കാലുകളാക്കിക്കൊണ്ട് എല്ലാദിശകളിലേക്കും പറന്ന് പൊങ്ങി. ഭയാനകമായ ആ കോലാഹലം തുടങ്ങുന്നതിനിടയിൽ ആലീസിന് ചിന്തിക്കാൻ കഴിയുന്ന അളവിൽ അവൾ ആലോചിച്ചു. കാഴ്ചയിൽ അവ പക്ഷികളെപ്പോലെയുണ്ട്.

ഈ സമയത്ത് ഒരു വശത്ത് നിന്നും ഉയർന്നുവന്ന പരുക്കൻ ശബ്ദം കേട്ട് വെളുത്ത രാജ്ഞിക്ക് എന്താണ് സംഭവിച്ചത് എന്ന് അറിയാൻ വേണ്ടി ആലീസ് തിരിഞ്ഞുനോക്കി. പക്ഷേ, വെളുത്ത രാജ്ഞിക്ക് പകരം അവിടെ ഒരു കസേരയിൽ ഇരിക്കുന്ന ആട്ടിൻകാലിനെയാണ് അവൾ കണ്ടത്. "ഞാൻ ഇവിടെയാണ്." സൂപ്പ് ചരുവത്തിനുള്ളിൽ നിന്ന് ഒരു ശബ്ദം വിളിച്ചുകൂവി. ആലീസ് വീണ്ടും തിരിഞ്ഞ് നോക്കിയപ്പോൾ സൂപ്പ് ചരുവത്തിന്റെ വക്കിൽ വെളുത്ത രാജ്ഞിയുടെ ഇളിച്ചുകാട്ടുന്ന വിശാലവും സൗമ്യവുമായ മുഖം സൂപ്പിനുള്ളിലേക്ക് താഴ്ന്ന് പോകുന്നതിനുമുമ്പ് നിമിഷനേരത്തേക്ക് അവൾ നേരിട്ട് കണ്ടു.

നഷ്ടപ്പെടാൻ ഒരു നിമിഷം പോലും ഉണ്ടായിരുന്നില്ല. ഇപ്പോൾ തന്നെ പല അതിഥികളും പാത്രങ്ങളിൽ വീണുകഴിഞ്ഞിരുന്നു. സൂപ്പ് വിളമ്പുന്ന തവി ആലീസിനോട് വഴിമാറാൻ ആംഗ്യം കാണിച്ചുകൊണ്ട് അവളുടെ കസേരയുടെ അടുത്തേക്ക് നടന്ന് വരുന്നുണ്ടായിരുന്നു.

"എനിക്ക് ഇത് ഇനിയും സഹിക്കാൻ കഴിയില്ല." ചാടി എഴുന്നേറ്റ് രണ്ട് കൈയ്യും കൊണ്ട് മേശവിരിയിൽ പിടിച്ച് വലിച്ച് കൊണ്ട് ആലീസ് വിളിച്ച് കൂവി. ഒറ്റവലിക്ക് പാത്രങ്ങളും അതിഥികളും മെഴുകുതിരികളും എല്ലാം കൂടി തറയിലേക്ക് കുന്നുകൂടി വീണു.

പിന്നീട് ഈ കുഴപ്പത്തിനെല്ലാം കാരണക്കാരിയെന്ന് ആലീസ് വിശ്വസിക്കുന്ന ചുവന്ന രാജ്ഞിയുടെനേർക്ക് കോപത്തോടെ തിരിഞ്ഞുനിന്നുകൊണ്ട് അവൾ പറഞ്ഞു. "നിങ്ങളുടെ കാര്യം" പക്ഷേ, രാജ്ഞി അവിടെ ഉണ്ടായിരുന്നില്ല. രാജ്ഞി പെട്ടെന്ന് ഒരു ചെറിയ പാവക്കുട്ടിയുടെ വലിപ്പത്തിലേക്ക് ചുരുങ്ങി ഈ സമയത്ത് മേശപ്പുറത്തെല്ലാം സന്തോഷത്തോടെ ഓടിനടക്കുകയായിരുന്നു.

മറ്റ് ഏതെങ്കിലും സന്ദർഭത്തിലായിരുന്നെങ്കിൽ ആലീസ് ഇതുകണ്ട് അത്ഭുതപ്പെടുമായിരുന്നു. പക്ഷേ, ഇപ്പോൾ അവൾ എന്ത് കണ്ടാലും അത്ഭുതപ്പെടാത്ത അവസ്ഥയിൽ എത്തിയിരുന്നു. "നിങ്ങളുടെ കാര്യം" ആ സമയത്ത് മേശപ്പുറത്ത് പറന്നിറങ്ങിയ ഒരു കുപ്പിയുടെ മുകളിലൂടെ ചാടിക്കടക്കാൻ ശ്രമിച്ച് കൊണ്ടിരുന്ന ആ ചെറിയ ജീവിയെ പിടികൂടിക്കൊണ്ട് ആലീസ് പറഞ്ഞു. "ഞാൻ നിങ്ങളെ കുലുക്കിക്കുലുക്കി ഒരു പൂച്ചക്കുട്ടിയാക്കും. അത് ഞാൻ ചെയ്യും."

10

കുലുക്കൽ

സംസാരിക്കുന്നതിനിടയിൽ ആലീസ് അവളെ മേശപ്പുറത്തുനിന്ന് പൊക്കിയെടുത്ത് കഴിയുന്നത്ര ശക്തിയോടെ മുന്നോട്ടും പിന്നോട്ടും കുലുക്കി.

എന്തായാലും ചുവന്ന രാജ്ഞി എതിർപ്പൊന്നും പ്രകടിപ്പിച്ചില്ല. അവളുടെ മുഖം ചെറുതായിക്കൊണ്ടിരുന്നു. അവളുടെ കണ്ണുകൾക്ക് വലിപ്പം കൂടിക്കൊണ്ടിരുന്നു, അവയുടെ നിറം പച്ചയായിക്കൊണ്ടിരുന്നു. എന്നിട്ടും ആലീസ് അവളെ കുലുക്കിക്കൊണ്ടേയിരുന്നു. അവൾ ചെറുതായിക്കൊണ്ടേയിരുന്നു. കൊഴുത്തുകൊണ്ടേയിരുന്നു. മൃദുവായിക്കൊണ്ടേയിരുന്നു. ഉരുണ്ടുകൊണ്ടേയിരുന്നു.

11

ഉറക്കമുണരൽ

എന്നിട്ട് ഒടുവിൽ അത് സത്യത്തിൽ ഒരു പൂച്ചക്കുട്ടിയായി മാറിയിരുന്നു.

12

ആരാണ് അത് സ്വപ്നം കണ്ടത്

"**ചു**വന്ന തമ്പുരാട്ടി ഇത്രയും ഉറക്കെ മുരളാൻ പാടില്ല." കണ്ണുകൾ തിരുമ്മിക്കൊണ്ട് ആലീസ് പൂച്ചക്കുട്ടിയോട് പറഞ്ഞു. അവൾ സംസാരിച്ചത് ബഹുമാനത്തോടെയായിരുന്നെങ്കിലും സംസാരത്തിൽ അല്പം ഗൗരവവും ഉണ്ടായിരുന്നു. "കിറ്റീ, എത്ര നല്ല സ്വപ്നത്തിൽ നിന്നാണ് നീ എന്നെ ഉണർത്തിയത്. കാഴ്ചക്കണ്ണാടിയുടെ ലോകത്തിൽ ഉടനീളം നീയും എന്റെകൂടെ ഉണ്ടായിരുന്നു. ഓമനേ, നിനക്ക് ആ കാര്യം അറിയാമോ?"

"നിങ്ങൾ എന്ത് കാര്യം പറഞ്ഞാലും എല്ലാസമയത്തും പൂച്ചക്കുട്ടികൾ മുരണ്ടുകൊണ്ടിരിക്കുന്നത് ഒരു അസൗകര്യം ഉണ്ടാക്കുന്ന ശീലമാണ്. (ഒരിക്കൽ ആലീസ് ഈ അഭിപ്രായം പ്രകടിപ്പിച്ചിരുന്നു) പൂച്ചക്കുട്ടികൾ ശരിയാണ്, എന്ന് പറയുന്നതിന് പകരം മുരളുകയോ ശരിയല്ല, എന്ന് പറയുന്നതിന് പകരം മ്യാവൂ എന്ന് കരയുകയോ, അല്ലെങ്കിൽ അതുപോലെയുള്ള മറ്റെന്തെങ്കിലും നിയമം പാലിക്കുകയോ ചെയ്തിരുന്നെങ്കിൽ ഒരാൾക്ക് അവരുമായുള്ള സംഭാഷണം തുടർന്നു കൊണ്ട് പോകാൻ കഴിയുമായിരുന്നു. പക്ഷേ, എപ്പോഴും ഒരേ കാര്യം തന്നെ പറഞ്ഞുകൊണ്ടിരിക്കുന്ന വ്യക്തിയോട് എങ്ങനെയാണ് നിങ്ങൾക്ക് സംസാരിക്കാൻ കഴിയുന്നത്? ശരിയല്ലേ?"

ഈ സന്ദർഭത്തിൽ പൂച്ചക്കുട്ടി മുരണ്ടു. അതിന്റെ അർത്ഥം ശരിയാണ് എന്നാണോ അതോ ശരിയല്ല എന്നാണോ എന്ന് ഒരു തരത്തിലും ഊഹിക്കാൻ കഴിയുമായിരുന്നില്ല.

അതുകൊണ്ട് ആലീസ് മേശപ്പുറത്തിരുന്ന ചെസ്സിന്റെ കരുക്കൾക്കിടയിൽ ചുവന്ന രാജ്ഞിയെ കണ്ടെത്തുന്നതുവരെ പരതി നോക്കി. അതിനുശേഷം അവൾ മുട്ടുകുത്തിയിരുന്ന് രാജ്ഞിയേയും പൂച്ചക്കുട്ടി

യേയും മുഖത്തോടുമുഖം നോക്കി നെരിപ്പോടിന്റെ അടുത്തുകിടന്ന ചവിട്ടുമെത്തയിൽ പിടിച്ചിരുത്തി. വിജയിച്ചമട്ടിൽ കൈയടിച്ചുകൊണ്ട് ആലീസ് വിളിച്ചുകൂവി. "കിറ്റീ, നീ ചെസ്സിലെ കരുവായി മാറിയിരുന്നെന്ന് ഇപ്പോൾത്തന്നെ ഏറ്റുപറയണം."

(പക്ഷേ, കിറ്റി അതിലേക്ക് നോക്കിയില്ല, പിന്നീട് ഈ കാര്യം സഹോദരിയോട് വിവരിക്കുമ്പോൾ ആലീസ് പറഞ്ഞു. "കിറ്റി തലതിരിച്ച് അതിനെ കണ്ടില്ലെന്ന് ഭാവിച്ചു. പക്ഷേ, കിറ്റിക്ക് അല്പം നാണക്കേട് ഉണ്ടെന്ന് തോന്നി അതുകൊണ്ട് ചുവന്ന രാജ്ഞി കിറ്റി തന്നെയായിരുന്നു. എന്നാണ് ഞാൻ വിചാരിക്കുന്നത്.")

ആലീസ് സന്തോഷത്തോടെ പൊട്ടിച്ചിരിച്ചുകൊണ്ട് പറഞ്ഞു. "കിറ്റീ, ഒന്നുകൂടി നടുവ് നിവർത്തി ഇരിക്കൂ. നീ എന്താണ് മുരളേണ്ടതെന്ന് ആലോചിക്കുമ്പോൾ മുട്ടുകുത്തിയിരുന്ന് ആലോചിക്കുക. അതുകൊണ്ട് സമയം ലാഭിക്കാൻ കഴിയുമെന്ന് ഓർമ്മവേണം." അതിനുശേഷം ഒരിക്കൽ ചുവന്ന രാജ്ഞിയായിരുന്നതിന്റെ ബഹുമാനാർത്ഥം ആലീസ് എഴുന്നേറ്റ് കിറ്റിയെ പൊക്കിയെടുത്ത് അതിനെ ഉമ്മവെച്ചു.

അപ്പോഴും ചമഞ്ഞൊരുങ്ങലിന് വിധേയയായിരുന്ന വെളുത്ത പൂച്ചക്കുട്ടിയെ തലചരിച്ച് നോക്കിക്കൊണ്ട് ആലീസ് സംസാരം തുടർന്നു. "എന്റെ ഓമനക്കുട്ടീ, എന്റെ ഹിമബിന്ദു മോളേ, ഡൈനാ അവളുടെ വെള്ളത്തമ്പുരാട്ടിയെ ഒരുക്കിക്കഴിയുന്നത് ഏത് നേരത്താണെന്ന് എനിക്ക് അത്ഭുതം തോന്നുന്നു. എന്റെ സ്വപ്നത്തിൽ നീ വൃത്തിയില്ലാതെ വന്നതിന്റെ കാരണം നിശ്ചയമായും ഇതു തന്നെയാണ്. ഡൈനാ നീ ഒരു വെളുത്ത രാജ്ഞിയേയാണ് ഉരച്ച് കൊണ്ടിരിക്കുന്നതെന്ന് നിനക്ക് അറിയാമോ? സത്യത്തിൽ നീ കാണിക്കുന്നത് ഒരു കടുത്ത ധിക്കാരം തന്നെയാണ്."

സ്വസ്ഥമായി കിടന്ന് പൂച്ചക്കുട്ടികളെ ശ്രദ്ധിക്കാൻ വേണ്ടി ആലീസ് ഒരു കൈകൊണ്ട് താടിക്ക് ഊന്നുകൊടുത്ത് മറ്റേ കൈ മടക്കി തലയ്ക്കടിയിൽ വച്ച് ചവിട്ടുമെത്തയിൽ ചരിഞ്ഞുകിടന്നുകൊണ്ട് കൊഞ്ചലോടെ പറഞ്ഞു. "ഡൈനാ, നീ എന്നോട് ഒരു കാര്യം പറയണം. നീയാണോ ഹംറ്റി ഡംറ്റിയായി മാറിയത്? നീ ആയിരുന്നെന്നാണ് എനിക്ക് തോന്നുന്നത്. ആ കാര്യത്തിൽ എനിക്ക് ഇതുവരെ ഉറപ്പില്ലാത്തതുകൊണ്ട് നീ നിന്റെ കൂട്ടുകാരോട് എന്തായാലും അതിനെപ്പറ്റി ഇപ്പോൾ പറയേണ്ട."

"സത്യത്തിൽ നീ എന്നോടൊപ്പം സ്വപ്നത്തിൽ ഉണ്ടായിരുന്നെങ്കിൽ നീ ശരിക്കും ആസ്വദിച്ചിരിക്കാൻ ഇടയുള്ള ഒരു കാര്യം അവിടെ സംഭവിച്ചിരുന്നു. എനിക്ക് ധാരാളം കവിതകൾ കേൾക്കാൻ കഴിഞ്ഞു. എല്ലാ കവിതകളും മത്സ്യങ്ങളെപ്പറ്റി ആയിരുന്നു. നാളെ രാവിലെ നിനക്ക് ശരിയായ രീതിയിലുള്ള ഒരു സല്ക്കാരം ഉണ്ടാവും. നീ പ്രാതൽ കഴിക്കുന്ന സമയം മുഴുവൻ ഞാൻ നിന്നെ നീർക്കുതിരയും ആശാരിയും ചൊല്ലിക്കേൾപ്പിച്ചുകൊണ്ടിരിക്കാം. നിനക്ക് അതിലെ കാക്കകളെ

കബളിപ്പിക്കാം.”

“കിറ്റി, ഇപ്പോൾ നമുക്ക് ഇതെല്ലാം സ്വപ്നം കണ്ടത് ആരായിരിക്കുമെന്ന് ആലോചിച്ച് നോക്കാം. ഇത് വളരെ ഗൗരവമുള്ള ഒരു ചോദ്യമാണ്. ഇന്ന് രാവിലെ ഡൈനാ നിന്നെ കളിപ്പിച്ചിട്ടില്ല എന്ന മട്ടിൽ നീ ഇതുപോലെ കൈപ്പത്തി നക്കിക്കൊണ്ട് ഇരിക്കാൻ പാടില്ല. ഞാൻ അല്ലെങ്കിൽ ചുവന്നരാജാവ്, ഇവരിൽ ഒരാളാണ് സ്വപ്നം കണ്ടതെന്ന് നിനക്ക് മനസ്സിലായില്ലേ? പക്ഷേ, അപ്പോൾ ഞാനും അയാളുടെ സ്വപ്നത്തിന്റെ ഒരു ഭാഗമായിരിക്കും. കിറ്റീ, സ്വപ്നം കണ്ടത് ചുവന്ന രാജാവ് ആയിരുന്നോ? നീ അദ്ദേഹത്തിന്റെ ഭാര്യ ആയിരുന്നു. അപ്പോൾ എന്തായാലും നീ അറിഞ്ഞിരിക്കും. ഹോ! കിറ്റി ഇതൊന്ന് തീർച്ചപ്പെടുത്താൻ നീ സഹായിക്കണം. നിന്റെ കൈപ്പത്തിക്ക് അല്പസമയം കാത്തു നില്ക്കാൻ കഴിയുമെന്ന് എനിക്ക് ഉറപ്പുണ്ട്.” പക്ഷേ, പ്രകോപിതയായ പൂച്ചക്കുട്ടി ചോദ്യം കേട്ടില്ലെന്നുള്ള നാട്യത്തിൽ അടുത്ത കൈപ്പത്തി നക്കിത്തുടയ്ക്കാൻ തുടങ്ങി.

“അത് ആരായിരിക്കുമെന്നാണ് നിങ്ങൾ വിചാരിക്കുന്നത്?”

9 789387 842304

Printed by Libri Plureos GmbH in Hamburg, Germany